तिहासप्रसिद्ध पुरुषांचे व स्त्रियांचे

पोवाडे.

हें पुस्तक

इतिहासप्रिय जनांच्या रंजनासाठीं

ारीं आर्बथ्नाट आक्वर्थ, सी. एस्.

या "आन्थ्रॉपोलाजिकल सोसायटी"चे उपाध्यक्ष

व

शंकर तुकाराम शालिग्राम

ह्यांनीं तयार करून.

मुंबईंत,

"निर्णयसागर" छापखान्यांत छापविलें.

सन १८९१.

श्री-भारत बुक डेपो

ठाकुरद्वार नाका मुंबई ४

PK
2414
S35
1891

सन १८६७ चा आक्ट २५ प्रमाणें रजिस्टर केलें आहे.

DEDICATED

BY

...SION

...r is ...

...T. HON. LORD HARRIS, G.C.I.E..

...O ...OMBAY.

महाराष्ट्र देशाचे हल्लींचे अधिपति

नेकनामदार लॉर्ड हारीससाहेब, जी. सी. आय्. ई.

मुंबईचे गव्हर्नर

ह्यांस

त्यांच्या परवानगीनें

हें पुस्तक

अर्पण केलें आहे.

is volume is devoted, do not for
literature. Until they appear-
first edition which ...ded it,
reduced to writing ... the
ks of the principal p...
...tra have long been k...
...thi scholars. They were w...
not always, of good caste,
with the exception of one particular
entered into the life of the great
...tement is, of course, not universally
a and Ram Joshi are still sung among,
on p..., and the *Poth...*) of
n. But on the whole it may be
y, con...sting as it does in such very large
s and reflections, and the p...ises of this
n to the ryots and the Mavalis of Mahá-
t command their atten...on or admira-
re is nothing derog...ry either to the
in ... In all cou...s it is equally
e is the p...ion of the educated classes.
instru...d ...ntry, ...s that of Scotland,
...ledge ...m... ...t must necessarily be
...es ar... ...up... ...ual labour. And
...imm... ...y of the peasantry can
...is a m... tr... to...y that the literature
...ly ...m, and that their
e r... ...reciate it. One
...to ...ed above. There is
...h has a tolerably wide
...ntry; but assuredly, the
...t on the absence of which I
...ts of the *lavnis* or love songs,
..., and which are as popu-

lar as they
own to
of a diseased
historical

[illegible] ich the [illegible]t,
[illegible] It [illegible]
[illegible] m
[illegible] by such
[illegible] a-
[illegible] trong
[illegible] by
[illegible] th[illegible]
[illegible] the
[illegible]
[illegible] on is
[illegible] are the
[illegible] such,
[illegible] times
[illegible] that
[illegible] con-
[illegible] self-
[illegible] nd not
[illegible] our-
[illegible]. He
[illegible] es of
[illegible] national
[illegible] to f[illegible]t; [illegible]
[illegible] nd [illegible] able
[illegible] him

[illegible] m[illegible]e than
[illegible] d i[illegible]e me-
[illegible] ant-
[illegible] e d[illegible] that
[illegible] publish
[illegible] co[illegible] ballads
[illegible] first edition
[illegible] and Deccan
[illegible] fo[illegible] scat-

iv

tered through their ...
believe, the productions of ...
... of the country. ...
Weber differ ... Clearly ...
easily accounted for. It ... by ...
among people whose ... are ...
compile the great ... of ...
poetry. It ... ...
to appreciate it. ... is ... the ...
namely, the great ... ...
... not in ... ...
... and be ... ...
the ... in ...

The Gondhalis have been ...
Bombay Gazetteer, among "... and ...
for the compiler, the classification ... Gon-
dhalis are both bards and priests. De...
form religious ceremonies for money, the ...
Adalina Patti and the ... of O...
similar or analogous functions. ...
while the Gondhalis are poor, cheap ... beg-
gars because their income is ... a ...
degree uncertain, or, ...
I don't know why, for i... ...
should be called a beggar ... a
respectable party who ... the
latter can be ... or ... a ... a ...
ed pot or pan; while the ... is
obvious to the external ... ...
... to make, and a ... ...
... the ... is ... ...
which every ... is ...

The Gondhalis ... ... the Gon-
dhal, which is a ... ... of ... ...
Amba Bhawáni. ... ...
votees of Bhawáni, and ... ...
shells called the ... ni

do not differ greatly in dress and appearance from the ordinary Maráthás. Their chief function is to perform the Gondhal in honour of Bhawáni at the houses of those who invite them, and to sing songs, religious and historical. They do sometimes beg in the name of Bhawáni, but as her chosen devotees they occupy a semi-sacred position among the lower classes, much as the Bráhmans do among the higher castes; and as every Bráhman has the special religious privilege of demanding alms, so has every Gondhali.

It appears to have been towards the beginning of the 17th century A. D., when the cult of Ambá Bhawáni, of Tuljapur, had spread through the length and breadth of Maháráshtra, and the re-action against Mahomedan despotism was gathering and acquiring force, that the Gondhalis, as the bards of the goddess, began to rise into high popularity among every class of Maráthás. The pulsation of the new national life which began to stir throughout the land was accompanied, in the popular belief, by the revolt of the Hindu Pantheon against the tyrannous deity of the Moslem. As in the Kali-Yuga the goddesses exercise more power and energy than the gods, so it was the goddess of the Gondhalis, in especial, who was bracing her strength for the struggle, who by dream and vision, in difficulty and danger, was imparting faith and fulfilling hope. Her devotees, therefore, were everywhere eagerly welcomed and enthusiastically listened to, and from time to time her very spirit descended into one or other of them, and endued him with the power of prophecy and other miraculous gifts. Some of these are still exercised by them. For instance, a company of Gondhalis will at the present day offer to discover and announce, by the aid of Bhawáni, the name of any member of any audience that may be assembled round them. The person who wishes to test them will go forward and whisper his name in the ear of the head Gondhali, who will then call a boy to stand before him, at a reasonable distance, and will shake or move his own fingers to and fro repeating, "Jai Ambá, Bhawáni." The boy will then at once repeat the name which was whispered to the head man. This achievement is spoken of by the Gondhalis as "Dhák ghálnè" (ढाक घालणें), and does not differ much from the feat of thought-reading.

The peculiar function of the Gondhalis was the service of the vi

goddess, ...
...
...
...
...
...
...
...
...

usually sung on ...
ment. ...
...
important ...
ed thread, the ...
luxuriously ...,
before a large ...
stool in the ...
... with a ...
full of ...
which ... hold ...
or image of ... i. The ...
image, offering to ...
and money, ...
Gondhali then take ...
his comrades on his ...
of the Gondhalis ...
lyre (tuntuné, ...), and ...

the torch, offering to it sandal paste and turmeric, and invokes the goddess in the words, "Oh, Bhawâni of Tuljapur, come to the Gon dhal" (तुळजापुरचे भवानी गोंधळाला ये), and calls on other deities, whose names he repeats, to be present at the performance. He then sings a song in honour of Bhawâni, the invariable preliminary, and afterwards will sing, and, if necessary, explain various songs in honour of gods and mythical heroes, or any historical ballads he may know, the latter generally by request. The performance will probably last till daybreak, exciting intense interest and rapt attention, and it is not uncommonly interrupted by one or other of the performers becoming filled with the divine afflatus and bursting forth in a strain of prophecy. Finally, a lamp is waved round the image, and the torch is extinguished in milk or ghee.

The most important domestic ceremony among the Gondhalis themselves is the investiture of a son with the sacred collar, which as I have said above, is composed of cowries, and this ceremony is attended by special solemnities, all connected with the worship of their tutelary goddess, Ambá Bhawâni.*

The Gondhalis have not resisted the race tendency to split up into castes. There are Bráhman Gondhalis, Renukrai (रेणुकराइ) Gondhalis, Kuddumrai (कदमराइ) Gondhalis, Koombhar Gondhalis, and others. They continue exceedingly popular throughout the Deccan, but it is inevitable that as a family of ballad-singers their reputation should be on the decline. With the passing away of Maráthá power and the introduction of alien rule, with the monotony of peace in place of the changing panorama of war and discord, the pabulum which fed their poetic spirit has been taken from them, and their present productions—for here and there they still produce —are tame, flat, and artificial. The most modern ballad that I have come across was a song to the railway!—a theme which may evoke expressions of wonder and admiration, but can hardly be expected to stir a Gondhali's blood like the exploits of Shivájí or Bájirá?. In spite of the interest and enthusiasm which the older ballads still command, and to which I have referred, it is obvious

* I am much indebted to my friend Mr. Purshotam B. Joshi for help in this description of the Gondhalis, but I may mention that it was written before his paper on the subject was read before the Bombay Anthropological Society.

viii INTRODUCTION.

that the occupation of the Gondhalis is departing from them, and
that with the extension and spread of interests alien to those which
have inspired their songs, it will be less and less regarded. They
will insensibly take up other pursuits—as indeed they are already
doing—and with the motive for preserving in their memories the
ballad of their fathers, the ballads themselves will be forgotten and
lost, a loss lightly regarded in the official race for hard and matter-
of-fact economy (when for instance will the priceless Maráthí records
at Poona be investigated and published?), but inestimable in the
eyes of every man who looks at history and literature and the deve-
lopment of his race with a larger eye than that of a pedagogue.
My own poor and humble efforts to rescue from oblivion some frag-
ments of that verse which has so often driven the Marátha spears
upon the foe, or echoed round their watchfires, which in war has
been to them like the spur to a fiery steed, and in peace has stirred
their patriotism, or soothed them after sorrow and defeat;—my
efforts are so neutralized by the difficulties of my position, that I
fear to predict a much larger result for them than that which
the present volume indicates, and the translations which I hope soon
to publish; but I would earnestly appeal to men in happier cir-
cumstances, residents of Poona, or Satara, or Ahmednuggur, or
Kolhapur, and who are not prevented by any *res angusta domi*
from incurring the needful expenditure, to take up the cause and save
what they can from oblivion. It is almost impossible to carry on
the work from Thana or Bombay.

The present edition contains a large number of ballads which
did not appear in the first edition, and as Mr. Shaligram and I have
to a great extent worked together in collecting them, I am able to
speak from personal knowledge of the difficulties which have attend-
ed the collection. For a long time my official duties confining me to
the Konkan, I was obliged to work the districts of the Deccan, and
the Mávals by correspondence with Chiefs, Sirdars, Jaghirdars,
scholars, and others, without being on the spot myself. It is, asto-
nishing how meagre the results were. A circular letter, in which
H. E. Lord Reay was kind enough to allow me to mention the in-
terest he took in the undertaking, and for which I had hoped the re-
production of his name would procure attention, was almost usually

more successful
n, notabl
of Gan
he der
the col
d of
in re
1887 I w a t
the Ma ,
been to w
ugh I wa c
the spot, c
et I was
sixty to unp lis
ook.
to
at er
af wh
co g to fou
nd n edu d m
Mr. S vel
en ted
it fr ned t
ts o nads; c
we and w
ho e w pa
of who
st e G
he which
will give
ade
en ye pu
of disco e m
at Sat
Sird n Bh
ed that

xi

has been
them, or a
in the
hough
er are
a high
from
y of
nd
hk
e
e
d
ry
many

a paper read

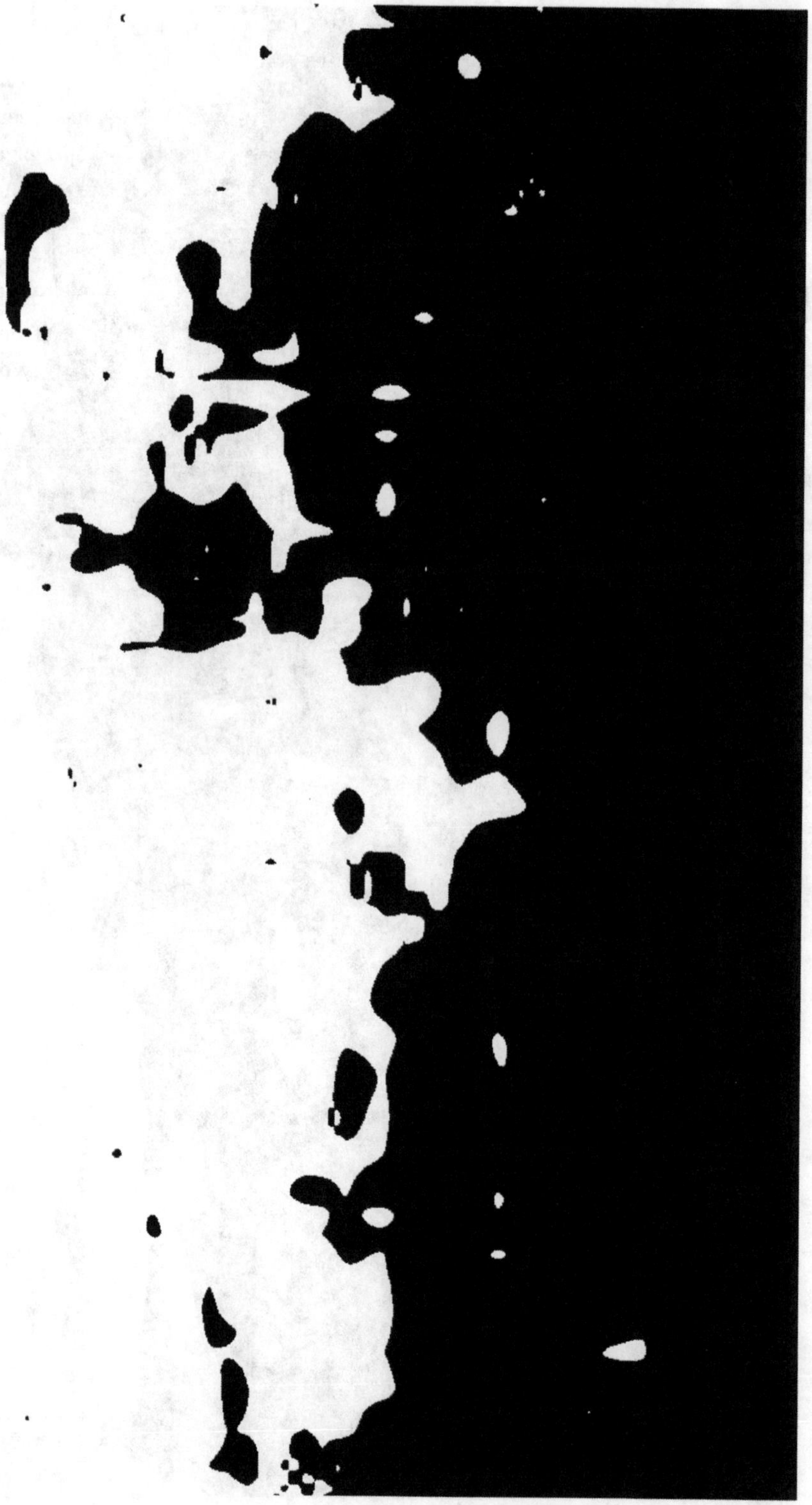

प्रस्तावना.

वृद्ध लोकांची जशी पोवाड्यांवर भक्ति दिसते तशी अलीकडील तरुण लोकांची दृष्टीस पडत नाहीं. पोवाड्यांचा संग्रह पाहिला तरी जुन्या लोकांतच काय तो आढळून येईल. म्हातारे गोंधळी अथवा म्हातारे भराडी वगैरे यांजपाशीं मात्र कांहीं कांहीं पोवाडे उरले आहेत.

इतिहासाची मागील माहिती समजून घेण्यास हल्लीं जसें साधन आहे तसें यापूर्वी कांहींच नसून फक्त जुन्या माणसांच्या तोंडून मात्र गोष्टीच्या रूपानें किंवा या पोवाड्यांच्या रूपानें ऐकून घेण्यास जागा होती. त्या वेळीं समजुतदार व माहितगार अशा उदार मनाच्या पुरुषांनीं या पोवाड्यांच्या रूपानें मागील सर्व इतिहास कालरूप सागरांतून तारला ! अलीकडील इतिहासापेक्षां पोवाड्यांतील माहितीवर अधिक भरंवसा ठेवण्यास जागा आहे. याचें कारण पोवाड्यांतील वर्णन बहुतेक कवींनीं आपल्या माहितीनें मिळविलेलें असून त्यांत असत्याचा समावेश मुळींच नसतो; कारण अलीकडील इतिहास पाहिले तर बहुतेक परदेशस्थ लोकांनीं लिहिलेले असून ह्या लिहिणारांची माहिती अपुरी आहे. पोवाड्यांपासून ऐतिहासिक ज्ञान जसें होण्याचा सुमार आहे तसेंच प्राचीन काळचे रीतिरिवाज, लोकांची अभिरुचि, रागद्वेष इत्यादि समजून येण्यासही जागा आहे. याखेरीज भाषेचे संबंधानें तर अपूर्व माहिती कळून शब्दवैचित्र्यही अद्भुत दृष्टिगोचर होतें. त्या काळचा इतिहास लिहूं जाणें असल्यास तर हें वाचन किंवा पठण अत्यंत श्रेयस्कर आहे.

पोवाड्यांच्या पुस्तकाची ही आवृत्ती निघण्यास **मेहेरबान एच्. ए. आक्वर्थ साहेब** बहादूर, मुंबईचे म्युनिसिपाल कमिशनर, हे कारण झाले आहेत. माजी **ग्रांट् डफ् साहेबांनीं** अव्वल इंग्रेजींत 'मराठ्यांची बखर' छापून काढतेवेळीं जसे अत्यंत परिश्रम करून आह्मां महाराष्ट्रीयांचा इतिहास रक्षण केला; त्याचप्रमाणें मराठ्यांचा खरा इतिहास उपलब्ध होण्यास साधन जे पोवाडे, ते मिळतील तितके मिळवून प्रसिद्ध करण्यांत **मे. एच्. ए. आक्वर्थ साहेब** यांचा ही सारखा उद्योग चालू आहे. माजी **ग्रांट् डफ् साहेबांविषयीं** आह्मां महाराष्ट्रीयांची जितकी पूज्य बुद्धि आहे तितकीच किंबहुना त्यांच्याहूनही जास्त पूज्यबुद्धि **मे. आक्वर्थ साहेब** यांजविषयीं

होणें साहजिक आहे. कारण माजी ग्रांट् डफ् साहेबानीं ज्यावेळीं 'मराठ्यांची बखर' प्रसिद्ध करण्याचीं साधनें या देशांत मिळविलीं, त्यावेळीं मराठ्यांचे पराक्रम आणि त्यांनीं केलेल्या शूरत्वाच्या गोष्टींची कीर्ति प्रांताप्रांतांत गर्जत होती. ती गर्जना आतां लोपली ! कारण त्या कालास चारपांच तपें लोटून गेलीं. आतां त्या गर्जनेकडे कोणाचें लक्ष जावें अशी स्थिति उरली नाहीं. त्यांतून ही परद्वीपस्थांचें चित्त त्या गर्जनेकडे वेधावें हें तर महदाश्चर्य आहे. त्यांच्या मनाच्या थोरपणाविषयीं यापेक्षां आणखी ती दुसरी साक्ष कोणती पाहिजे ? इतिहास समजून घेणारास मराठ्यांच्या बखरींचा लांब्रटपणा पाहून कंटाळा येण्याचा संभव आहे. तसा पोवाड्यांचा कंटाळा मुळींच येणार नाहीं. मिळतील तितके पोवाडे छापले ह्मणजे इतिहास रचणारास सुलभ साधन होईल ह्मणून मे. एच्. ए. आक्वर्थ साहेब बहादूर यांनीं जे अश्रांत श्रम केले त्यावरून त्यांची परोपकारबुद्धि आणि या राष्ट्राविषयींची पूज्य बुद्धि दिसून येते. साहेबबहादुरांनीं आपले प्रसिद्धिपत्रांत गोंधळ्यांविषयीं उल्लेख

---

१ हें प्रसिद्धिपत्र सन १८८७ च्या एप्रिल महिन्यांत सर्व सरदारांकडेस पाठविलें होतें. तें प्रसिद्धिपत्र येणेंप्रमाणें:—

"या गतकाळांत पोवाड्यासारख्या कवनाकडे कोणीं लक्ष दिलें नाहीं या गोष्टीचा, मला वाटतें, सर्व सुशिक्षित हिंदु गृहस्थांना खेद झाला पाहिजे. परंतु याबद्दल विशेष खेद झटला ह्मणजे मराठ्यांचे वंशांतील लोकांना झाला पाहिजे, आणि मुख्यत्वेंकरून इतिहासप्रसिद्ध जे मोठे प्रमुख घरंदाज व मोठे किताबवाले मराठे लोक आहेत व ज्यांची आज दक्षिणेंतील सरदारांमध्यें गणना होत आहे त्यांना तर तो खेद झालाच पाहिजे. शिवाजीमहाराजांबरोबर स्वराज्यनिष्ठेला जीवनकला आली. त्यांचे लागोपाठ जे राजे व पेशवे झाले त्यांच्या कारकीर्दींत ती विस्तृत होऊन जोरावली. तिच्या अद्भुत उद्भवाबरोबर, पहाडीलोकांत खरोखर ज्याप्रमाणें यावें त्याप्रमाणें, कविताशक्तीचें स्फुरण मराठ्यांचे ठायीं आलें. तें आपणांस आज अगणित पोवाड्यांचे रूपानें दिसत आहे. ते सर्व पोवाडे गोंधळीलोक बहुतकरून अजूनही गात असतील आणि महाराष्ट्रांतील शहरांत व खेड्यांत इतर लोकही गात असतील. परंतु देशांतील विद्याधनाला व ऐतिहासिक संपत्तीला भर घालण्याकरितां त्यांचा संग्रह व निवड करण्याची आणि ते प्रसिद्ध करण्याची, कोणींच मेहनत आजपर्यंत घेतली नाहीं. यांत कांहीं मी विशेष सांगत आहें असें नाहीं. जें मी सांगत आहें तें सर्वांस माहित आहेच. + + + + + + + + +

(पुढें चालू)

केला आहे; तसेंच ता० २६ फेब्रुवारी सन १८८७ चे 'टाइम्स् आफ् इंडि-या' पत्रांतही गोंधळ्यांविषयीं त्यांनीं लिहिलें आहे कीं, ज्या गोंधळ्यांनीं महा-राष्ट्रीयांचा इतिहास बांचविला नसता तर आह्मी त्या इतिहासास आज मुकलों असतों, त्या गोंधळ्यांचा उपकार केवढा मानावा आणि त्यांची योग्यता किती वर्णावी ! तर त्यांचेविषयीं येथें दोन शब्द लिहिणें इष्ट आहे.

'गोंधळी' आणि 'भराडी' हे गोंधळांत आणि भराडांत देवाचीं पांच नांवें घेतल्यावर कांहीं कथाभाग लावितात. त्या कथाभागांत थोरांचीं चरित्रें सांगण्याचा बहुतेक संप्रदाय आहे. तीं चरित्रें बिनचूक सांगतां यावीं ह्मणून पोवाडे पाठ करून त्यावर कथा लावतात. गोंधळ घालण्याचा प्रघात फारां दिवसांपूर्वीं पडला असावा असें दिसतें. **नामदेवानें** 'गोंधळ' ह्मणून एक कवन केलें आहे. त्यांत तर मत्स्यावतारापासून सर्व दहा अवतारांपर्यंत गों-धळ केले ह्मणून ह्मटलें आहे. गोंधळी गोंधळांत सांगतात कीं, "श्रीजगदंबेनें दैत्यांचें निर्दाळण केलें त्यावेळीं आकाशमंडप देऊन **ब्रह्मा, विष्णु, महेश** यांनीं तेहेतीस कोटी देवांपुढें गोंधळ केला." 'गोंधळ मांडला निजरूप मायेचा०'. गोंधळी हे हिंदु धर्माचे. हे मराठ्यांच्या हातचें जेवतात. ह्मणजे रोटी व्यवहार होतो पण बेटी व्यवहार होत नाहीं. बेटी व्यवहार गोंधळी जातींतच होतो. राजस्थानांत भाटलोक जसें शूरांचीं कथनें कथून राष्ट्रास नवीन स्फुरण उत्पन्न करीत असत, तसाच प्रकार गोंधळ्यांच्या पो-

---

(मागील पृष्ठावरून)

विद्याचारसंपन्नता आणि तिच्या अनुसंगानें होणाऱ्या उपयुक्त सुधारणा यांचें पा-ऊल पुढें असणें हें, व विशेषेंकरून पायरस्ते आणि आगगाड्या होऊन दळणवळणाच्या साधनांची समृद्धि होणें हें, (ह्यांपासून इतर काय फायदे असतील ते असोत), अशा तऱ्हेच्या ग्रंथांच्या वृद्धीस व रक्षणास अनिष्ट आहे. पोवाड्यांपैकीं पुष्कळ पो-वाडे अमूल्य आहेत. त्यांचें रक्षण करून त्यांस जर यावेळीं शाश्वत करून ठेवण्याचे झपाट्यानें प्रयत्न झाले नाहींत तर थोड्याच काळांत ते गडप होण्याचा बराच संभव आहे. यास्तव या कामांत आपलें सहाय्य व वजन यांचा लाभ मला मिळेल या उ-त्कट आशेनें हें विनंतिपत्र मी आपणांस लिहिण्याचें साहस करीत आहें. + + +

नेक नामदार गव्हरनर साहेब लार्ड री यांस या विषयाची फार गोडी आहे. आणि आपण मला यथाशक्ति मदत करावी अशी त्यांची इच्छा आहे हेंही त्यांच्याच परवा-नगीनें मी आपणास सुचवीत आहें."

आपला आज्ञाधारक सेवक,

एच्. ए. आक्वर्थ.

वाड्यांपासून पेशवाईंत होई. पेशवाईंत गोंधळावर मराठे ऐकांच्या मुरकुंडी पडत. तसा प्रकार आतां नाहीं. "त्या भाकड कथा काय ऐकायाच्या" असें ह्मणून मराठे मंडळ गोंधळांत बसत देखील नाहीं. नवीन अरसिक मंडळीस इतिहासाचा आणि कथापुराणाचा जसा कंटाळा येतो तसाच प्रकार हा होय. हल्लीं मन्वंतर बदलल्यामुळें घरंदाज मराठ्यांस युद्धवार्ता देखील कानांनीं ऐकण्याचा कंटाळा येऊं लागला आहे. पेशवाईंत गोंधळ इतके होत कीं, गोंधळ घालतां घालतां गोंधळ्यांस उमासा येई. त्यांस फुरसत बिलकूल नसे. असे गोंधळ आतां मुळींच होत नाहींत, फारच कमी होतात. ह्मणून गोंधळ्यांस निर्वाहासाठीं तमाशे करावे लागतात. तरी त्यांचा चांगलासा निर्वाह होत नाहीं. पेशवाईंत गोंधळ्यांस देणगीही फार मिळे. कडीं, तोडे, गाठे, चौकडे, शेले, दुपेटे इत्यादि देणगी मिळे. प्रत्येक गोंधळांत शेला पागोटें तर मिळतच असे. आणि जेवणावळ्याची रेल्चेल होत असे. गोंधळी गोंधळांत पोवाडे ह्मणतात तसेच भराडी, वाघे आणि चित्रकथी हेही पोवाडे ह्मणतात. क्वचित तमासगीरही पोवाडे ह्मणतात. गोंधळी जगदंबेची भक्ति करून गोंधळ घालतात. तसेच भराडी भैरवनाथाची भक्ति करून भराड घालितात. भराडी भराड घालतेवेळीं पोवाडे ह्मणतात. वाघेमुरळ्या खंडोबाची भक्ति करून खंडोबाचीं आणि ह्माळसाबाणाईचीं गाणीं गातात. क्वचित प्रसंगीं पोवाडेही ह्मणतात. गोंधळी संबळ, तुणतुणें हीं वाद्यें घेऊन पोवाडे ह्मणतात. भराडी डौरावर पोवाडे ह्मणतात. आणि वाघेमुरळ्या खंजिरी मंजिरी घेऊन पोवाडे ह्मणतात. तसेच चित्रकथी ढोलकें आणि एकतारी हीं वाद्यें घेऊन पोवाडे ह्मणतात. गोंधळी, भराडी, वाघे, चित्रकथी आणि बहुरूपी असे पोवाडे ह्मणतात ह्मणून सांगितलें. पण त्यांत गोंधळ्यांचेंच नांव विशेषत: सर्वश्रुत आहे, याचें कारण काय आहे तें रसज्ञ वाचकांकरितां येथें थोडक्यांत सांगतों.

गोंधळ्यांत **रामा गोंधळी** ह्मणून चाळीस पन्नास वर्षांपूर्वी होऊन गेला. तो प्रतिगंधर्वच होता. पेशवाईचे अखेरीस तो पुण्यांत प्रसिद्धीस आला. त्याच्या ह्मणण्याची योग्यता अप्रतिम होती. त्याच्या गोड सुरावर पुणेंशहर इतकें लुब्ध होऊन गेलें होतें कीं, त्याच्या तमाशाभोंवतीं हजारों माणसांची गर्दी होऊन जाई ! पाव पाव मैलपर्यंत त्याच्या तमाशाभोंवतीं मनुष्यांचे कडे पडत असें ह्मणून ह्मणतात. त्याचप्रमाणें त्यास देणग्याही अशा कांहीं

मिळत कीं, त्या ऐकल्या तर आतां खऱ्या देखील वाटत नाहींत. या रामा गोंधळ्याच्याच लौकिकानें गोंधळ्यांची जात विशेष प्रसिद्धीस आली आहे. पेशवाई नष्ट झाल्यावर रामा गोंधळी पुणें सोडून गायकवाडांची राजधानी बडोदें शहर येथें गेला. तेथें श्रीमंत **सयाजीराव महाराज गायकवाड** हे गुणीजनांचा सत्कार करण्यास बसलेच होते. त्यांनीं रामा गोंधळी स्वर्ग लोकींचें गंधर्व रत्नच एक म्हणून त्यास जवळ बाळगिलें. पुण्यांतील राजाश्रय नाहींसा झाला म्हणून बहुतेक गुणी मंडळी बडोद्यास गेली. तेथें ज्याच्या त्याच्या योग्यतेप्रमाणें देणगी देऊन परामर्श घेतला हें गायकवाड सरकारास अत्यंत भूषण होय. पेशवाई लयास गेल्यावर बडोदें शहर हें महाराष्ट्रीयांचें माहेर घर बनून तेथें गुणी जनांची चहा चांगली झाली, म्हणून पुष्कळांनीं बडोदें शहराचा रस्ता सुधारला. हा प्रकार **खंडेराव महाराज गायकवाड** यांचे कारकिर्दीपर्यंत चालला. पण **मल्हाराव महाराज गायकवाडांचे** वेळीं तो धरबंध सुटून सर्वत्र अव्यवस्था झाली. जुन्या राजाश्रित अमोलिक आणि दुर्मिळ अशा रत्नांस दुखवून बडोदें शहरांतूनही घालविलें. ही गोष्ट मल्हारराव महाराजांनीं फारच अनुचित केली. त्याचें प्रायश्चित्तही त्यांस भोगावें लागलें.

गायकवाडींत गुणवानांचा योग्य सत्कार होत आला म्हणून वर तारिफ केली; ती आह्मींच प्रथम केली असें नाहीं तर " फंदी अनंत कवनांचा सागर " यांणींही तसेंच ह्मटलें आहे. अनंत फंदीचे पुत्र सवाईफंदी यांस तर बडोद्यास पांचशें रुपयांचें वर्षासन चालू झालें असून तें अझूनपर्यंत फंदींच्या वंशजांकडे चालू आहे. बडोद्यास स्वराज्य आहे ह्मणून देशी गुणास आणि कौशल्यास अझूनपर्यंत एक आश्रयस्थान आहे. मराठी राज्यांचा, अभिमान बाळगणारे असे संस्थानिक दक्षिणेंतही आहेत; पण गुणाची आणि कौशल्याची चहा करून त्या गुणी जनांस पदरीं बाळगून ठेवण्याचें सामर्थ्य त्यांच्यांत नाहीं. यामुळें गुणी जनांची चाड व्हावी तशी होत नाहीं असें दिसतें.

---

१ या पुस्तकाचे तिसरे भागांत अनंतफंदींचा पोवाडा आहे.

रामा गोंधळी शेवटीं शेवटीं बडोद्यास फारच नांवास चढला होता. आणि आज जें गोंधळ्यांचें नांव चहूंकडे गाजत आहे व गोंधळ्यांजवळ लोकरंजनाची थोडीफार पुंजी जी राहिली आहे तिचें कारण रामा गोंधळी व त्याचे आश्रयदाते गाईकवाड सरकार हे आहेत. सयाजी महाराजांचे वेळीं रामा गोंधळी, कुशाबा धोंगडे, हे जसे पुण्याहून जाऊन राजाश्रयावर वाढले त्या लौकिकावर अजूनपर्यंत दरसाल नामांकित गोंधळ्यांचे फड बडोद्यास जातात, व त्यांस थोडाफार तरी तेथें आश्रय मिळतोच. पण आज साठ वर्षांत रामा गोंधळ्यावर वरचढ असा मायेचा पुत दुसरा निपजला नाहीं. सगनभाऊची लावणी अशी रामानेंच ह्मणावी. अडाख्याच्या ह्मणणीचा रामा गोंधळ्याचा मोठा लौकिक होता. रामा गोंधळ्यामागें तुकाराम गोंधळ्यानेंही बडोद्यास नांव मिळविलें. तुकारामामागें माधव आहे. यानें हल्लींचे महाराजांवर पोवाडा केला आहे. पुण्याचा उदाजी पांडु गोंधळी, संगमनेरचा राणबा गोंधळी, तसेच आळेकर गोंधळी इत्यादि अनेक गायकवाड सरकारचे आश्रित होऊन राहिले आहेत. या पुस्तकांतील बहुतेक पोवाडे गोंधळ्यांच्या तोंडून ऐकिले आहेत आणि ते गोंधळी वरील प्रमाणें गायकवाड सरकारचे आश्रित आहेत. त्यावरुन असें दिसतें कीं, गायकवाडी नसती तर गोंधळ्यांस डफ, तुणतुणें (तंबोरी) ठेवून देऊन नांगराचा मुठ्या हातांत धरावा लागला असता. आणि आज जें गोंधळ्यांचें नांव प्रसिद्धीस आहे तें गायकवाडीमुळेंच आहे. इंग्रजांचा वावटा पुण्यास लागला त्यावेळीं बडोद्यास श्रीमंत सयाजी महाराजांची कारकीर्द असून बडोदें हें पुण्यनगरच बनून राहिलें होतें आणि मराठी भाषा तेथील राप्रदींत केवळ गुंतून राहिलेली होती.[1] नाहीं तर स्वराज्या बरोबर तिचाही कदाचित लय झाला असता. सारांश आजपर्यंत इतके जे पोवाडे तगले आहेत ते गायकवाडीमुळेंच तगले आहेत असें आह्मी ह्मणतों.

आजपर्यंत पुष्कळ गोंधळ्यांच्या तोंडचे पोवाडे आह्मीं ऐकले आहेत. त्यांत मुख्यतः समशेरपूर, पिंपळवंडी, आळें, ओतूर, जुन्नर, खेड, चास, आकलुज, अहमदनगर, पाटस, पुणें, सातारा, फलटण, मिरज, सांगली, शिरोळ इत्यादि

---

१ रा. ब. दादोबा पांडुरंग यांच्या मोठ्या व्याकरणांतील प्रस्तावना पहावी.

ठिकाणच्या गोंधळ्यांचे तोंडून ऐकले आहेत. पोवाडे ऐकण्याचा छंद लहानपणीं देखील होता. पुढें आमचे परमप्रिय मित्र कै० विष्णुशास्त्री चिपळूणकर, प्रसिद्ध निबंधमालाकार, यांचे संगतींतही तो छंद जास्तच पुरवला गेला. कै० विष्णुशास्त्री यांचे बंधु आणि चुलते आदिकरून रसिक मित्रमंडळींबरोबर पोवाडे ऐकण्याची हौस पुरवून घेतली.

अनुकरणाकडे मनुष्याची प्रवृत्ति साहजिक व बलवत्तर आहे तर लहानपणापासून इतिहासचरित्रें वाचण्याची गोडी लागेल तर किती हितावह होईल बरें ? सदाचरणप्रीति व खरा थोरपणा मनांत बिंबण्यास याखेरीज दुसरें कोणतें साधन आहे ? राजांचे पदरीं भाट बाळगीत असत त्याचें कारण फक्त अनुकरणेच्छाच होय.

श्रीमंत महाराज गायकवाड सरकार आणि त्यांचें सरदारमंडळ तसेंच सांगली, मिरज, येथील पटवर्धनमंडळ हे दर शिमग्यांत आपल्या आश्रित गोंधळ्यांकडून पोवाड्यांची झडती क्रमवार घेत जातील तर फार चांगलें होईल. पोवाडे तरण्यास हाच चांगला उपाय दिसतो.

पोवाडे मिळवून देण्याचे कामांत पहिल्या प्रतीची मदत श्रीमंत बापुसाहेब निंबाळकर, फलटण संस्थानचे अधिपती, यांजकडून मिळाली ह्मणून त्यांचे नांवाचा येथें उल्लेख करण्यास मोठा संतोष वाटतो. त्यांनीं आपले संस्थानांतील वकील रा. रा. अंताजीपंत यांस मदतीचे कामगिरीवर नेमून दिलें होतें. त्यांनीं मनःपूर्वक झटून जी मदत केली तिचे उतराई होणें ह्मणजे सर्व वाचकांस त्यांची ओळख करून देणें याखेरीज दुसरें काय ? श्रीमंत सचीवपंत आणि श्रीमंत पंतप्रतिनिधी यांनीं मिळतील तितके पोवाडे गोंधळ्यांकडून उतरून घेऊन पाठविले त्याबद्दल त्यांचे आभार मानणें इष्ट आहे. ह्या पोवाड्यांचा सादर स्वीकार करून या पुस्तकांत घेतले आहेत, व कांहींचा पाठभेदासाठीं उपयोग केला आहे. सांगली संस्थानचे कारभारी रा. ब. वैद्य आणि मिरज संस्थानचे कारभारी रा. ब. चित्रे यांनीं आपले संस्थानांतील गोंधळी आमचेकडे पाठविले याबद्दल त्यांचे उपकार मानितों. श्रीमंत रा. रा. दाजीराव शिरके यांनीं तानाजी मालुसरे यांनीं

---

१ रावसाहेब सिताराम हरी चिपळूणकर.

सिंहगड घेतल्याचा पोवाडा मिळवून देण्यासाठीं विशेष खटपट केली. कै. श्री. **बळवंतराव विनायक शास्त्री** ऊर्फ बाळासाहेब पटवर्धन ह्यांनींही पोवाडे मिळवून देण्याच्या कामीं साह्य केलें हें येथें सांगितल्यावांचून राहवत नाहीं. रा. रा. **पुरुषोत्तम बाळकृष्ण** जोशी व रा. रा. काशिनाथ **पांडुरंग परब** ह्यांनीं हें पुस्तक छापतेवेळीं जें साह्य केलें तें अवर्णनीय आहे. त्याप्रमाणेंच निर्णयसागर छापखान्याचे मालक ह्यांनीं हें पुस्तक उत्तमरीतीनें छापून दिलें ह्याबद्दल त्यांचेही उपकार मानणें योग्य आहे.

मुंबई, ता० १०
जानेवारी सन १८९१. }

शंकर तुकाराम शाळिग्राम.

अनुक्रमणिका.

भाग पहिला.

मराठे छत्रपति राजे.

अनुक्रम.	विषय.	पृष्ठ.
१	शिवाजी महाराजांनीं अबदुलखानास मारिलें.	१
२	तानाजी मालुसरे यानें सिंहगड घेतला.	१८
३	बाजी पासलकर.	५०
४	प्रतापसिंह व शाहाजी महाराज यांचें स्वरूपवर्णन.	५४
५	प्रतापसिंह महाराज शिकारीस गेले.	५६
६	प्रतापसिंहास इंग्रज सरकारांनीं पदच्युत केलें.	५७
७	प्रतापसिंहास इंग्रज सरकारांनीं काशीस पाठविलें.	५९
८	प्रतापसिंह काशीस गेल्यावर त्यांच्या राणीनें केलेला शोक. ...	६०
९	प्रतापसिंहाचे पुत्र जंगलीराजे यांचा जन्म.	६३
१०	प्रतापसिंहाचे धाकटे बंधु शाहाजी राजे गादीवर बसले. ...	६५
११	शाहाजी राजांचे स्वारीचा थाट.	६७
१२	सातारकर छत्रपति व त्यांचे सरदार....	६८
१३	आबा महाराजांस सयाजी मोहित्यानें मारिलें....	७०
१४	सामानगडच्या गडकऱ्यांनीं बंड केलें....	७४
१५	त्याच विषयावर दुसरा पोवाडा.	८०
१६	त्याच विषयावर तिसरा पोवाडा.	८१

भाग दुसरा.

पेशवे.

१	पानिपत येथील लढाई.	८६
२	त्याच विषयावर दुसरा पोवाडा.	१०२
३	त्याच विषयावर तिसरा पोवाडा.	१०७
४	नानासाहेब पेशवे यांचा मृत्यु...	१०९

(२)

५ पेशवाईच्या आरंभापासून नानासाहेबांच्या मृत्यूपर्यंतच्या हकीकतीवर पोवाडा. १११
६ थोरले माधवरावांची पत्नी रमाबाई सती गेली. ११४
७ नारायणराव पेशवे यांचा मृत्यु. ११८
८ सवाई माधवरावांचा जन्म. १२९
९ पेशव्यांनीं बदामी किल्ल्यावर मोहीम केली.... ... ... १३०
१० सवाई माधवराव रंग खेळले. १३२
११ खर्ड्यांची लढाई. १३५
१२ त्याच विषयावर दुसरा पोवाडा. १५२
१३ त्याच विषयावर तिसरा पोवाडा. १५७
१४ त्याच विषयावर चवथा पोवाडा. १६२
१५ त्याच विषयावर पांचवा पोवाडा. १६५
१६ त्याच विषयावर सहावा पोवाडा. १७०
१७ त्याच विषयावर सातवा पोवाडा. १७६
१८ त्याच विषयावर आठवा पोवाडा. १७८
१९ सवाई माधवरावांच्या मृत्यूवर पोवाडा. १८०
२० शेवटल्या बाजीरावाच्या कारकीर्दीतील बंड व दुष्काळ. ... १८५
२१ शेवटले बाजीराव पेशवे. १९१
२२ खडकीची लढाई. १९८
२३ खडकीची व अष्टीची लढाई.... ... ... २०१

भाग तिसरा.

मराठे सरदार.

१ नाना फडनवीस. २०५
२ त्याच विषयावर दुसरा पोवाडा. २०७
३ जनकोजी शिंदे. २०८
४ महादजी शिंदे. २१०
५ अहिल्याबाई होळकरीण. २१२
६ मल्हारराव होळकर. २१४
७ यशवंतराव होळकर. २१७

(३)

८ फत्तेसिंग गायकवाड....	... ...	२१९
.९ दुसरे सयाजीराव गायकवाड....	... ...	२२२
१० नागपुरकर चिमणाजी बापु भोंसले.	... ...	२२७
११ नागपुरकर आपासाहेब भोंसले.	... ...	२३०
१२ परशुरामपंत भाऊ, पटवर्धन....	... ...	२३८
१३ परशुरामपंत भाऊंची कर्नाटकावर स्वारी.	... ...	२४३
१४ चिंतामणराव पटवर्धन सांगलीकर.	... ...	२४५
१५ त्याच विषयावर दुसरा पोबाडा.	... ...	२४८
१६ थोरले बाळासाहेब पटवर्धन मिरजकर.	,...	२४९
१७ आनंदराव धुळप.	... ...	२५०
१८ परशुरामपंत प्रतिनिधी.	... ...	२५२
१९ फलटणचे निंबाळकर....	... ...	२५३

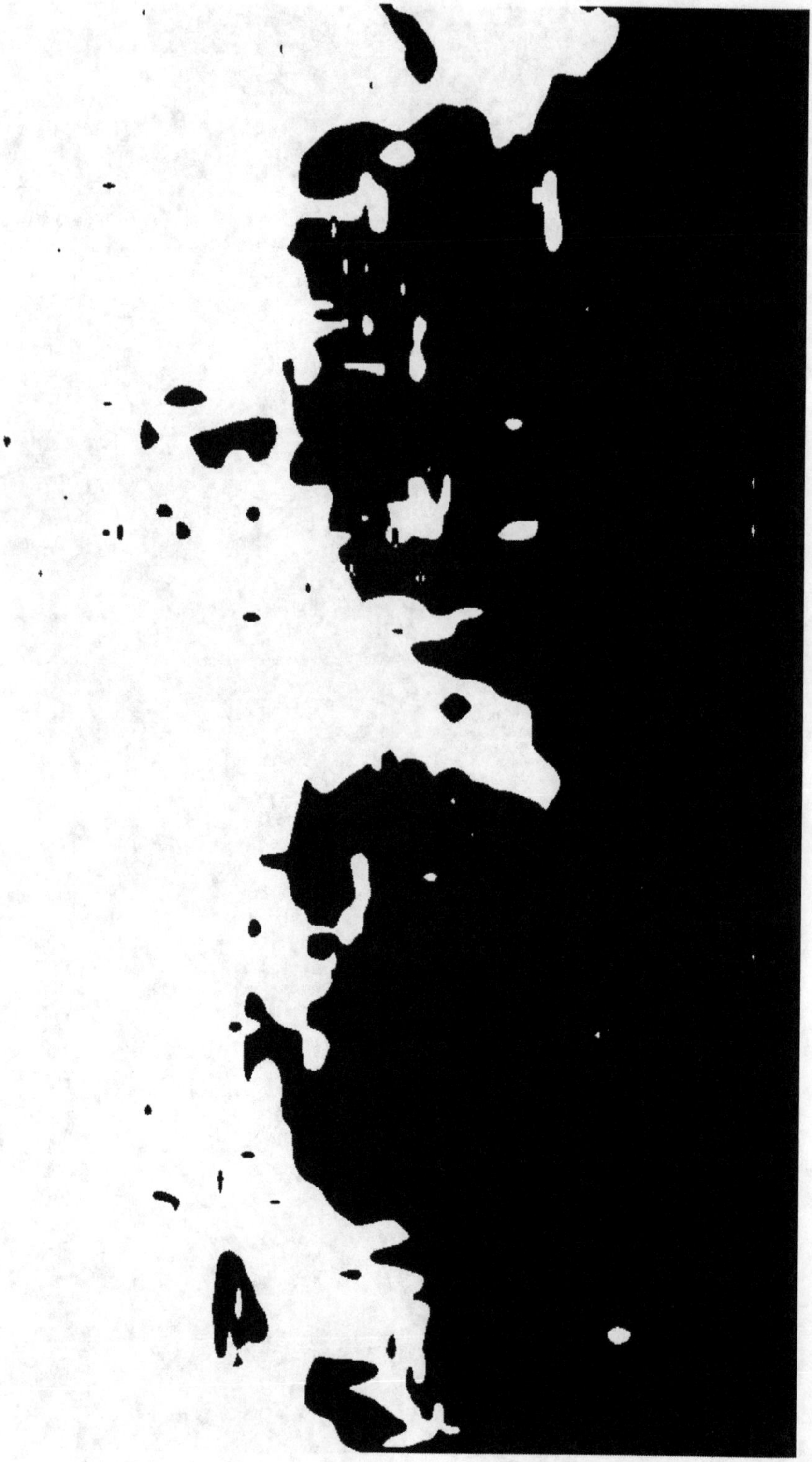

इतिहासप्रसिद्ध पुरुष व स्त्रिया यांचे

पोवाडे.

भाग पहिला.

मराठे छत्रपति राजे.

१. शिवाजी महाराजांनीं अबदुलखानास मारिलें, यावर पोवाडा.

मराठी राज्याचे संस्थापक छत्रपति श्रीशिवाजीमहाराज यांचें जन्म सन १६२७ त शिवनेरी किल्ल्यावर झालें. त्यावेळीं त्यांचे वडील शाहाजीराजे भोंसले हे निझामशाहींत सरदार होते. सन १६३६ त निःझामशाही बुडाल्यावर शाहाजींनीं विजापुरकर माहमुद अदिलशाह

बादशाह यांची नोकरी पत्करिली, तेव्हां विजापुरसरकारानें शाहाजींस पुणेंप्रांताची जहागीर व कऱ्हाडप्रांतांतील २२ गांवांच्या देशमुखीची सनद करून दिली. या जहागिरीची व देशमुखीची वहिवाट शिवाजीमहाराज हे पाहत असत. पुढें महाराजांनीं मुसलमानांपासून आपला देश मुक्त करावा व मराठी राज्य स्थापावें या हेतूनें आपलें राज्य वाढविण्याचा विचार करून सन १६४८ पर्यंत तोरणा, कोंडाणा, पुरंदर, राजगड, वगैरे मुसलमानांचे किल्ले हळुहळु युक्तीयुक्तीनें आपले हस्तगत करून घेतले. हें वर्तमान विजापुरसरकारास कळल्यावर शिवाजी हें कृत्य शाहाजींच्या सांगण्यावरून करतो असें समजून बादशाहानें सन १६४९ त शाहाजींस विजापुरांत कैद करून ठेविलें आणि सन १६५०।५१ त बाजी शामराज यास शिवाजीमहाराजांस पकडून आणण्यास्तव लष्करासह पाठविलें. महाराजांस ही खबर कळतांच त्यांनीं एकाएकीं बाजी शामराजाचे लष्करावर छापा घालून त्यास तेथून काढून लाविलें. पुढें सन १६५३ त विजापुरसरकारानें शाहाजींस बंधमुक्त केलें, व त्याची कऱ्हाडच्या देशमुखीची सनद काढून बाजी घोरपड्यास दिली. हें पाहून महाराजांस राग आला व मुसलमानांचा जोर कमी करण्याकरितां सर्व घाटमाथा आपले कबजांत आणण्याचा ते विचार करूं लागले. या कृत्यासाठीं जावळीचा राजा चंद्रराव मोरे याचें साहाय्य घेणें अवश्य होतें, ह्मणून त्याजकडे याविषयीं बोलणें लाविलें. मोरे या गोष्टीस अनुकूळ होईना ह्मणून महाराजांनीं राघो बल्लाळ नांवाचा एक ब्राह्मण व संभाजी कावजी नांवाचा एक मराठा या दोघांस जावळीस पाठवून एकांतीं चंद्ररावास ठार मारविलें व आपण त्याचें राज्य घेतलें. पुढें हिरडस मावळचा देशमुख बंदल याच्याशीं लढाई करून त्याचेंही राज्य आपल्या राज्यास जोडलें. याप्रमाणें राज्य वाढविल्यावर त्याचा बंदोबस्त राखण्याकरितां महाराज नवे किल्ले बांधूं लागले. त्यांत सन १६५६ त कृष्णानदीच्या उगमाजवळ

मोरो त्रिमळ पिंगळे नांवाच्या एका देशस्थ ब्राह्मणाकडून प्रतापगड नांवाचा किल्ला बांधविला. याच किल्ल्यावर सन १६५८ त विजापुरसरकाराकडून महाराजांस धरण्याकरितां आलेला अबदुलखान नामक सरदार महाराजांचे हातून कसा मारला गेला, याचें वर्णन पुढील पोवाड्यांत आहे.

या पोवाड्याचा कर्ता अज्ञानदास नांवाचा कोणी शाईर होता, व तो शिवाजीमहाराजांच्या वेळीं हयात होता, असें या पोवाड्याच्या शेवटच्या चौकावरून दिसतें. ह्या पोवाड्याच्या आह्मास तीन प्रती मिळाल्याः—(१) विविधज्ञानविस्तार मासिक पुस्तकाच्या ६ व्या पुस्तकाच्या १० व्या अंकांत छापिलेली; (२) महाडचा सखाराम गोंधळी याजकडून ह्मणवून उतरून घेतलेली; व (३) श्रीमंत पंत प्रतिनिधि साहेब यांनीं आपल्या संग्रहांतून पाठवून दिलेली. यांत पंत प्रतिनिधींचीच प्रत उत्तम असल्यामुळें तिचा पाठ मुख्य राखून इतर प्रतींतील पाठभेद दाखविले आहेत.

चाल—"सांग सखे सुंदरी । कोण्या ग सुभगाची मदनमंजरी ॥" **रामजोशी.**

माझें नमन आधीं गणा । सकळिक ऐका चित्त देउन ॥ नमियेली शारजा । ल्याली जडिताचें भूषण ॥ अज्ञानदासाचें वचन । नमिला सद्गुरु नारायण ॥ सद्गुरूच्या प्रसादें । संपूर्ण अंबेचें वरदान ॥ गाइन वजिराचें भांडण । भोंसल्या

---

१ 'विविधज्ञानविस्तार'पाठांत या पोवाड्याचा आरंभ असा आहे:—"सकळा देव आदीदेवा । शिवा नमन धरुनी भावा ॥ जैसा शिवाजीचा भाव । कलिमधीं प्रसन्न महादेव ॥ सांबाचा अवतार । छत्रपति राजा शिव ॥ शिवाजीच्या तळ्यांत । पाणी पिती सर्व जीव ॥ पाणी पूर्ण पिकलें न्हावें । भाकेंत गुंतला महादेव ॥". २ गणपतीस. ३ शारदा, सरस्वती. ४ 'वि०' व सखाराम गोंधळी यांचे पाठांत 'अग्निनदास' असें आहे, पण तें 'अज्ञानदास' या शब्दाच्या अपभ्रष्ट उच्चारामुळें तसें लिहिलें गेलें असावें. ५ अबदुलखान हा विजापुरसरकारचा वजीर होता.

सरजा[१] दळभंजन[२] ॥ फौजेवर लोटतां । यशवंत खंडेश्वरी प्रसन्न ॥ अज्ञानदास बोले वचन । गाइन राजाचें[३] भांडण ॥ देश ईलाइत[४] । काबिज केलें तळकोंकण ॥ १ ॥

गड मी राजाचे गाइन । कोहज माहुली मर्जन ॥ पारगड कर्नाळा । प्रबळगड आहे संगिन ॥ मस्त तळा आणि घोसाळा । राहेरी आनसवाडी दोन ॥ कोरला कासागड मंडन । दर्यांत दिसताती दोन ॥ गड बिरवाडी पांच कोन । सुरगड अवचितगड भूषण ॥ कुंवलगड भीरिका । कुर्डुगडाचें चांगुलपण ॥ घोडप तळकोंकणचे किल्ले । घाटावरले गड गाईन ॥ २ ॥

गड आहे रोहिडा । जावली प्रतापगड मंडन ॥ मकरंदगड वांसोटा । सिंहगड वृंदावन ॥ पुरंधराचें चांगुलपण । उंची झुंलवा देत गगन ॥ सोन्याची सुवेळा । आहे राजगड संगिन ॥ कोंडाण्यापासुन तोरणा वर्ता । कोर रेखिली घाटमाथा ॥ तुंग आणि तीकोना । विंसापुर लोहगड झुलता ॥ गड राहेरीची अवस्था । तीन पायऱ्या सोन्याच्या तक्ता ॥ दुसरा प्रतापगड पाहतां । अवघड दिसे घाटमाथा ॥ ३ ॥

मस्त हुंडे[११] दुर्गाचे[१२] खण । माहाल राजाचे गाईन ॥ पुणे भिस्तका दरगा । शेकसल्ला[१३] पीर पाटण ॥ शिरवळ[१४] सुपें देस ।

---

१ सरजा=सिंह. शिवाजीस 'सरजा' ह्मटलेलें पुष्कळ प्राचीन लेखांत आढळतें. २ सैन्य फोडणारा (?). ३ शिवाजीचें. ४ विलायत, म्लेच्छदेश. ५ किल्ले. ६ हीं किल्ल्यांचीं व प्रांतांचीं नांवें. ७ मजबूद. ८ दळकट, मोटा. ९ समुद्रांत. १० शोंके. ११ बुरूज. १२ किल्ला. १३ पुण्यांत पूर्वी पुणेश्वराचें देऊळ होतें, तें मोडून मुसलमानांनीं तेथें शेकसल्ला नांवाच्या पीराचा दरगा बांधला. १४ भोरानजीकचें शिरवळ महाराजांनीं हिरडस मावळच्या देशमुखापासून स० १६५५ त घेतलें.

घेतला ज्यानें इंदापुरापासून[1] ॥ महाड[2] गोरेगांवापासुन[3] । घे-तलें सिंणगारपुर[4] पाटण ॥ असे तुळजेचे[5] परिपूर्ण । सोडविले चवदा ताल कोंकण ॥ घेतलीं बारा बंदरें[6] । भाग्य राजाचें संगिन ॥ ४ ॥

देश[7] दुनया काबिज केली । बारा माउळें[8] घेतलीं ॥ चंद्र[9]-राव कैद केला । त्याची गड जौंउली[10] घेतली ॥ चेतपाउली[11] काबिज केली । ठाणीं राजाचीं बैसलीं ॥ घेतली जौंउली[11] न[12] मोहुली[11] । कल्याण[11] भिंवडी[11] काबिज केली ॥ सोडविलें तळकोंकण[11] । चेउलीं[11] ठाणीं बैसविलीं ॥ कुंबल[13] बाकी घरें । शिवराजाच्या हाता आलीं ॥ मुलाना[14] हामाद । फिर्याद बाच्छायाप[15] गेली ॥ बाच्छायजादा क्रोध आला । जैशी अग्न पेरजळली[16] ॥ जितें[17] धरावा राजाला[18] । कुलवजिरांला[19] खबर दिली ॥ ५ ॥

बाच्छाय पाठविलें प्रमाण[20] । वजीर बोलावा तमाम[21] ॥

---

१ पुणें जिल्ह्यांतील इंदापूर. २ तळकोंकण. ३ गोरेगांव महाडाजवळच आहे. ४ शृंगारपुर हें कोंकणांत आहे. ५ तुळजापुरची भवानी ही महाराजांची कुळस्वामिनी होती. ६ दाभोळ वगैरे. ७ "सांगेन शिवाजीच्या हिकमती । किल्ले दुर्ग झूलती ॥ भले दुणेदार जाणती । मराठे राजकुमर ऐकती ॥ मोऱ्या चंद्रराव धरिला । गड पण जावली घेतली ॥" 'वि०'पाठ. ८ नाणें, हिरडस, पवन, अंदर, वगैरे. ९ मोरे यांस युसफ अदिलशाह बादशाहानें 'चंद्रराव' हा किताब कांहीं कामगिरीवरून दिला व त्यास जावळीचा राजा केलें. १० चंद्ररावास स० १६५५ त मारून शिवाजीनें जावळी घेतली. ११ प्रांतांचीं नांवें. १२ न=आणि. १३ कुब्बल=मजबूद. १४ कल्याणचा सुभेदार मुलाना अहमद याचा खजिना विजापुरास जात असतां महाराजांनीं स० १६४८ त लुटून हस्तगत करून घेतला. १५ बादशाहापाशीं. यावेळीं विजापुरचे अल्ली अदिलशाह बादशाह होते. हे वयानें लहान असल्यामुळें यांस पुढें 'बाच्छायजादा' ह्मटलें आहे. १६ प्रज्वळली, पेटली. १७ जिवंत. १८ शिवाजीला. १९ सर्व वजीरांस. २० हुकूम. २१ सर्व.

अवदुलखान रस्तुम जुमा । सिद्दी हिलाल मुशेखान ॥ मेळविले वजिरांला । बाच्छाय बोलावी कवणाला ॥ बोलावा बाजी घोरपड्याला । घाटग्या जुंझाररायाला ॥ बोलावा खऱ्या कोवाजीला । त्या नाइकजी पांडऱ्याला ॥ देवकांत्या जीवाजीला । मंबाजी भोंसल्याला ॥ बावीस उंबराव मिळुनी । आले बाच्छायसभेला ॥ ६ ॥

बाच्छायजादा पुसे वजिराला । धरीसा आहे कोण शिवराजाला ॥ बावीस उंबराव आले सभेला । विडा पैजेचा मांडिला ॥ सवाई अवदुल्या बोलला । जिता पकडूं मैं राजाला ॥ निरोप दिला कुलवजिराला । अवदुल सद्रे नबाजीला ॥ विडा पैजेचा घेतला । तुरा मोत्याचा लाविला ॥ गळां घातलीं पदकें । खान विजापुरी बोलला ॥ फिरंग घोडा सद्रे दिला । बाच्छायानें नवाजीला ॥ तीवरसांची मोहिम । घेउन अवदुल्या चालला ॥ ७ ॥

खान कंटकबंद[10] केला । कोटांबाहेर[11] डेरा दिला ॥ मोठा अपशकुन जाहला । फत्या[12] लसकरा हत्ती मेला ॥ खबर गेली बाच्छायाला । बिनीचा[13] हत्ती पाठविला ॥ चौरा[14] हजार घोडा । अवदुलखानालागीं दिला ॥ ८ ॥

---

१ हीं मुसलमान सरदारांचीं नांवें. २ यानें शाहाजीराजांस बोलवून कपटानें विजापुरीं नेलें ह्मणून यास पुढें शिवाजीमहाराजांनीं ठार मारिलें. ३ यास महाराजांनीं प्रतापगडच्या लढाईत धरून कैद केलें होतें, परंतु हा शाहाजीराजांचा मित्र असल्यामुळें त्यास सन्मानानें परत जाऊं दिलें. ४ मुसलमानांच्या मराठे सरदारांचीं हीं नांवें. ५ उमराव, सरदार. ६ कचेरींत. ७ वाखाणिला, स्तुति केली. ८ तलवार. ९ तीन वर्षांची. १० फौजबंद. ११ शहराच्या तटाबाहेर. १२ फत्तेलष्कर नांवाचा हत्ती. १३ लष्करापुढचा. १४ ग्रांट डफ साहेबांच्या बखरींत, खानाचें लष्कर ५००० घोडा व ७००० पायदळ होतें, असें लिहिलें आहे.

संगात कुंजर मस्त हत्ती । घेतली झगड्याची मस्तुती[1] ॥ आरोब्याच्या[2] गाड्या । कोतवाल[3]तेजी धांवा घेती ॥ सातशें उंट आहे वाणांचा । करडा लष्करी खानाचा ॥ वजीर अब-दुलखान । त्याच्या दळाची[4] गणती[5] ॥ बारा हजार घोडा । उंबराव[6] ताविन चालती ॥ ९ ॥

तेथुनि[7] कुच केलें कटकाला । अबदुल फौजेनें चालिला ॥ मजलीवर मजल । अबदुल तुळजापुरा आला ॥ फोडिली तु-ळजा[8] । वरती मसुद[9]च बांधिली ॥ मसुद बांधुनी । पुढें गाय जंब[10] केली ॥ अबदुलखान फोडी देवाला । कांहीं एक अंज-मत[11] दावा मला ॥ कोपली भद्रकाळी[12] । बांधुन शिवराजापं[13] दिला ॥ अंबा गेली सपनांत । कांहींएक बोले शिवराजाला ॥ बत्तीस दांतांचा बोकड[14] । आणला वधायाला ॥ १० ॥

तेथुन कुच केलें कटकाला । अबदुल दरमजली चालिला ॥ मजलीवर मजल । अबदुल मोणकेश्वरा[15] आला ॥ तेव्हां त्या अबदुलखानानें । हाल मांडिले देवाला ॥ तेथुनि कुच केलें कटकाला । अबदुल फौजेनें चालिला ॥ मजलीवर मजल । अबदुल करक्मभोशा[15] आला ॥ तेथुनि कुच केलें कटकाला ।

---

१ मस्तुती (?). २ आरोब्याच्या (?). ३ शृंगारलेले घोडे. ४ सैन्याची. ५ मोजणी. ६ ताब्यांत. ७ "लष्कर चवदा हजार घोडा । तोंडावर धराया चालिला ॥ भांड सर्व देती । कण किल्ले विलोकिती ॥ खान दरमजली कुच केलें । चालून तोरब्यासी आला ॥ बिन फत्तेमारीच्या । बिनीच्या खालीं आला ॥ ब्राह्मण कृष्णाजी बोलला । साहेब अपशकुन जाहला ॥ खान दर-मजली कुच केलें । चालून तुळजापुराला गेले ॥" 'वि०'पाठ. अब्दुलखान स० १६५९ च्या सप्तेंबर महिन्यांत विजापुराहून निघाला. ८ देवी. ९ मशीद. १० जब केली=ठार मारली. ११ चमत्कार. १२ भवानी देवी. १३ प= पाशीं. १४ अब्दुल हाच बोकड. १५ स्थळविशेष.

अबदुल दरमजली चालिला ॥ मजलीवर मजल । वेगीं [1]पंढरपुरा आला ॥ फोडिला विठोबा । पुंडलिक पाण्यांत टाकिला ॥ ११ ॥

खान कुच केलें कटकाला । अबदुल फौजेनें चालिला ॥ मजलीवर मजल । वेगीं महादेवासीं आला ॥ तेव्हां त्या अबदुलखानानें । दंड बांधिला शंभुला ॥ हाल हिंदुच्या देवाला । अबदुलखान धाक लाविला ॥ तेथुनि कुच केलें कटकाला । अबदुल दरमजली चालिला ॥ मजलीवर मजल । अबदुल [3]रहिमतपुरा आला ॥ १२ ॥

अबदुल आलासे बोलती । धाकें [4]गड किल्ले कांपती ॥ वजीर उंबराव बोलती । शिवाजीस [5]गडे कोंडू ह्मणती ॥ अबदुल सारा आहे किती । त्याच्या दळाची गणती ॥ बारा हजार घोडा । उंबराव ताबिन चालती ॥ [6]सौदळीं भांडतां । मग कणकीला मीठ किती ॥ १३ ॥

---

१ विजापुराहून वाईकडे जाण्याचा नेहमीचा मार्ग ह्मटला ह्मणजे तोरवें, तिकोटें, होनवाड, आथणी, यांवरून आहे. परंतु अबदुलखान सातशें उंटांसहित फौज घेऊन पाऊस बंद होण्यापूर्वी निघाला तो तिकोटें आणि तोरवें यांच्या दरम्यान डोणनदीला डावें घालून पंढरपुरावरून वाईस आला. याचें कारण, डोणनदीचा उतारा फारच कठीण आहे, तिचें पाणी समुद्रासारखें खारें आहे, आणि नदीच्या पात्रांत हत्ती बुडेल इतका चिखल नेहमी असतो. २ "खान दरमजली कुच केला । चालुनि पालीकारणें गेला ॥ पालीचा खंडोबा । अजामत दावी मोगलाला ॥ न्हाटो न्हाटो रे भाई बोलिला । तीन कोस मोड केला ॥ दीपमाळ बांधिली देवाला । मग खानाचा भोग पुरला ॥ खान दरमजली कुच केला । चालुनि आबुंदाला गेला ॥ आबुंदाची ममाई । प्रचीत दावी खानाला ॥ गोंधळ घातला देवीला । मग खानाचा भोग पुरला ॥ पांढऱ्या शंभूला घेतला । खान दरमजली कुच केला ॥ चालून वाईकारणें गेला । आपुल्या मुलखांत राहिला ॥" 'वि०'पाठ. ३ हें साताऱ्यापासून ६।७ कोस पूर्वेस आहे. ४ गड किल्ले ह्मणजे गडावरचे व किल्ल्यावरचे लोक. ५ गडांत. ६ सौदळीं (?)

तेथुनि कुच केलें कटकाला । अबदुल वाईलागीं आला ॥ [1]आपुल्या मुलखांत राहिला । कोट बांधुन पिंजरा केला ॥ वरेपणाचा कागद । हेजिब[2] महाराजाप गेला ॥ राजा पुण्यांत मस्त झाला । देश पाठीशीं घेतला ॥ सोडुन दिले किल्ले । डेरा जाउलींत दिला ॥ राजा जाउलींत राहिला । हेजिब अबदुल्याचा आला ॥ १४ ॥

हेजिब बोले महाराजाला । खान बऱ्यापणाशीं आला ॥ खानाला भेटतां । थोरे[3] बाच्छाये सल्ला झाला ॥ राजा बोले हेजीबाला । कशाला बोलावितां वाईला ॥ किल्ले गड कोट । दवलत खानाच्या हवाला ॥ जाउली खानाच्या हवाला । लिहून देतों हेजीबाला ॥ बैसूं दोघेजण । खान [4]बुध सांगेल आह्मांला ॥ [5]लुगडीं दिलीं हेजीबाला । हेजीब [6]वेगीं रवाना केला ॥ १५ ॥

हेजीबाची खबर ऐकुनी । अवदुल [7]महाभुजंग झाला ॥ अबदुलखान [8]कउल दिला । रोंटीपीर[9] पाठविला ॥ भिउं नको शिवाजी भाई । आहे तेरा मेरा सल्ला ॥ तुझे गड तुझ्या हवाला । आणिक दवलत देतों तुला ॥ तुझी थोडिशी गोष्ट । [10]क्रिया शाहाजीची आह्माला ॥ [11]ईकडे कउल पाठविला । शी[12]लेचा [13]राउत निवडिला ॥ हत्तीचे पायीं [14]तोरड । लाविल्या ग[15]जढाळा ॥ नदरे पडतां । [16]दस्त करा शिवराजाला ॥ १६ ॥

राजा हेजीबासि बोलतो । [17]खंड काय मला मागतो ॥

---

१ अबदुलखान कांहीं दिवस वाईचा सुभेदार होता ह्मणून 'आपल्या मुलखांत राहिला' असें ह्मटलें आहे. २ जासूद. 'वि०' व 'स० गों०' यांचे पाटांत 'ब्राह्मण कृष्णाजी धाडिला' असें आहे. कृष्णाजी हा वाईचा कुळकर्णी होता. ३ विजापुरच्या बादशाहाशीं. ४ बुद्धि, अकल. ५ "पोपाक दिला" 'स० गों०'पाठ. ६ लवकर. ७. सर्पासारखा गर्विष्ठ. ८ हुकूम. ९ रोटीपीर (?). १० शपथ. ११ आपल्या सैन्यांत. १२ चिलखत घातलेला. १३ घोडेस्वार. १४ अलंकार. १५ निशाण, बाहुटा. १६ पकडा. १७ खंडणी.

चउआगळे चाळीस गड । मी अबदुलखानालागीं देतों ॥ मजवर कृपा आहे खानाची । जावळींत सदरा सवारिलों ॥ तेथें यावें भेटायाला । मी खानाची वाट पाहतों ॥ हेजिब तेथुनि निघाला । अबदुलखानाजवळ आला ॥ अबदुलखाना मोहरें । हेजिब टाकिला प्रमाण ॥ अबदुल पाहतो वाचुन । खुंटलें गनिमाचें मरण ॥ हाता आले गड किल्ले । खुशी जाहला अबदुलखान ॥ १७ ॥

हिकडे सल्ला कउल दिला । खासा राउत निवडिला ॥ चार हजार घोडा । हालका धराया चालला ॥ हत्तीचे पायीं तोरड ज्याला । वरी सोडिल्या गजढाला ॥ फौजामागें फौजा । भार कडक्यानें चालला ॥ रैंडतोंडीच्या घाटाखालीं । अबदुल सारा उतरूं दिला ॥ इसारत सरज्याच्या लोकांला । ज्यांणीं घाट वळकाविला ॥ मागल्याची खबर नाहीं पुढिल्याला । कटकाची खबर कैची त्याला ॥ जाऊं जाणें येऊं नेणें । ही गत झाली अबदुल्याला ॥ जावळींत उतरुनी । अबदुल दिशाभुली जाहला ॥ १८ ॥

राजानी सदरा सवारिल्या । गाद्या पडगाद्या घातल्या ॥

---

१ शृंगारितों. २ "तसलिया दिल्या बामणाला । बामण खानाजवळी आला ॥ शिवाजीराजाचा हेजीब । जिवाजी हालदार धाडिला ॥ खानापाशीं येऊन । धड न बोले अबदुल्याला ॥ चौदा हजार घोडा । तुह्मी आणला कशाला ॥ आवृत घाया जगदंबेला । हेजीब बोलतांच अबदुल्खान खवळला ॥ जिवाजी हाल्दार । शिवाजीराजाजवळी आला ॥ खान दरमजली कुच केला । रडतोंडीची घाटी चढला ॥ चालून गडवेढा दिला । चवदा दिवस कोंड केला ॥ खबर कळली महाराजाला । राजा गुपीत राहिला ॥" 'वि०' पाठ. ३ पुढें. ४ पत्र, हुकूमनामा. ५ शत्रूचें. ६ नहराचे खालीं रडतोंडीचा घाट आहे. त्यास हल्लीं 'रोटंडा' किंवा 'मुंबई पॉइंट' ह्मणतात. ७ शिवाजीच्या. ८ वाट चुकला.

तिवाशा जेमखान टाकिले । सदर पिकदाण्या ठेविल्या ॥ सुरंग चारी खांब सदरेचे । वरी घोंस मोतीयांचे ॥ माणिकाच्या भरणी । हारी मोत्यांच्या बसविल्या ॥ दुसरे सदरेची मांडणी । सूर्य लखलखितो गगनीं । माणिकाचे ढाळ । सदरे सुवर्णाचें पाणी ॥ काचबंदी पटांगणाचा ढाळ । कापुर कस्तुरी परिमळ ॥ १९ ॥

तिसरे सदरेची मांडणी । हिरे जोडिले खणोखणीं ॥ खासियाचे पलंग । ते ठेवोनी मध्यस्थानीं ॥ वाळियाच्या झांजी । दवण्याचे कुंड घालोनी ॥ बराणपुरी चिटाचे । आडोआड पडदे बांधुनी ॥ चहुंकोनी चारी समया । चाँदवा जडिताचा बांधोनी ॥ घोस मोतियांचे । वर ठिकडी नाना-परिची ॥ अवघी जडिताची लावणी । हिरे जोडिले खणोखणीं ॥ बहुत सवारिल्या सदरा । ऐशा नाहीं देखिल्या कोणी ॥ २० ॥

राजानी सदरा सवारिल्या । हेजिब अबदुल्यास धाडिला ॥ मोरो[६] ब्राह्मण राजानें पाठविला । अबदुलखानासी बोलाविला ॥ चार हजार घोडा । कोण्या कामास्तव आणिला ॥ बाहेर निराळा ठेविला । दहा पांचांनिशीं चालिला ॥ एकांतीच्या गोष्टी । तेथें दहा पांच कशाला ॥ पालखी दुर करा भोईयाला । खासा अबदुल चालला ॥ हात चालवा म्हा । दुर करा ह्मणे खानाला ॥ वस्त्रें केलीं हेजीवाला । शाँमराज नवाजीला ॥ २१ ॥

भवानीशंकर प्रसन्न ज्याला । तुळजा मदत शिवराजाला ॥ भोग पुरला खानाचा । अबदुल जावळींत आला ॥

---

१ तक्क्ये. २ सत्रंज्या, गालिचे. ३ तेजःपुंज. ४ झांजी (?). ५ छत. ६ मोरो त्रिमळ पिंगळे. यांस शिवाजी महाराजांनीं पेशव्याचा अधिकार दिला होता. ७ शामराजपंत हे पूर्वीचे पेशवे.

बिनहत्यारात्रिण मोकळा । अवदुल सदरेलागीं आला ॥ अबदुल पहिले सदरे गेला । सदर देखुनी सुखी जाहला ॥ ऐशी सदर न्हती । आमच्या आली[1] इदलशाला ॥ खान दुसरे सदरे गेला । सदर देखुनि सुखी झाला ॥ ऐशी सदर न्हती । नवरंगशा[2] वाच्छायाला ॥ अबदुल तिसरे सदरे गेला । सदर देखुनि सुखी झाला ॥ ऐशी सदर नाहीं । अवरंगशा बाच्छायाला ॥ अबदुलखान बोलिला । शिबाजीस आणा भेटायाला ॥ २२ ॥

राजा नवगजींत[3] बैसला । मोरो[4] शाम[5] बोलाविला ॥ रघु[6]नाथ पेशवे । नारो[5] शंकर पाचारिला ॥ दाहातोंड्या[5] माणकोजीला । त्या इंगळ्या सुभानजीला ॥ देवकांत्या[5] जीवाजीला । राजानें बोलाविलें तुह्मांला ॥ करनखऱ्या[5] सुभानजीला । बेलदारा पिलाजीला[5] ॥ सर[5] सुभाजीला । पालीकर नेतोजी[7]ला ॥ त्या बोबड्या वैहिरजीला[5] । सरदार आले भेटायाला ॥ २३ ॥

राजा विचारी भल्या लोकांला । कैसें जावें भेटायाला ॥ बंककर[8] कृष्णाजी बोलला । शिवबा सीलें[9] करा आंगाला ॥ भगवंताची सील ज्याला । आंतून बारीक झंगा[10] त्याला ॥

---

१ अली अदिलशाह, विजापूरचे बालराजे. २ औरंगजेब बादशाहास 'नवरंग' ह्मटलेलें प्राचीन लेखांत आढळतें. ३ कचेरी (?). ४ मोरोपंत पिंगळे. ५ हीं शिवाजीमहाराजांच्या सरदारांचीं नांवें. ६ शामराजपंत पेशव्यांस सिद्दीवर स्वारी करण्यास पाठविलें असतां त्याचा पराभव झाल्यामुळें पेशवाईचा अधिकार काढून घेतला व सिद्दीचे पारिपत्यास्तव रघुनाथपंत यांस नेमिलें होतें, यावरून शाईर रघुनाथपंतास पेशवे ह्मणत आहे असें दिसतें. वास्तविक पाहतां शामराजपंतांनंतर पेशवाईचा अधिकार रघुनाथपंतांस न मिळतां मोरो त्रिमळ पिंगळे यांस मिळाला होता. ७ हा महाराजांचा पहिला सरनौबत ह्मणजे घोडेस्वारांचा सेनाधिपति होता. ८ 'वि०'पाठांत ''गाईकवाड कृष्णाजी'' असें आहे. परंतु बखरींत ''कृष्णाजी भास्कर'' किंवा ''कृष्णाजी वोकील'' असें आहे. ९ चिलखत. १० चिलखतावर झगा होता.

मुसेजरीच्या सुरवारा । सरजा बंद सोडुन दिला ॥ डावे हस्तीं बिचवा त्याळा । वाघनख सरज्याच्या पंजाला ॥ पटा जिंत्र झाल्याप दिला । सरजा बंद सोडुन चालिला ॥ २४ ॥

माझा रामराम दादानु । गडच्या गडकऱ्या बोलिला ॥ जतन भाईनु करा । आमुच्या संभाजीराजाला ॥ सेराईत उमाजी। राज्य होईल तुह्मांला ॥ गड निरविती गडकऱ्याला । राज्य निरविती नेतोजीला ॥ निरवानिरव दादानु । विनंति केली सकळीकाला ॥ येथुनि सलाम सांगा । माझा शाहाजी महाराजाला ॥ खबर गेली जिंजाऊला । शिवबा जातो भेटायाला ॥ पालखींत बैसुनी । माता आली भेटायाला ॥ २५ ॥

शिवबा बोले जिजाऊ सर्वे । बये वचन ऐकावें ॥ माझी असोशी खानाला । बये जातों भेटायाला ॥ जिजाऊ बोले महाराजाला । शिवबा न जावें भेटायाला ॥ मुसलमान बेइमान । खान राखिना तुह्मांला ॥ राजा बोले जीजाऊला । येवढी उंबर झाली भेट दिली नाहीं कोणाला ॥ येवढी गोष्ट माते । आज द्यावी मला ॥ आई अबदुलखान आला । यानें धाक लाविला देवाला ॥ जिजाऊ बोले महाराजाला । शिवबा बुद्धिनें काम करावें । उसनें संभाजीचें घ्यावें ॥ २६ ॥

जिजाऊ घेती अलाबला । शिवबा चढती दवलत तुला ॥

---

१ रेशमी कापडाच्या. २ तुमान, विजार. ३ शिवाजी झालदारापाशीं. ४ शिवाजी महाराजांचा पुत्र. ५ पटाईत. ६ हे कोण? ७ सोंपवितो. ८ नेतोजी पालकर. ९ शाहाजी महाराज ते वेळेस कर्नाटकांत होते. १० जिजीबाई ही लुखजी जाधवराव यांची कन्या व शिवाजीची आई. हिच्यावर शिवाजीचें फार प्रेम होतें, व तीही शिवाजीच्या कृत्यांस प्रोत्साहन देत असे. ११ आवड, इच्छा. १२ शिवाजीचा वडील भाऊ संभाजी यास कर्नाटकामध्यें कनकगिरी येथील मुसलमानांनीं ठार मारलें त्यांत अबदुलखानाचें आंग होतें ह्मणून त्याचें उसनें घ्यावें असा जिजाबाईचा उपदेश.

घे यशाचा विडा । शिवबा स्मरे महादेवाला ॥ गळां घातली मिठी । मातेच्या चरणासी लागला ॥ ध्यानीं आठवुनी भगवंताला । शिंवाजी राजा सदरे गेला ॥ २७ ॥

पहिला सलाम । माझा भवानीशंकराला ॥ दुसरा सलाम । माझा शाहाजीमहाराजाला ॥ तिसरा सलाम । अमचे अवदुलखानाला ॥ शिवाजी सरजे सलाम केला । अबदुलखान गुमान केला ॥ मनीं धरलें कपट । पुरतें कळलें महाराजाला ॥ मग तो शिवाजी सरज्याला । खान दंपूनी बोलला ॥ तूं तो कुणबीका छोकरा । सँवरत बाच्छाई सदरा ॥ २८ ॥

इतक्या उपरी राजा बोले। त्या अबदुलखानाला ॥ खाना ज्याची करणी त्याला। कांहींएक ध्यावें रघुनाथाला॥ तुह्मी जातीचे कोण । आह्मी जाणतों तुह्माला ॥ तू तरी भटारनीका छोरा । शिवाजी सरज्यापर लीया तोरा ॥ यावर अबदुला बोलला । शिवा तुम चलो विजापुराला ॥ शिवाजी सरजे नेतां । बहुत दिन लागतील खानाला ॥ कळला पुरुषार्थ। तुमचा बसल्या जाग्याला ॥ २९ ॥

अवदुल जातका भटारी । तुमने करना दुकानदारी ॥ इतकिया उपरी । अबदुल मनीं खवळिला पुरा ॥ कव मारिली अबदुल्यानें । सरजा गंवसून धरला सारा ॥ चाल-

---

१ "चौथे वळी बांधुनि फळी । एका वळींनें चालिले ॥ पहिल्या सदरेला गेले । गडकऱ्यांनीं दटाविले ॥ दुसऱ्या सदरेला गेले । कारकुन अबदुल्याला बोले ॥ तिसऱ्या सदरेला गेले । कंचनींत बुडविले ॥ अवदुला खदखदां हासिला । जिवाजी हालदार शिवाजी आले सदरेला ॥" 'वि०' पाठ. २ त्रस, थंड. ३ दटावून. ४ सवरणें=शृंगारणें. ५ ईश्वराला. ६ स्वयंपाकीण. ७ मुलगा. ८ इज्जत घेतली. ९ मिटी. १० आंवळून.

विळी कट्यार । सीलवर[1] मारा न चले जरा ॥ सराईत शिवाजी । ज्यानें बिचव्याचा[2] मारा केला ॥ उजवे हातीं बिचवा त्याला । वाघनख सरज्याच्या पंजाला ॥ उदरच फाडुनी । खानाची चरबी आणिली द्वारा ॥ ३० ॥

खीन लेंव्हा[3] लव्हा बोलिला । खानाचा लव्हा बेगिन आला ॥ राजानें पट्टा पेंडतालिला[4] । अवदुलखानानें हात मारिला ॥ शिरींचा जिरेटोप[5] तोडला । सरजा जरासा लागला[6] । भला सराईत शिवाजी । पट्ट्याचा गुंडाळा मारिला ॥ मान खांदा गवसुनि । जानव्याचा दोरा केला[7] ॥ अवदुलखान शिवाजी दोनी । भांडती दोनी धुरा[8] ॥ बारा हजार घोडा । सरदार नाहीं कोणी तिसरा ॥ ३१ ॥

अवदुलखान झाला पुरा । कृष्णाजी[9] ब्राह्मण उठावला ॥ शिवाजी राजा बोलला । ब्राह्मणा मारूं नये तुला ॥ तुजशी मारितां । शंकर हांसेल आह्मांला ॥ नाइकतां ब्राह्मणें । हात दुसरा मारिला ॥ ब्राह्मणा मारूं नये तुला । क्रियां[10] शाहाजीची आह्माला ॥ कृष्णाजी ब्राह्मण । हात तिसरा टाकिला ॥ होईल ब्रह्महत्या भोंसल्यासी । शिवाजीनें राखिला ॥

---

१ हें चिलखत सातान्यास आहे, तें पाहिल्यावर असें वाटतें कीं हें घालणारा मनुष्य अमानुष शक्तीचा असला पाहिजे. इतकें हें जड आहे. २ शस्त्रविशेष. ३ पट्टा, खड्ग. ४ म्यानांतून बाहेर काढला. ५ लोखंडी कड्यांचा टोप, शिरस्त्राण. हा सातान्यांत राजवाड्यांत अद्याप आहे. ६ शिवाजी महाराजांस थोडा वार लागला. ७ जानव्यासारखा आडवा वार केला. ८ योद्धे. ९ अवदुलखानाचा वकील. "त्याचा बामण म्होरे आला ॥ परत रे माघारा । सरजा शिवाजी बोलला ॥ ब्राह्मण मारूं नये तुला । क्रिया देवाची आह्मांला ॥ महाराज खदखदां हासिला । हातिंचा पटा टाकून दिला ॥ शिवाजीचा जिवाजी ह्मालदार । त्यानें शीघ्र उडी घातली ॥ काढिला बराणपुरी बरचा । त्याणें अचाट फेकुन दिला ॥ नाभिकमळीं बैसला । बरचा पाठिला फुटला ॥ ब्राह्मण हर हर बोलला । त्याचा प्राण निघून गेला ॥" 'वि०'पाठ. १० शपथ.

कृष्णाजी ब्राह्मण मागें सरला । सैद बंडु मोहरे आला ॥ जवळ होता जिऊ झाल्या । त्यानें सैद पुरा केला ॥ ३२ ॥

संशय खानाचा फिटला । खान पळता पाय काढिला ॥ मेळविला भोयांनीं । पालखींत घालून चालविला ॥ कावजीचा संभाजी भोंसला । मोठे उडीनें आला ॥ जखमा केल्या भोयांच्या पाया । खटारा धरणीवर पाडिला ॥ शिवाजीराजा बेगिन आला । शिर कापुनी गडावर गेला ॥ जराचाच मंदिल । शिरीं त्या संभाजीचे घातला ॥ फाजिलखाना क्रोध आला । बाण आणि बंदुका थोर वर्षाव एकच केला ॥ शिवाजीराजाचा चपाटा । फाजिलखान बारा वाटा ॥ हाल महाराजाचे झाले । अबदुलच्या लोकांला ॥ ३३ ॥

---

१ अबदुलखानाचा हुजऱ्या. २ जिवा ह्मालदारानें सैद बंडु मारिला. "जवळ होता जिवा, ह्मणून वांचला शिवा" अशी गोंधळी लोकांत एक ह्मण आहे. ३ संभाजी कावजी यानें चंद्रराव मोरे यांचे बंधूस ठार मारिलें होतें. ४ पालखी. ५ "शिवाजी आले । शिर कापुनि घेऊन गेले ॥ प्रतापगडची भवानी । शिर वाहिलें जगदंबेला ॥ बत्तीस दांतांचा बोकड मातला गे होता । आहुती द्यावी अबदुल्याची ॥" 'वि०' पाठ. ६ तें शिर प्रतापगडच्या देवीस वाहिलें. देवीनें अबदुल्याला बोकड ह्मटलेलें वर आलेंच आहे. आणि आश्विन शुद्ध ७ ह्मणजे नवरात्रांच्या हवनाच्या दिवशीं अबदुल्याचा वध झाला. तेव्हां अबदुल्या बोकडाचें शिर देवीस बळी वाहणें युक्तच आहे. अबदुल्या बुरूज प्रतापगडाच्या देवीपुढें असून त्याखालींच अबदुल्याचें शिर पुरलें आहे. शिवाजीमहाराजांस मूळ देवी प्रसन्न झाली ती प्रतापगडचीच. भवानी तलवार प्रतापगडदेवीपासूनच मिळाली. त्या देवीपुढें शिवाजी महाराजांचे वंशजांनीं दिलेला चौघडा अजून झडतो. ७ संभाजी कावजी. ८ अबदुलखानाचा पुत्र. ९ बारा वाटा पळाला. "येथून इशारत कुल राजांच्या लोकांला । बारा तोफा मारा केला ॥ आवाज प्रतापगडावर होती । फडका पायदळ येती ॥ पडले धडधडा । बोलले निशाणाचे हत्ती ॥ त्रिमुख कागद्या । मुरे राव लोटला ॥ रडतोंडी घाटी । तुक्या भिवाजी भिडला ॥ साठ आरबांच्या । घोड्या पाडाव केला ॥" 'वि०'पाठ. प्रतापगडावरून त्र्यूण मिळतांच मारा करावा अशी प्रथमचीच योजना होती.

प्रतापगडाहुनि केला हल्ला। मारिती खुण सरज्याच्या लोकांला ॥ धरल्या चारी वाटा । ज्यानीं घाट बळकाविला ॥ दळ त्यासमई । पायदळचा कडका आला ॥ सिलीमकर[1] खोपड्या। काकड्या[1] सुरव्या[1] लोटला ॥ अंगद हनुमंत रघुनाथाला। पायचे पायदळ शिवाजीराजाला ॥ फिरंग[2] ठेवी त्याला जाउद्या त्याला । राखु नका तुह्मी उगारल्या पाइकाला[3] ॥ फत्ते महाराजाची झाली। वाट[4] दिली कुलवजीराला ॥३४ ॥

पळतां फाजिलखान। त्याचा दुमाला[5] घेतला ॥ माघारा फिरोनि। जान[6] हातीचा आरोबा[7] दिला ॥ शिवाजीचे हाल। फाजिलखान घाय पुरा केला॥ घोडा आणि राऊत। ज्यांणीं पाडाव केला ॥ वळल्या हातीवरल्या ढाला। चार हजार घोडा अवदुल्या जावळींत बुडविला ॥ भवानीशंकर प्रसन्न झाला । यश राज्याच्या खंड्याला[8] ॥ सरजा तोरेड[9] माहीमोर्तब[10] शिवाजीला। फत्ते[11] झाली महाराजाची। ते वेळ पन्हाळा घेतला॥३५॥

अज्ञानदास विनवी श्रोत्याला। राजा अवतारी जन्मला ॥ नळ नीळ सुग्रीव जांबुवंत। अंगद हनुमंत रघुनाथाला ॥ एकांतीं भांडन । जैसें रामरावणाला ॥ तैसा शिवाजी सरजा । एकांतीं नाटोपे कवणाला ॥ दृष्टी पर्यंस[12] शिवाजीला । कलीमधीं अवतार जन्मला ॥ विश्वाची जननी। अंबा बोले शिवा-

---

१ शिवाजीच्या सरदारांचीं नांवें. यांनीं वाटा रोखिल्या होत्या. २ शस्त्र टेवील त्याला जाऊं द्या, उगारील त्याला राखूं नका ह्मणजे मारा, असा शिवाजीचा हुकूम. ३ शिपाई. ४ वाट दिली ह्मणजे पळविलें. ५ पाठ घेतली. ६ जान (?). ७ आरोबा (?). ८ खंडेश्वर, खंडोबा, शिवाजीचा कुलस्वामी. ९ अलंकार. १० माहीमरातब=पोषाक, सरंजाम, वगैरे. ११ "महाराज पन्हाळ्यावर गेले। पन्हाळा चौफेरी बांधिला ॥ कैदीन भांडला पन्हाळा । नहीं देई वाच्छायाला ॥" 'वि०' पाट. १२ पर्यंस (?).

जीला ॥ मोठे भक्तीचें फळ । महादेव भाकेला गोंविला ॥ जिकडे जाती तिकडे । यश राज्याच्या खडाला[2] ॥ ३६ ॥

माता जिजाऊ बोलली । पोटीं अवतार जन्मला ॥ शंकपाळ[3] शिवाजी महाराजानें केला । आतां मी गाईन भोंसले शिवराजाच्या ख्याति ॥ दावा हेवा जाण । अखेर संग्रामाच्या गति ॥ राजगड राजाला । प्रतापगड जिजाऊला ॥ धन्य जिजाऊचे कुशी । राजा अवतार जन्मला ॥ आपल्या मतें अज्ञानदासानें । वीरमाल[5] राज्याचा गाइला[4] ॥ शिवाजी सरज्यानें । इनाम घोडा वक्षीस दिला ॥ शेरभर सोन्याचा । तोडा हातांत घातला ॥ यश जगदंबेचें । तुळजा प्रसन्न शिवराजाला ॥ ३७ ॥

---

२. तानाजी मालुसरे यानें सिंहगड घेतला, यावर पोवाडा.

सिंहगड ऊर्फ कोंडाणा हा किल्ला पुण्याचे आग्नेयीदिशेस सुमारें सहा कोसांवर व रायगडाचे पूर्वेस सुमारें पंधरा कोसांवर एका उंच टेंकडीवर बांधिलेला आहे. किल्ल्यांत जाण्यास बिकट पायवाटा असून मुख्य कल्याण दरवाजा आणि पुणें दरवाजा असे दोन मोठाले दरवाजे आहेत. किल्ल्याच्या आंत सुमारें एक कोस लांबीरुंदीचें त्रिकोणाकृति पटांगण असून भोंवतीं बळकट तटबंदी आहे. ह्या किल्ल्याचें नांव 'कोंडाणा' असें पूर्वी होतें, तें शिवाजीमहाराजांनीं सन १६७७

---

१ शिवाजीच्या पूर्वजांनीं भक्तीनें महादेवास प्रसन्न करून घेऊन त्याजपासून 'तुझे वंशीं मी जन्म घेऊन राज्य आक्रमण करीन' ह्मणून वरदान घेतलें होतें, त्यास अनुलक्षून हें आहे. २ खडाला (?). ३ शंकपाळ (?). ४ "सरदार मिळाले सदरेला । बाईनें शाहीर बोलाविले ॥ अग्निदास कवीश्वर । त्याणें कडाका गाइला ॥ दिला एक गांव बक्षीस त्याला । दोन सोन्याचे लंगर चढविले हाताला ॥" 'वि०' पाठ. ५ वीरमाल (?).

त बदलून 'सिंहगड' ठेविलें. हा किल्ला कधीं व कोणीं बांधिला हें कळत नाहीं, पण सन १३४० त नागनाईक नामक सरदाराच्या ताब्यांत हा असतां दिल्लीचा बादशाह महंमद तघलख ह्यानें किल्ल्यास वेढा दिला; परंतु नागनायकानें त्याचा बचाव मोठ्या शौर्यानें केला, ह्यामुळें दिल्लीपतींस वेढा उठवून जावें लागलें. सन १४८६ त हा किल्ला अहमदनगरच्या गादीचा मूळ पुरुष अहमद निझामशाह ह्याच्या स्वाधीन झाला. सन १६३३ त तो निझामशाहाच्या तर्फे शिवाजीमहाराजांचे वडील शाहाजीराजे ह्यांच्या स्वाधीन झाला. सन १६३७ त शाहाजीराजांनीं निझामशाहाची चाकरी सोडून विजापुरकरांची धरिली, त्यामुळें हा किल्ला विजापुरकरांच्या ताब्यांत गेला. सन १६४७ त शिवाजीमहाराजांनीं मुसलमान किल्लेदारापासून युक्तीनें हा किल्ला हस्तगत करून घेतला. त्या वेळेपासून सन १६६६ पर्यंत तो महाराजांचे ताब्यांत होता. सन १६६६ त मोगलांबरोबर महाराजांनीं तह केला त्या तहाअन्वयें जे वीस किल्ले मोगलांस परत द्यावे लागले, त्यांत सिंहगड होता. हा किल्ला परत घ्यावयाचा महाराजांचा निश्चय असल्यामुळें त्यांनीं पुढें चार वर्षांनीं ह्मणजे सन १६७० त तानाजी मालुसरे ह्या शूर सरदारास सैन्यासह पाठवून तो मोगलांपासून कसा हिसकून घेतला, याचें वर्णन पुढील पोवाड्यांत आहे:

ह्या पोवाड्याचा कर्ता तुळशीदास नांवाचा शाईर होता. हा मागील पोवाड्याचा कर्ता अज्ञानदास ह्याचा कोणी संबंधी दिसतो. हा शिवाजीमहाराजांचे वेळीं पुण्यांत मंडईचे बाजारांत राहत असे, व हा पोवाडा रचतांना अबदुलखानास मारल्याचा पोवाडा ह्यानें पाहिला असावा असें वाटतें. कारण कित्येक ठिकाणीं ह्या दोन्ही पोवाड्याच्या ओळीच्या ओळी जमतात. हा पोवाडा श्री० दाजीसाहेब शिरके यांनीं राघु बिन नारोजी रसाळ गोंधळी, वडघर,

मांजरवाडी, जि० कुलाबा, यास मुद्दाम बोलावून आणवून त्याजकडून ह्मणवून उतरून घेतला.

चाल—"सांग सखे सुंदरी। कोण्या ग सुभगाची मदनमंजरी ॥" रामजोशी.

राजगड राजाचा। प्रतापगड जिंजाबाईचा ॥ सिंहगड पन्हाळा। पद्दा त्या मोंगलाचा ॥ सरजा शिवाजी शिवभ-जन। काबिज केलें तळकोंकण ॥ गड माहुली घेतली। कल्याण भिवडी काबिज केली ॥ खबर त्या विजापुराला गेली। ठाणें राजाचें बसलें ॥ शिवाजी महाराज। राजगड किल्ल्यावर बसले ॥ जिजाबाई माता। आहे प्रतापगडा-वरी ॥ सोमवाराच्या दिवशीं। हातीं हस्तनाची फणी ॥ उगवते बाजुला नजर केली। नजर सिंहगडावर गेली ॥ १ ॥

---

१ शिवाजीमहाराज स० १६६४ पर्यंत राजगडावर राहत असत. हा किल्ला महाराजांची राजधानी होती. नंतर स० १६६४ सालींच महा-राजांनीं सुरत शहर लुटून पुष्कळ संपत्ति रायगडावर आणून ठेविली आणि तेव्हांपासून रायगड किल्ला ही आपली राजधानी केली. रायगडास पूर्वी 'रायरी' असें नांव होतें. याराव्या शतकांत रायरीस 'रायगिरी' ह्मणत; आणि तो किल्ला विजयनगरच्या ताब्यांतील मराठे पाळेगार यांच्या ताब्यांत होता. स० १६४८ मध्यें तो किल्ला मराठ्यांच्या ताब्यांत आला. यू-रोपांतील जिब्राल्टर किल्ल्यासारखाच हा रायगड किल्लाही फारच मजबूद आहे. शिवाजीमहाराजांस राज्याभिषेक याच किल्ल्यावर झाला. २ जि-जाबाई प्रतापगडावर राहत असत. ३ सर केलें. ४ विजापुरच्या बाद-शाहाकडे खबर कळली. ५ शिवाजीमहाराज यावेळीं रायगड किल्ल्यावर असावे असें दिसतें. कारण मढेंघाट, बिरवाडी आणि पोलादपूर हीं गांवें रायगडाच्या खालीं असून रायगड आणि प्रतापगड ह्यांच्या मध्यें आहेत. तसेंच ग्रांटडफच्या इतिहासांत पण तानाजी रायगडाहून निघाला असें आहे. परंतु गोंधळ्यानें पोवाडा ह्मणतेवेळीं राजगड हा शब्द उच्चारिल्यामुळें तो शब्द तसाच कायम ठेविला आहे. ६ हस्तीदंती. ७ पूर्वेस.

बारा मावळ पुण्याखालीं । बारा मावळ जुनराखालीं[१] ॥ पुं[२]-ण्याच्या तोंडाला जेजुरीच्या बारीला[३] । किल्ला सिंहगड पाहिला ॥ नवें कोंबडीचें अंडें । ऐसा किल्ला झळकला[४] ॥ ऐसा पंतोजी[५] तो काका । त्यानें हुजऱ्या बोलाविला ॥ जावें राजगड किल्ल्यीला । सांगा शिवाजीमहाराजाला ॥ जेवावें राजगड किल्ल्याला । अंचवावें[६] प्रतापगडाला ॥ २ ॥

शिवाजीमहाराज पांच पोपाख नटला । पाईं तुमानी सुर[७]-वारी चढविल्या ॥ अंगीं किंनखाप[८] घातले । शिरीं जिरीटोप घातला ॥ हातीं वाघनखें घालून । कृष्णघोडीला[९] जिन केला ॥ ढाल पाठिवरी टाकिता झाला । सोनंसळी[१०] पट्टा हातांत घेतला ॥ कृष्णघोडीला चाबुक केला । आला मं[११]-ढ्याच्या घाटाला ॥ घाट मढ्याचा उतरला । आला बिर[१२]-वाडी गांवाला ॥ गांव बिरवाडी सोडिला । आला कोला[१३]-

---

१ पुण्यासारखींच बारा मावळें जुन्नराखालींही ह्मणत. २ पुण्यापासून सहा कोसांवर सिंहगड किल्ला आहे. ३ रस्त्यावर. ४ सिंहगडाची शोभा दुरून अप्रतिम दिसते. ५ पंतोजी काका हा प्रतापगड किल्ल्यावरचा जिजाबाई साहेबांचा विश्वासू सेवक होता. ६ जरूरीचें बोलावणें करायाचें असल्यास "तेथें जेवीत असल्यास आंचवण्यास येथें यावें" असें सांगण्याची चाल आहे. तसा निरोप शिवाजीमहाराजांस जिजाबाईसाहेबांनीं पाठविला. ७ सुरवारी कापडाचे पायजमे चढविले. ८ किनखापी कापडाचे आंगरखे घातले. ९ कृष्ण घोडी हें घोडीचें नांव आहे. हें कदाचित् तिचा रंग काळा असल्यावरूनही पडलें असेल. १० सोन्याचें काम ज्या पट्ट्यावर केलें आहे असा. ११ मढेघाट ह्मणून एक कोंकणांत जाण्याचा घाट आहे. हा कुलाबा जिल्ह्यांत बिरवाडी प्रांतांत असून तेथून पुण्यास जाण्यांचा रस्ता होता. सन १८२६ पर्यंत त्या घाटानें ओझ्याचे बैल जाण्यास अडचण पडत असे. त्या घाटानजीकचें गांव वाडी बुद्रुक हें आहे. १२ बिरवाडी रायगडाखालीं नजिकच व महाडापासून सहा मैल दूर आहे. १३ कोलातपूर हें नांव चुकीचें आहे. खरें नांव पोलादपूर. हें गांव कुलाबा जिल्ह्यांत असून बिरवाडीपासून सात मैलांवर आहे, व महाडच्या दक्षिणेस दहा मैलांवर आहे. सातारकर छत्रपतिमहाराजांची बखर लिहिणारे मल्हार रामराव चिटणीस हे पोलादपुरचेच.

तपुराला ॥ कोलातपुर सोडिलें । घाट पाराचा[१] वेंधला[२] ॥ आले प्रतापगड किल्ल्याला । सलाम[३] जिजाबाईला केला॥ ३॥

धाडला तुह्मीं हुजराचा जासूद । काम[४] सांगावें आ-ज्ञाला ॥ शिवाजीमहाराज । डाव फांशाचा खेळावा ॥ डाव खेळावा उमाजी[५] यानें । तूं माता मी तुझा पुत्र ॥ डाव खे-ळावा मातेसंगें । हें आमचें महत्व[६] नव्हे ॥ मायलेंकरांचा डाव । ह्यामधिं कांहीं गुंता नाहीं ॥ येवढ्या जाबावरून । ज्यानें तिंवड[७] मांडिली ॥ हातीं फांसा ह्यानें घ्यावा । डाव पहिला येऊं दे तुला ॥ मी बायकोची जात । पहिला डाव येऊं दे तुझा ॥ ४ ॥

हातीं फांसा जो घेतला । बारा बारा तो बोलला ॥ फांसा जमिनीवर फेंकला । त्याचा तिरपगडा पडला ॥ ति-रपगडा बोलला । त्याची बेती हो पडली ॥ बेती हो बो-लला । त्याचे बारा जे पडले ॥ तिन डाव गेले ज्याचे । त्या शिवाजीमहाराजाचे ॥ जिजाबाई ग माते । आतां डाव येऊं दे तुझा ॥ येवढ्या जाबावरून । बाईनें हातीं फांसा घे-तला ॥ प्रतापगडची भवानी देवी । तूं पाव माझ्या नव-साला ॥ बारारे बोलली बाई । बाईचे बारारे पडले ॥ बाई बेतीन बोलली । बाईचे बेतीन पडले ॥ तिरपगडें बो-लली । बाईचें तिरपगडें पडलें ॥ जिजाबाईचे डाव पुरे झाले । बाईचे डाव पुरे रे झाले ॥ ५ ॥

---

१ पारघाट महाडापासून पंधरा मैलांवर आहे. २ चढला. ३ नमस्कार केला. पूर्वी यावनी भाषा मराठी भाषेंत बरीच संपादत असे तीरा अनुसरून "सलाम केला" असें ह्मटलें आहे. ४ आज्ञाधारक सेवक जसा आपले स्वामीपाशीं विनय दाखवितो तसा प्रकार शिवाजीमहाराजांचा मातोश्रीवि-षयीं आहे. महाराज परममातृभक्त होते ह्मणून मातोश्रींची आज्ञा शिरसा वंद्य मानीत. ५ उमाजी (?). ६ योग्यता नव्हे. ७ तीनही फांसे जोडले.

ऐक जिजाबाई । सत्ताविस किल्ल्यांचा मी राजा ॥ माग माग जिजाबाई । जें मागाल तें देतों तुज ॥ नाशकाची बारी सांवताची वाडी । ह्यांतून किल्ला मागून घ्यावा ॥ तुंग तिकोना लघुगड किल्ला विसापुर । ह्यांतून कन्‍चा मागून घ्यावा ॥ ह्यांतून नको मला बाळा । पुण्याचे तोंडाला ॥ आहे जेजुरिच्या बारीला । पुरंदर किल्ल्याला ॥ बारे पुरंदर किल्ला । आहे सिंहगड किल्ला ॥ घेऊन द्यावा मला । आयुष्य मागेन तुझ्या राज्याला ॥ नांव घेतां सिंहगडाचें । राजा थरथरां कांपला ॥ हा किल्ला उदेभान मोगलाचा । बाई उदेभान मोगलाचा ॥ जे उमराव गेले सिंहगडाला । त्यांच्या पाठी ग पाहिल्या ॥ नाहीं पुढे पाहिले । किल्ला आहे वाघाचा जबडा ॥ सत्ताविस किल्ल्यांची बारी । ह्यांतून मागावा बाईनें ॥ नाहीं सिंहगड किल्ला दिल्या । मी शाप देईन ॥ राज्य जाळून टाकीन उभे । नको बाई चल माझ्या राजगड किल्ल्याला ॥ ६ ॥

बारा भोयांची पालखी । आंत बाईला बसविली ॥ राजगड किल्ल्याला । शिवाजी महाराज जाऊन तक्तावर बसले ॥ ज्यानें वात लावूनी । जात शोधाया लागले ॥ सिंहगड किल्ला घेणें । मला कोणी उमराव दिसेना ॥ प्रहर रात्रीपासूनि । बारांचा अंमल झाला ॥ प्रतापगडाखालीं ।

---

१ उदेभान हा मोंगल नसून राठोड रजपूत होता असें 'शिवराजभूषण'-काव्यावरून दिसतें, परंतु याचे आचरणावरून यानें मुसलमानी धर्म स्वीकारला असावा, किंवा निदान हा मोगलांचा सर्वथैव अनुयायी होता असें अनुमान होतें. २ ते जिवंत परत आले नाहींत असा अर्थ. ३ या किल्ल्यांपैकीं प्रसिद्ध किल्ल्यांचीं नांवें:—रायगड, राजगड, प्रतापगड, जावली, रोहिडा, मकरंदगड, पुरंदर, तोरणा, तुंग, तिकोना, विसापुरगड, लोहगड आणि मंडनगड.

उमराठ्या गांवाला ॥ ज्यानें उमराव शोधिला । माझा तो न्या मालुसरा ॥ तानाजी सुभेदार । पन्नास माणसांचा सरदार ॥ शिवाजीराजाचे राज्यास । ऐसा उमराव होणें नाहीं ॥ किल्ला घेईल सुभेदार । तानाजी सुभेदार ॥ खरखर लखोटा लिहीला । ज्यानें हुजऱ्या बोलाविला ॥ जावें उमराठ्या गांवाला । तानाजी सुभेदाराला ॥ तीन दिसांचा वायदा जो केला । बारा हजार फौज ती घेऊन भेटावें तिसऱ्या दिवसाला ॥ ७ ॥

पंतोजी तो काका । ज्यानें लखोटा घेतला ॥ ज्यानें राजगड तो सोडिला । आला येल्याचे पेठेला ॥ पेठ येल्याची सोडिली । आला डोणीचे पाण्याला ॥ घाट मढ्याचा उतरला । आला बिरवाडी गांवाला ॥ हुजरा तेथून निघाला । आला कोलातपुराला ॥ तेथून निघाला । गेला उमराठ्या गांवाला ॥ सवाप्रहर दिवस आला । तानाजी सुभेदार राजा सदरेला बैसला ॥ ८ ॥

जासूद महाराजांचा पाहिला । तानाजी सुभेदार सुखी झाला ॥ पोटीं रायाबा तो बेटा । स्वयंवर बाळाचें मांडिलें ॥ काढल्या पंचमीच्या हळदी । काढलें षष्ठीचें लगिन ॥ लगिन बाळाचें मांडिलें । आली सिंहगडची कामगिरी ॥ लगिन रायाबाचें राहिलें । ज्यानें उमराव बोलाविले ॥ ज्याचा शेलार तो मामा । ज्याचा सूर्याबा तो बंधु ॥ येसा

---

१ हें गांव प्रतापगडाखालीं असावें. २ तानाजी मालुसरा हा महाराजांच्या बाळपणच्या अत्यंत जिवलग मित्रांपैकीं एक होता. ३ सभेंत. ४ लग्न. ५ लग्नाचे अगोदर मुमुहूर्तावर होणारा एक संस्कार. ६ लढाई. ७ तानाजीचा मुलगा रायाबा याचें. ८ सूर्याजी हा तानाजीचा बंधु असून त्याप्रमाणेंच मोठा पराक्रमी होता. सिंहगड किल्ला हस्तगत झाल्यावर महाराजांनीं सूर्याजीस तेथील किल्लेदार नेमिलें; व पुढें एक महिन्यानें छत्रपतींनीं अविंधांपासून पुरंदर किल्ला घेतला त्यावेळींही ह्यानें फार वर्णनीय शौर्य दाखविलें. ९ येसाजी कंक. (?)

कणकर रूमाजी दादा । ज्यानें सरदार बोलाविला ॥ माझ्या शेलार तूं मामा । आली सिंहगडाची कामगिरी ॥ दादा परपर बावाजी । ज्यानें हुजऱ्या बोलाविला ॥ मिषा-तोंड मकाजी । ज्यानें हुजऱ्या बोलाविला ॥ ९ ॥

मामा बोलाया तो लागला । ऐशीं वर्षांचा म्हातारा ॥ लगिन राहिलें रायाबाचें । तोंड मजला सांगावी ॥ माझ्या तानाजी सुभेदारा । जे गेले सिंहगडाला ॥ त्याचे पाठिरे पाहिले । नाहीं पुढारे पाहिले ॥ ज्यानें आंबारे खाईला । बाठा बुरजा लाविला ॥ त्याचें झाड होउनि आंबे बांधले । किल्ला हातीं नाहीं आला ॥ सिंहगड किल्ल्याची वार्ता । काढूं नको तानाजी सुभेदारा ॥ जे गेले सिंहगडाला । ते मरूनशानी गेले ॥ तुमचा सपाटा होईल । असें बोलूं नकोरे मामा ॥ आह्मी सूरमर्द क्षत्री । नाहीं भिणार मरणाला ॥ १० ॥

मग रायाबा तो बेटा । बाबाच्या जवळ आला ॥ ऐक ऐक माझ्या बाळा । जातों आह्मी सिंहगडाला ॥ माझें लगिन करील कोण । रायाबा पुसे बाबाला ॥ साता नबसांचा माझा रायाबा । त्याचें लगीन मागीन ॥ भिऊं नको माझे बाळा जातों राजगड किल्ल्याला । जाऊन सांगतों महाराजाला ॥ सात दिवसांचा वायदा । घेऊन येतों तुझ्या लग्नाला ॥ आहें मी महाराजांचा चाकर । लखोटा हातांत घे-

---

१ शेलार हें एक मराठ्यांचें प्रसिद्ध आडनांव आहे. शेलार हा शब्द 'शिलाहार' किंवा 'शिलार' ह्या नांवाचा अपभ्रंश दिसतो. शिलारवंशाचे राजे कोंकणांत स० ८१० पासून १२८० पर्यंत ह्मणजे सुमारें ४५० वर्षें राज्य करीत होते. ह्या वंशांत अपराजित ऊर्फ बिरुदक राम हा मोठा पराक्रमी राजा झाला. ह्याची राजधानी ठाणें (श्रीस्थान) येथें होती. २ पाठीमागें. ३ पुढें. ह्मणजे ते जिवंत परत आले नाहींत असा अर्थ. ४ कोय. ५ शूर, प्रतापी. ६ मुदत.

तला ॥ ज्यानें एका लखोट्याचे । बारा लखोटे केले ॥ धाडले कागद खों[1]ऱ्याला । मोठ्या मोठ्या सरदारांला ॥ पंधरा गांवचे पारूचे । त्यानें आपणाजवळ बोलाविले ॥ दसपटिचे मोकाशी । त्यानें आपणाजवळ बोलाविले ॥ उमराठ्याचे शिरके । त्यानें आपणाजवळ बोलाविले ॥ नांदवि[2]चे सांवत । त्यानें आपणाजवळ बोलाविले ॥ [3]वडघरचे नाईक । त्यानें आपणाजवळ बोलाविले ॥ सिलमाचे ठाकूर । त्यानें आपणाजवळ बोलाविले ॥ बाराहजार फौजेला । ज्याचा लखोटा पोंचला ॥ ११ ॥

अरे फलाणाचे फलाणा । घाव घाला निशाणा ॥ [4]बारा हजार लोक बिनहत्यारी । हातें सैन्य बोलाया लागलें ॥ बिनहत्यारी लोक । कसे जाऊं महाराजांचे भेटिला ॥ ज्यानें सैन्य पाहिलें । बारा हजार लोक बिनहत्यारी आले ॥ [5]आंकड्या कोयत्या त्या कमरेला । टापसीच्या खोळा डोई[6]वर घेतल्या ॥ हातीं सोटा घेऊन । सलाम त्यांनीं केला सुभेदाराला ॥ माझे तानाजीची हिम्मत । ह्मणून मिळाली [7]जमात ॥ ज्यानें पेटारा उघडिला । बारा हजार रुपया बाहेर काढिला ॥ बारा हजार मनुष्यें । त्यांचे हातांमधिं दिला ॥ दाढी डोई रे [8]करावी । [9]चिंरी मिरी रे घ्यावी ॥ चला महाराजांचे भेटिला । राजगड किल्ल्याला ॥ १२ ॥

---

१ आसपासच्या खेड्यापाड्यांला किंवा दऱ्याखोऱ्यांला. २ नांदवी व वडघर हे दोन्ही गांव कुलाबा जिल्ह्यांत आहेत. ज्या गोंधळ्याकडून हा पोवाडा मिळाला तो वडघर येथील राहणारा होता असें ह्या पोवाड्याच्या आरंभीं दर्शविलेंच आहे. ३ अस्सल मराटे. ४ मल्हार रामराव चिटणीसकृत बखरींत एक हजार मावळे तान्हाजीबरोबर होते असें आहे. ५ आंकड्या कोयत्या हीं जंगलांतील हत्यारें आहेत. तींच कमरेस बांधून लोक आले होते. ६ डोकीस. ७ जात किंवा जमाव, मंडळी. ८ श्मश्रु. ९ किरकोळ बक्षिस. पण तेंच बक्षिस सोन्याच्या कड्यातोड्या बरोबरचें त्या मावळे मंडळीस वाटलें.

बारा हजार फौज बोलूं लागली । मनीं विचार त्यानें केला ॥ जातों राजगड किल्ल्याला । धनगर अडविल बायकोला ॥ अब्रू घेईल आमुची । बारा हजार रुपया त्यानें मागें लावून दिला ॥ सुभेदार बोले त्या सेनेला । बारा हजार रुपया काय केला ॥ घेतलें धनगराचें घोंगडें । त्याला मागें लावून दिला ॥ बारा भोयांची पालखी सवारिली । तोरण[1] पालखीला बांधिलें ॥ पाय दिला पालखीमध्यें । हात पालखीला दिला ॥ रायाबा तो बेटा । बाबाच्या आडवा येणार झाला ॥ माझें लगीन करिल कोण । तुह्मी जातां सिंहगडाला ॥ भिऊं नको माझे बेटा । तुझे मी येतों लग्नाला ॥ आधीं लगीन सिंहगडचें । मग करीन रायाबाचें ॥ १३ ॥

हुकूम ज्यानें भोयांला केला । आले नगरीचे[3] वेशीला ॥ तोरण पालखीचें तुटून । उजव्या बाजूवर पडलें ॥ माझ्या शेलार तूं मामा । आह्मी जातों सिंहगडाला ॥ अपशकुन झाला । माझ्या तानाजी सुभेदाराला ॥ तानाजी सुभेदारानें । ह्याचा गुमान[4] नाहीं केला ॥ गेला गांवाच्या शिवेवर । ज्याला आडवा तास[5] गेला ॥ मग तो शेलार मामा बोलला । तानाजी सुभेदाराला ॥ तानाजी सुभेदारा । मोहोरें बरें नाहीं होणार ॥ राजा शिवाजीचें देणें । अढळपदीं सोनें ॥ १४ ॥

अपशकून मानूं नये । ज्यानें हर हर वाहिला ॥ गांव उमराठें सोडिलें । पांचकर्णीचा बाजा केला ॥ आले त्या कोलातपुराला । पांचकर्णीचा बाजा केला ॥ गेले बिर-

---

१ माळेसारखें लांब आम्रपल्लवाचें किंवा सुंदर पुष्पांचें शुभसूचक केलेलें असतें तें. २ अगोदर सिंहगड घेईन, नंतर तुझें लग्न करीन असा अर्थ. ३ गांवच्या वेशीवर तोरण तुटलें. ४ परवा. ५ तास पक्षी आडवा जाणें हा एक शकुनाचाच प्रकार मानतात.

वाडी गांवाला । पांचकर्णाचा वाजा केला ॥ घाट मळ्याचा वेंघला । गेले डोणीचे पाण्याला ॥ गलीम तेथुनि निघाला । गेला येत्याच्या पोटाला ॥ गलीम तेथूनि निघाला । गेला राजगडच्या पोटाला ॥ बारांच्या अमलांत । गेले किल्ल्याच्या पोटाला ॥ बारा हजार फौज चाले । धुरळा गगनास गेला ॥ १५ ॥

हिरव्या[3] बुरजावरून । जिजाबाईनें पाहिला ॥ माझ्या शिवाजीमहाराजा । गलीम वैरियाचा आला ॥ तोफांला आग घाला । गलीम मारावा किल्ल्याखाला ॥ शिवाजीमहाराजानें । गलिम नजरेनें पाहिला ॥ तो शिवाजीमहाराजाचा । भगवा झेंडा ओळखिला ॥ माझे जिजाबाई माते । आमचा तानाजी सुभेदार आला ॥ नांव घेतलें सुभेदाराचें । बाई गदगदां हांसली ॥ सेना तानाजीची पाहिली । मनांत संतोषित झाली ॥ १६ ॥

बारा हजार फौज घेऊन । सुभेदार दरवाजाला आला ॥ पहिल्या सदरे जमाडिला । सूर्या गगनीं लखाकला ॥ दुसऱ्या सदरेमधीं । कमरकमर कापुस टाकला ॥ तिसऱ्या

---

१ मुसलमान लोक मराठ्यांस 'गलीम' ह्मणत. गलीम ह्मणजे शत्रु २ आकाशापर्यंत धुळीचे लोट उडाले. ३ हिरवा बुरुज हा रायगडावर जो उंच बुरुज आहे त्याचें नांव. ४ शत्रूचा जमाव. ५ शिवाजी महाराजांचे फौजेंत भगवा झेंडा फडकत असे व हा झेंडा त्यांस रामदासस्वामींनी दिला होता अशी लोकवार्ता आहे. रामदासस्वामींस छत्रपतींनीं स्वामी सातान्याच्या किल्ल्यावर भिक्षेस आले असतां आपलें सर्व राज्य अर्पण करून त्याबद्दलची चिठ्ठी स्वामींच्या झोळींत टाकल्याची कथा रामदासस्वामींच्या बखरेंत आढळते. परंतु शिवाजीमहाराजांस स्वामींनीं भगवा झेंडा दिला ह्या लोकविश्रुत गोष्टीचा उल्लेख त्या बखरेंत आढळत नाहीं. ६ किल्ल्याच्या दरवाजांत आला. ७ सदर ह्मणजे दिवाणखाना—सभागृह. ८ जमाडिला (?). ९ रुजामे गाद्या वगैरे.

सदरेमधीं । ज्यानें चांदवे बांधिले ॥ चवथ्या सदरेमधीं । हंड्या झुंबर बांधिले ॥ पांचव्या सदरेमधीं । महाराज शिवाजी बैसले ॥ सुभेदार सलामाला गेला । महाराजावर घुसा केला ॥ मागचे दिवस मागल्यापरी । मोहरिल दिवस मोहरल्यापरी ॥ माझ्या बेट्याचें लगीन तुह्मीं जासूद धाडिला । तुमचा काय वाद केला ॥ ऐक तानाजी सुभेदारा । आमची कामगिरी नव्हे तुह्माला ॥ जिजामातेनें बोलाविलें । दोघांचा जबाब जिजाबाईनें ऐकिला ॥ जिजाबाई बोलाया लागली । मी जातीनें बाईल ॥ आतां सुभेदार येईल । माझी अबरू घेईल ॥ १७ ॥

सर्व शृंगार नेटली । धांवा अंबाबाईचा मांडिला ॥ भले भले अंबाबाई । तानाजी सुभेदार आला ॥ ईच्छेप्रमाणें होऊंदे । सिंहगड किल्ल्याची पंचारती केली ॥ गेली सुभेदाराला ओंवाळायाला । तुझे जाऊं अलाबला ॥ तानाजी सुभेदारा । चढत्या दवलतीचें राज्य येऊंदे तुला ॥ सुभेदाराला ओंवाळितां । त्याचा राग निघून गेला ॥ ज्याला वर्तली चिंता । ही आहे महाराजांची माता ॥ इच्या आरतीला । मी घालूं काय आतां ॥ ज्यानें मंदिल काढिला । बाईचे पायांवर ठेविला ॥ जिजाबाई बोलली । तानाजी सुभेदाराला ॥ माझा सुभेदार शाहाणा । हात मस्तकीं ठेविला ॥ माग माग जिजाबाई । जें मागशील देतों तुला ॥ काय मागूं सुभेदारा । द्या झातारपणीं सिंहगड किला ॥ घेऊन द्यावा मला । आयुष्य मागेन तुझ्या राजाला ॥

---

१ डागडागिने आंगावर घालून पोपाख केला. २ देवीचा धांवा केला. ३ सिंहगड घेण्याचीच इच्छा होती. ४ मंदिल काढणें याहून अधिक असा दुसरा लीनपणा नाहीं. ५ हात मस्तकावर ठेवणें याहून अधिक प्रेम दुसरें नाहीं.

माझा शिवाजी थोरला माझा तानाजी धाकटा[1] । लेकाचें वाण दिलें त्याला ॥ १८ ॥

सुभेदार तेथुनि निघाला । आपल्या सेनेमधिं आला ॥ शेलार त्याचा मामा । त्याला पुसाया लागला ॥ गेला बाईच्या भेटीला । तुह्मीं काय मजकूर[2] केला ॥ काय सांगूं शेलार मामा । जाणें आहे सिंहगडाला ॥ जावें जावें बाईच्या भेटीला । बारा हजार फौज आली तुझ्याग कामाला ॥ नाहीं गाढव वळायाला[3] । जेवण कर बारा हजारांला मग आह्मी जाऊं सिंहगडाला ॥ माझ्या सुभेदार बाळा । तुजवर घातलें गडाचें ओझें ॥ भला भला सुभेदारा । यावें जेवायाला ॥ आहे गडाची रे वस्ती । येथें अन्नरे मिळेल ॥ नाहीं मिळायाचें पाणी । जावें गुंजवन्या नदीला ॥ आंघोळ करायाला । मग यावें जेवायाला ॥ १९ ॥

बारा हजार फौजेनिशीं । सुभेदार गडाखालीं उतरला ॥ गडाखालीं उतरून । ज्यानें विचार काढिला ॥ मग त्या शेलार मामानें । विचार काढिला ॥ भलाभलारे सुभेदारा । तीन कोस जावयाला वेळ फार झाला ॥ धोंपेर संध्यारे करा । चला जाऊंरे जेवणाला[4] ॥ बारा हजार फौजेंतुन । एकटा सुभेदार गेला ॥ गुंजवन्या नदीला । आंघोळ करायाला ॥ ज्यानें आंघोळ संध्या केली । आला आपल्या फौजेमधीं ॥ बारा हजार फौज घेऊन । आला दरवाज्याचे तोंडीं ॥ ज्यानें सैंपाक पाहिला । बारा हजार पाट मांडला ॥ बारा हजार दुरोन[5] । बारा हजार पंचपात्री ॥ बारा हजार लाविला ठाव । सैंपाक वाढून त्वरीत झाली ॥ २० ॥

---

१ तानाजीस धाकटापुत्र ह्मणून मानलें. २ काय केलें त्याची हकिकत. ३ ही फौज गाढवें राखण्यास आली नाहीं, तर तुझ्या कामासाठीं आली आहे. ४ हातपाय धुऊन जेवणास चला. ५ द्रोण.

ज्यानें सैंपाक पाहून। हुंर्दे ज्याचें भरून आलें॥ आग लागो जेवणाला। माझा बाळा अंतरला॥ ज्याचा शेलार तो मामा। बोलाया लागला॥ भला भला सुभेदार। ऐशीं वर्षांची उमर॥ ह्यारे जिजाबाईची। एकटी वाढील रे कुणाला॥ मामा बोले सुभेदाराला। अठरा शाखा अठरा भाज्या॥ एक ठिकाणीं करा। जेवण वाढिलें फौजेला॥ अर्धे उठून उभे राहिले। बारा हजार फौजेनें एकच गर्दी केली॥ कोणी करितो पोळी पोळी। कोणी करितो खिर खिर॥ कोणी करितो भाजी भाजी। कोणी करितो डाळ डाळ॥ त्यानें एकच गर्दी केली। जिजाबाई माता बहुत श्रमी झाली॥ धांवा अवघा मांडिला। प्रतापगडची भवानी धांव संकटाला॥ सातारगडची मंगळाई। पुण्याची पर्वती॥ माझे पाराचे वरदानी। पावग संकटाला॥ पांचजणी देवी। धांवुनिया आल्या॥ सैंपाक वाढाया लागल्या। ऐकेनात कुणाला॥ ज्याचा मापट्याचा आहार। त्याचा अधोलीचा झाला॥ ज्याच्या मोहरें पांच पोळ्या। त्याच्या पंधरा पोळ्या झाल्या॥ खाववतील त्यानें खाव्या। उरतील त्यांनीं गडाखालीं टाकाव्या॥ २१॥

बारा हजार फौज। जेऊन तृप्त झाली॥ तानाजी सुभेदार गेला। शिवाजिच्या मुजऱ्याला॥ आह्मीं जातों सिंहगडाला। आमचा रायाबा संभाळा॥ जर आलों सिंहगडाहून। लगीन करीन रायाबाचें॥ जर गेलों तिकडे मेलों। लगीन करा रायाबाचें॥ भज बापाची सरदारी। द्यावी रा-

---

१ हृदय. २ तुळजापूरची भवानी शिवाजी महाराजांची मूळची कुलदेवता. सन १६६१ च्या पावसाळ्यांत शिवाजीमहाराजांस राजकारस्थानामुळें तुळजापुरास जातां आलें नाहीं ह्मणून महाराजांनीं प्रतापगडच्या किल्ल्यावर मोठ्या समारंभानें भवानीची स्थापना केली. शिवाजीमहाराजांची प्रसिद्ध भवानी तरवार प्रतापगडच्या भवानीपासून महाराजांस मिळाली असें ह्मणतात.

यावा वेड्याला ॥ दिवटी बुदलीची जहागीर । द्यावी रायाबा वेड्याला ॥ डोंजगांव द्यावा पानसुपारिला । मालसऱ्याचा दंड द्यावा इनाम खायाला ॥ सुभेदार तेथून निघाला । आला बाईचे भेटिला ॥ डोईचा मंदिल काढला । बाईच्या चरणावर ठेविला ॥ आह्मीं जातों सिंहगडाला । माझ्या वेड्याला सांभाळा ॥ बाईनें पेटारा उघडिला । पांच पोपाख काढिले ॥ त्या ग सुभेदाराला दिले । यांतून जरि जगून तूं आला ॥ नवा पोपाख करिन तुला । ज्यानें पोपाख तो केला फौजेमधीं गेला ॥ २२ ॥

शेलार मामानें पाहिला । माझ्या ऐक सुभेदारा ॥ बारा हजार फौज । आलीरे तुझ्या कामाला ॥ हा पोषाग तो घ्यावा नेऊनशानी द्यावा । देशील तर द्यावा बारा हजारांला ॥ येवढ्या जाबावरून । बाई मनीं चरकली ॥ काय सांगूं सुभेदारा । देईन बारा हजाराला ॥ चढविन सिंहगडची पायरी । बाईनें कोठार उघडिलें ॥ मोहरे येरे बारा हजार तलवार । बारा हजार काढिल्या ढाला ॥ बारा हजार गुर्दा । बारा हजार सिंगडा ॥ बारा हजार चौकडा । बारा हजारांना तोडा ॥ बारा हजार पोषाक । बारा हजारांना केसरी झगा ॥ घेरदार बारा हजार । कोणी उमराव समजेना ॥ एकापेक्षां एक अधिक । दादा फौज निघाली ॥ २३ ॥

माझे जिजाबाई माते । माझ्या बाळाला सांभाळा॑ ॥ तानाजी सुभेदार । बारा भोयांचे पालखीमधिं बसला ॥ सर्व सेनेला मग तो मुजरा केला ॥ बसा बसा दादांनो । आह्मीं जातों सिंहगडाला । आमचा रामराम तो घ्यावा ॥ ज्यानें राजगड तो सोडीला । पांचकर्णाचा बाजा केला ॥

---

१ पुढें ये असें ह्मणाली.

गलीम तेथून निघाला । साखरेच्या मुक्कामीं गेला ॥ पांच-कर्णाचा बाजा केला । गलीम तेथूनी निघाला ॥ गेला खामगांवाला। पांचकर्णाचा बाजा केला ॥ गलीम तेथून निघाला। गेला डेऱ्याच्या मुक्कामीं ॥ पांचकर्णाचा बाजा केला। गलीम तेथून निघाला ॥ गेला सिंहगडच्या पोटाला । तेथुनि कर्णा बंद केला ॥ २४ ॥

गलीम आनंदी वारीला । दबा दिला भला ॥ माझ्या शेलार मामानें काळी घोंगडी हांतरिली । विडे पैजेचे मांडले ॥ ज्यानें विडा उचलावा । त्याणें जावें सिंहगडच्या माहितिला ॥ माहिती काढून येईल त्याला । छत्री घोडा इनाम त्याला बारा गांव इनाम देईन त्याला ॥ ज्या वीरांच्या वरती माना । त्यानीं खालती घातल्या ॥ हात कोणी लाविना विड्याला । तानाजी सुभेदार भला ॥ त्यानें हात विड्याला घातला । विडा मंदिलीं खोंविला ॥ २५ ॥

सूर्याबा रे बंधु आरता येरे माझ्या दादा । आह्मीं जातों सिंहगडाला ॥ जगुनशानि आलों । लगीन करूं रायाबाचें ॥ गेलों तिकडे मेलों । लगीन करा रायाबाचें ॥ तानाजी सुभेदार त्यानें पोषाख काढिला । पाटलाचा थाट केला ॥ जंगल लागलें दारुण । वेळु करकरां वाजती ॥ लागलें चिंबारीचें रान । लागलें आळविचें रान ॥ आरीबोरीचें दारुण । वाट नाहींरे जावयाला ॥ काळोखी रात्र । वाट नाहींरे जावयाला ॥ वन धुंडाया लागला । वाट मिळेना जावयाला ॥ सुमार पाहाया लागला । बारे धोंडीवर चढला ॥ गेला कोळ्याचे पैयाटाला । बाराजण कोळी होते पहिल्या

---

१ मराठ्यांचें सैन्य. २ साखरें हें गांव कुलाबा जिल्ह्यांत आहे. ३ इकडे अथवा जवळ. ४ वृक्षविशेष. ५ पाहण्याला.

ग्याटाला ॥ त्यानें सुभेदार पाहिला । मारा मारा ह्या चोराला ॥ सुभेदार बोलाया लागला । भ्यालों ह्या चोराला ॥ हे ठार मारतील माला । चोर असलों ठार मारा ॥ साच असलों तर काय मारतां । बायकोच्या याराला ॥ जरा बत्ती तुह्मी लावा । यावें मला पाहावयाला ॥ २६ ॥

पहिल्यानें सरदार पाहिला । धन्य याची नारायणा ॥ कोण तुमचें नांव गांव । येवढें सांगावें आह्मांला ॥ मी साखरेचा पाटील । गेलों होतों पुण्याला ॥ मंडईच्या वाड्यांत । गेलों होतों पट्टी लावायाला ॥ जाईत होतों घराला । तेथें वाघानें आडविला ॥ तुमच्या आलों आश्रयाला । भलेभलेरे दादानों ॥ घाईनें निघालों । पान घ्यायला विसरलों पान द्यावें खायाला ॥ ऐक ऐक दादा । ह्या बारा वर्षांमधीं पान खाल्लें नाहीं ॥ बटवा खाकेचा सोडिला । यानें विडे जे काढिले ॥ बारा त्या कोळ्यांला । यानें बारा विडे दिले ॥ अफु माजुमाचे विडे कोळ्यांला दिले । कोळी झिंगूनशानी गेले ॥ २७ ॥

बारा बारा जण कोळी । पहिल्या दरवाज्याची भेट करी ॥ बारा असामींचा कोण सरदार सांगावा । आहें मी खंडोजी नाईक बारांचा सरदार ॥ ऐक खंडोजी नाईक । तुमची तैनात सांगावी ॥ तीन रुपयांची तैनात । मला सरदाराला मिळती ॥ ह्यानें कंठी जी काढिली । दिली खंडोजी नायकाला ॥ ज्यानें तोडा जो काढिला । दिला विठोजी कोळ्याला ॥ चौकडा काढिला । दिला मालोजी कोळ्याला ॥ बारा कोळ्यांला बारा । ऐशा वस्ता त्यानें दिल्या ॥ कोळी फितुर ते केले । ऐक ऐक पाटीलबोवा ॥ मोठ्या वस्तू

---

१ सरकारी धारा देण्यास. २ रखवाली करी. ३ वेतन, पगार. ४ किल्ल्याचा भेद पूर्वी तानाजीनें केला होता असें मल्हार रामरावही आपल्या बखरींत ह्मणतात.

आह्मांला जिरतील कशा । काम सांगा आह्मांला ॥ काम तुह्मांला सांगेन । भाक द्यावी रे मजला ॥ इमान ज्यानें दिलें । कोळ्यांनीं इमान दिलें ॥ मी आहे कोणाचा कोण । नांव सांगतों रे तुह्माला ॥ राजा शिवाजीचा उंबराव । आहे मी तानाजी सुभेदार ॥ पन्नास माणसांचा सरदार । आहे मी एकला ॥ आलों सिंहगडच्या माहितीला । लांबी रुंदी सांगा मला ॥ २८ ॥

नांव घेतां शिवाजीचें । कोळी खालती बसले ॥ ऐक ऐक तानाजी सुभेदारा । शिवाजीचें कुत्रें नाहीं येत सिंहगडाला ॥ ज्यानें वस्त्रा घेतल्या । त्यानें सुभेदाराच्या पुढें ठेविल्या ॥ घे रे सुभेदारा । आल्या वाटेनें जावें राजगडकिल्ल्याला ॥ ऐक खंडोजी नाईका । इमान तूं रे मला दिलें ॥ द्यावी सेजेची बाइल । पण इमान देऊं नये ॥ येवढ्या जाबावरून । कोळी सांगायाला लागला ॥ ऐका सिंहगडची माहिती । तिनकोसांचा आहे बा घेरा ॥ दिडकोसाची आहे बा रुंदी । आहे अठराशें पठाण सिंहगडाला ॥ आहे उदेभान मोंगल । दीड गाई दिड शेळी सवामण तांदुळ वेळेला ॥ अठराजणी बिब्या । आहेत त्याच्या पलंगाला ॥ घेतो तेल्याची पहार । मणगटावर घालतो ॥ सरी करून घालतो । बिबिच्या गळ्यांत ॥ चांदवडी रुपया । दोहों बोटांनीं तोडितो ॥ २९ ॥

आहे बाच्छायाचा हत्ती । त्याचें नांव चंद्रावळी ॥ एक बाच्छायाचा हत्ती । करिल सर्व दुनयेची माती ॥ उदेभानाचा प्रधान । आहे सिद्दी हिलाल ॥ एक शेळी अर्धी गाई । आदमण तांदुळ त्याचे एका वेळेला ॥ नउजणी

---

१ शिवाजीच्या तर्फेचा कोणीही मनुष्य. २ कृष्णाजी अनंत सभासद व रघुनाथ यादव चित्रगुप्त यांचे बखरींत बाराशें पठाण होते असें आहे. ३ बायका.

विळ्या । सिद्दी हिलालाच्या पलंगाला ॥ बाराजण होते लेक । उदेभानाच्या पेक्षां भारी ॥ उगवत्या बाजुला । कडा आहे डोणागिरी ॥ तेथें आहे सोलाची जागा । डोणागिरीच्या कड्याला ॥ ३० ॥

वसावें सरदारांनो । जातों आपल्या गोटाला ॥ बाराजण कोळी चरण धरुन । तुम्हीं काय सांगतां आम्हांला ॥ त्या मर्दाला पाहून । कोळी रडाया लागले ॥ शिवाजीच्या राज्यांत कोणी । तुजसारखा सरदार नाहीं पाहिला ॥ भिऊं नकोरे दादानों । हा किल्ला हातीं आला तर ह्या किल्ल्याची सरदारी देईन तुम्हांला ॥ हजाराची तैनात देईन । बारा असामींला ॥ तानाजी सुभेदारानें दिला हातचा लखोटा । त्या खंडोजी कोळ्याला ॥ ३१ ॥

सुभेदार तेथुनि निघाला । आला आपल्या फौजेला ॥ ज्याचा शेलार तो मामा । त्याच्या पुढें धांवत आला ॥ तुम्हीं गेला सिंहगडाला । नवस केला बहिरोबाला ॥ माझा सुभेदार येऊंदे । बारा बकरे देईन तुला ॥ तुम्हीं चला हो किल्ल्याला । जातों नवस फेडायाला ॥ ऐक ऐक शेलार मामा बारा द्यावयाचे ते चोवीस देऊं । पण किल्ला येऊंदे हाताला ॥ बहिरोबा आहे ओंगळ । त्याचा नवस पाहिजे फेडला ॥ ऐक ऐक शेलार मामा माझ्या महाराजाचें देणें । अढळ पदीं सोनें ॥ नाहीं आम्हीं बहिरोबा जाणित । साडेतिनशें देष पाणी रांजणांत भरतात ॥ ऐसा शिवाजीमहाराजा । आहे तळकोंकणचा राजा ॥ ३२ ॥

चला माझे दादांनो । हुकूम सैन्याला केला ॥ बारा हजार फौज गेली । कल्याणदरवाज्याला ॥ ज्यानें पेटारा उ-

---

१ सांखळ लावण्याची.

घडिला । काढिली यशवंत घोरपड ॥ सातशेर शेंदुर । तिच्या मस्तकीं थापिला ॥ भांग मोत्यांचा भरला । चरणीं मस्तक ठेविलें ॥ सांखळी कमरेला बांधिली । यशवंत घोरपड ज्यानें किल्ल्याला लाविली ॥ अर्ध्या किल्ल्याला गेली । घोरपड माघारी परतली ॥ आउक्ष[1] तानाजीचें समजली । घोरपड फिरली ती सुभेदारानें पाहिली ॥ सत्ताविस किल्ले मी घेतले । घोरपड कधीं मागें नाहीं फिरली ॥ राग आला त्या मर्दाला । मी आहें मराठ्याचा पोर नाहीं भिणार मरणाला ॥ एक हात टाकीन । अठरा खांडोळीं पाडीन शिळ्या भाकरीसंगें खाईन ॥ त्या मरणाचे धास्तीनें । सात वेढे जी फिरली नखें रोंऊन बसली ॥ ३३ ॥

जावें जावें शेलारमामा सोलें[2] बघायाला । ज्यानें टिचकीनें मारिली ॥ सोलाला जोरानें लागली । काळी घोंगडी जी सोडली ॥ ज्यानें बटवा जो सोडिला । बारा विडे काढिले ॥ कोण शूर मर्द आहे क्षत्री । त्यानें विडा उचलावा हात सोलाला घालावा ॥ ज्या वीरांच्या वरती माना । त्यांनीं खालीं घातल्या माना ॥ सुभेदार बोलतो । भरा बायकांच्या बांगड्या ॥ एवढ्या जाबावरून । राग आला त्या सैन्याला ॥ मोहिता ह्मणतो धार[3] माझी । धाग ह्मणतो धार माझी ॥ चवाण ह्मणतो धार माझी । जाधव ह्मणतो धार माझी ॥ गायकवाड ह्मणतो धार माझी । शिरके ह्मणतो धार माझी ॥ माहाडिक ह्मणतो धार माझी । बारा हजार फौजेनें एकच गर्दी केली ॥ ३४ ॥

अरे फलाणाचा फलाणा । घाव घाला निशाणा ॥ धैस्त आली मोगलांची । त्यानें कानोसा घेतला ॥ हांक

---

१ आयुष्य. २ सांखळी. ३ धार (?). ४ चोरगस्त.

मारिली गेटाला । खंडोजी नायकाला ॥ किस्का गलबला मेरे भाई । येवढा सांगावा आह्मांला ॥ खालून कोळ्यानें जबाब दिला । जंगलमें धनगराचा वाडा ॥ त्यामध्यें बडा वाघ शिऱ्या । गाईकी बचडी खाते ॥ रांड पोर किंमाड करते । वरती सुखी राज्य करा ॥ ३५ ॥

सुभेदार बोलतो सेनेला । पहिली सोल शिवाजीमहाराजांची ॥ दुसरी सोल अंबाबाईची । तिसरी सोल तानाजी सुभेदाराची ॥ पट्टे घेतले तोंडामधीं । सोल धरली हातांमधीं ॥ आपल्या बेताचे माणुस पन्नास मोजीले । सुभेदार गडावर चढले ॥ पन्नास कमी बारा हजार फौज । खालीं होती त्यानें एकच गर्दी केली ॥ सुर्याबा जो बंधु । त्यानें एकच गर्दी केली ॥ दादा वरती गेला । बारा हजार फौजेनें हात सोलाला घातला ॥ तीन पुरुष वरती गेले । सोल मधींच तुटली ॥ पन्नास कमी बारा हजार । फौज धरणीवर पडली ॥ ३६ ॥

सुभेदार तो वरती जाऊन । त्याला दोन घटका झाल्या ॥ माझ्या शेलार तूं मामा । कां वेळ लागला फौजेला तूं जावें बघायाला ॥ सोल पाहून मामा । धोतरांत * * ला ॥ काय सांगूं सुभेदारा । सोल ते तुटली आली मरणाची वेळा ॥ सुभेदार बोलाया लागला । नाहीं सोल रे तुटली माझें आयुष्य तुटलें ॥ ऐक ऐक शेलार मामा । माझ्या रायाबा बेट्याला रामराम सांगा ॥ ३७ ॥

---

१ वत्स. २ गलबला. ३ सूर्याजी मालुसरे यांचे नांवाची सनद सिंहगडचे कामगिरीबद्दलची करून दिली आहे, ती अजून मालुसऱ्यांचे घरीं आहे व तें इनामही अजून चालू आहे. मालुसरे हे राजगड तालुक्यांत आहेत. राजगडतालुका श्रीमंत पंतसचीव यांचे हद्दींत आहे. ४ अश्लील शब्द काढून त्यांचे जागीं फुल्या घातल्या आहेत.

शेलार मामा बोलतो। ऐक ऐक मी तुला एक तोंड सांगतों ॥ आहे अठराशें फौज। किल्ल्याला अठराशें पठाण ॥ आहे उदेभान मोंगल। आहे सिद्दी तो हिलाल आहे चंद्रावळी हत्ती ॥ उडी टाका किल्ल्याखालीं। ह्मणजे पहायाला नको ॥ भला भला शेलार मामा। उडी टाकिली तरी प्राण जायाचा ॥ पन्नास माणसाचा सरदार। सत्तावीस किल्ल्यांचा मी सरदार नाहीं भिणार मरणाला ॥ शूर मर्दाची कीर्ति। धांवा केला अंबाबाईचा ॥ प्रतापगडची भवानी। पाव माझ्या नवसाला ॥ सातारची मंगळाई। मग पुण्याची पर्वती ॥ तुळापुरची भवानी। माता पाराची वरदानी ॥ ३८ ॥

पांच देवी पुढें धांवत आल्या। गळ्यांत कवड्यांच्या माळा॥ हात मारिला पाठीवर। भिऊं नको सुभेदारा ॥ यश तुझ्या तरवारीला। बळ देवीचें सांपडलें ॥ जोर हातींचा चढविला। मागची पुढची आशा सोडली ॥ खुन डोळ्यावर चढला। ऐक माझ्या शेलार मामा ॥ जेथें सुभेदाराचा पटा। तेथें पन्नासांचा पटा ॥ जेथें सुभेदाराची मान। तेथें पन्नासांची मान चलचल माझ्या मामा ॥ ३९ ॥

गेले पहिले दरवाजाला। ज्यानें दिंडीनें पाहिला ॥ होती आरबाची जात। होती मोगलाची जात ॥ होती मुसलमानाची जात। अफु माजुम खाली ॥ मदनमस्त झाली। ज्यानें डाव जे मांडिले ॥ कोण बारा बारा बोलती। कोण [1]ग्यारा रे बोलती ॥ ह्यानें एकच गर्दी केली। खणाखण वाजिती ॥ [2]व्हाळ [3]आसुदाचे वाहती। रक्त आंगाला लागलें खुन डोळ्याला चढला ॥ कोण करितो खुदा खुदा। [4]बुधा धरणीला पडला ॥ कोण करितो अल्ला अल्ला। खालीं [5]काला जो पडला ॥ ४० ॥

---

१ अकरा. २ ओहोळ, पाट. ३ अशुद्धाचे, रक्ताचे. ४ बुधा (?). ५ काला (?).

पहिला दरवाजा मारिला । गेला दुसऱ्या दरवाजाला ॥ काळोखी रात्र पार[1] । रात्रीचा अम्मल झाला ॥ दुसऱ्या दरवाजाला होता । तिनशें पठाण ज्यानें दिन दिन वाहिला ॥ मुसलमानी लोक दादा । बिनफिकिर होते नाहीं गलीमाची माहित ॥ तानाजी सुभेदार जैसा ठाणांत । वाघ लोटला सेनांत ॥ पांच पट्ट्याचा मारा केला । सवा घटकेमधिं तिनशें पठाण कापिला ॥ गेला तिसऱ्या दरवाज्याला । होता चारशें पठाण ॥ दिन दिन ज्यानें वाहिला । चारशें पठाण कापिला ॥ एकंदर हिशेब । नउशें मनुष्यांचा झाला ॥ ४१ ॥

ऐका शेलार मामा । गलीमाचा हिशेब घ्यावा ॥ एक ह्यानें कमी । नउशें पठाण झाला ॥ त्यांत वौंव्या[2] निघून गेला । उदेभान मोंगलापाशीं गेला ॥ अठरा तो पेले अफूचे । उदेभान एकटा प्याला ॥ भंगीच्या जुड्या । आणि अफूच्या वड्या खाल्ल्या ॥ उदेभान मोंगल मगरमस्त झाला । अठरा पलंग ज्यानें स्त्रियांचे सैवारिले[3] ॥ ज्यानें लुंगिज सोडिली । ज्यानें खुंटीवर ठेविली ॥ चोनें कराया चालला । तों झोरें वौंव्या अवचित गेला ॥ मेरे उदेभान मोंगला । आग लागो तुझ्या चोन्याला ॥ सिंहगड किल्ला डुंब[5] होया । भाई नऊशें पठाण कापिला ॥ काळोखी रात्र नाहीं गलीमाची माहित । नऊशें पठाण काट्या ॥ आम्हारे ** पर वैठ्या । आम्ही नाहीं चोन्याला सोडताया ॥ जा वालेकिल्ल्याला । जाऊन सांगा हत्तीच्या महाताला ॥ अठरा घागरी कुसुंबा पाजा हत्तीला । अठरा अफूचे ते पेले ॥ अठरा माजुमाच्या वड्या पांच पटे त्या सोडेला । चंद्रावळीचा हत्ती जाऊंदे कल्याणदरवाज्याला ॥ ४२ ॥

---

१ प्रहर. २ हेर. ३ शृंगारिले. ४ ह्या शब्दाचा अर्थ 'चैन' किंवा 'विलास' असावा असें वाटतें. ५ बुडाला, हातांतून गेला.

सुभेदारानें काय केलें । सुभेदार बोलतो मामाला ॥ नऊशें पठाण कापिला । माझा जीव श्रमी झाला बटवा सोडा पान खायाला ॥ शेलार तो मामा शिणल्यावर दादा पोट रे फुगलें । भला भला माझ्या मामा ॥ बाराच्या ठोक्यालां । किला सई करून देतों तुला ॥ पान खाऊंदे मला । पान जो खातांना मोहरें हत्ती धांवत आला ॥ किस्का उमराव । मेरा भाई सांगावा मजला ॥ उंबराव शिवाजी महाराजाचा । मी आहें तानाजी सुभेदार ॥ नउशें पठाण कोणी काप्या[1] सांगावें मजला । नउशें पठाण आह्मी काप्या ॥ महात बोले सुभेदारा । कुणब्याच्या पोरा काय तुझा एवढा तोरा ॥ जंगलामधीं तूंरे जावें । लकडी तोडावी त्याची मोळी बांधावी जाऊन बनियाला ओपावी[2] ॥ ज्यानि धानोऱ्या[3] आणाव्या । रांडा पोरारे घालाव्या ॥ एवढ्या बड्या बड्या सरदारी एवढ्या बड्या तलवारी । कोठें होत्या तुझ्या बाला[4] ॥ सुभेदार बोले महाताला । ऐक भुसाऱ्याच्या पोऱ्या जाऊन ताग तूं पेरावा ॥ गोणी[5] तादुक वळावा । यावें कुणब्याच्या वाड्याला ॥ भात रुपयाचें घ्यावें । तुझ्या रंडीनें भरडावें ॥ कणी कोंडा आपण खावा । तांदूळ बनियाला ओपावा ॥ एवढ्या बड्या बड्या अंबाऱ्या एवढ्या बड्या तलवारा । कोठें होत्यारे मुसंड्या तुला ॥ ४३ ॥

सलाम सलाम मेरे भाई । पहिला हात येऊंदे रे तुझा ॥ पहिलवान हत्तीवर बसला । शिवी दिली हत्तीला ॥ तेरी रंडीका नर । ह्याला पाहून घ्यावा ॥ हत्ती सात पावलें मागें गेला । पांच पट्याचा मार केला ॥ संभाल संभाळ मेरे भाई । आतां संभाल सुभेदारा ॥ हा हत्ती बाच्छाईचा । मीरे आहे महाराजाचा ॥ पहिला हत्तीनें डोईवर मारा केला । सुभे-

१ कापले. २ विकावी. ३ धान्यविशेष. ४ बापाला. ५ गोणी तादुक(?).

दार भला हत्तीच्या पोटाखालून निघून गेला ॥ हत्तीनें मारा केला । बंदुकीचा गजभर चिरा जो तुटला ॥ वरून पहिलवान बोलला । सहाही पाताळ गाडिला ॥ राग आला सुभेदाराला । सात हात जमीन उडाला लाथ मारिली महाताला ॥ अल्ला ह्मणून बोलला । शब्द हत्तीनें ओळखिला ॥ हत्तीनें उलटा पाठीवर मारा केला । ह्या वैन्याला मारायाला ॥ सुभेदार सराईत¹ भला । कावा नदरेचा राखिला ॥ सळ पट्ट्याचा सोडिला । नऊ तुकडे सोंडेचे नऊ सांखळीचे ॥ अठरा खांडोळीं पाडिलीं । सुभेदार खालीं उतरला ॥ पन्नास माणूस लागलें हत्तीला भोकाया । शेलार मामा धांवत आला ह्याचा भोंचु दे रे बो * ॥ ४४ ॥

तिथून बोंब्या निघून गेला । मेरे उदेभानभाई आग लागो तुझे चोन्याला ॥ सिंहगड किल्ला डुब होया । हम चोन नाहीं सोडताई ॥ जा पिराच्या दरग्याला । सांगा सिद्दी हिलालाला ॥ पांच हत्यारें घेऊन जावें । कल्याणदरवाजाला ॥ सिद्दी हिलाल भला । ज्याच्या नऊजणी बिब्या पलंगा निजायाला ॥ चोन कराया लागला । लाखोटा मोगलाचा दिला ॥ सिद्दी हिलालानें । त्यानें वाचून पाहिला ॥ सिंहगड किल्ल्याला गलीम बहुत आला । तुह्मी जावें लढायाला ॥ सिद्धी तो हिलाल पांच पोषाग नटला । दोहीं हातांत दोन पट्टे नऊजण बिब्या हारोहारीनें उभ्या केल्या ॥ ज्यानें पहिला हात टाकिला । अठरा खांडोळीं पाडिलीं ॥ आसुदाचा टिळा ल्याला । उमराव तेथून निघाला सुभेदारापाशीं आला ॥ ४५ ॥

सलाम सलाम मेरे भाई । किस्का तूं उमराव ऐसा सां-

---

१ पटाईत.

गावा मजला ॥ उमराव आहे शिवाजीचा । मी तानाजी सुभेदार ॥ ऐक कुळंब्याच्या पोरा । पागोठ्याच वेढे घाल गळ्यामधीं शरण यावें सरदाराला ॥ सुभेदार त्याला बोलता झाला । घ्यावें तोंडांत तृण, घ्यावी डोईवर वाहण, शरण यावें सुभेदाराला ॥ पहिला हात येऊंदे तुझा सिद्दी तूं हिलाला । पहिला हात जो टाकिला सात हात जमीन उडाला ॥ हातांमधीं हात त्यानें अठरा टाकिला । सुभेदार गुंजभर नाहीं ढळला ॥ अरे सिद्दी तूं हिलाला । दुसरा हात येऊंदे तुझा ॥ सुभेदार बोलला संभाळ संभाळ मेरे भाई । आतां हात येतो सुभेदाराचा ॥ नऊ हात जमीन उडाला । मारा सुभेदारानं केला ॥ बत्तीस वेढे पागोठ्याचे । बत्तीस वेढे मंदिलाचे ॥ बेंबीपावेतों चिरित नेला । खुदा खुदारे बोलला बुध्या धरणीवर पाडिला ॥ ४६ ॥

बोंब्या तेथुनि निघाला । उदेभानापाशीं गेला ॥ मेरे उदेभान भाई आग लागो तुझ्या चोन्याला । सिंहगड किल्ला डुब होया ॥ नऊशें पठाण कापिला । बाच्छाईचा हत्ती कापिला ॥ सिद्दी हिलाल कापिला । हमकु किला डुब होया ॥ हम चोन नाहीं सोडताई । जावें जळमंदिराला ॥ आहेत बाराजण छोकरे । जावें कल्याणदरवाजाला लढायाला ॥ पत्र मोगलानें लिहिलें । धाडलें बाराजण छोकऱ्यांला ॥ कल्याणदरवाज्याला । तुह्मी जावें लढाईला ॥ बाराजण भाऊ केला मरणाचा पोषाग पांच हत्यारें घेतलीं । तेथुन निघाले आले सुभेदाराजवळी ॥ सलाम सलाम मेरे भाई । किस्का तूं उमराव सांगावें आह्माला ॥ उमराव शिवाजी महाराजाचा । आहें मी तानाजी मालूसरा ॥ सुभेदार भाई । पहिला हात येऊंदे तुझा ॥ तुह्मी आहां मोगलांचे बाळक । पहिला हात

येऊंदे तुमचा ॥ बाराजण लडक्यांनीं । चोविस हात जे टाकिले ॥ सुभेदार भला । नाहीं तो जाग्यावरून हालला ॥ सुभेदार भला । त्यानें धांवा अंबेचा मांडला ॥ अंबाबाई तूं पावगे माझ्या नवसाला । नऊ हात जमीन उडाला ॥ बाराजण लडक्यांचीं । चोवीस खांडोळीं पाडिलीं ॥ ४७ ॥

तेथून वोंब्या निघून गेला । उदेभानाच्या जवळ आला ॥ मेरे उदेभान भाई आग लागो ह्या चोन्याला । सिंहगड किल्ला डुब होया ॥ नऊशें पठाण काट्या । वाच्छाईचा हत्ती काट्या ॥ सिद्दी हिलाल काट्या । तुह्मारे बारा लडके काट्या ॥ लडक्याचा तो जाब ह्याच्या कानावरतीं गेला । उदेभान मोगल ज्या बिबी * * बसला होता तेथून उठेनासा झाला ॥ लेंकांचा तो दुःखाचा शब्द । ज्याच्या उरामधीं बसला ॥ खरखर लखोटा लिहिला । त्या वोंब्यापाशीं दिला ॥ जाऊन सांगा उमरावाला । उदेभान तो मोगल पळून पुण्याला गेला ॥ झेंडा लावा सिंहगडाला । यश तुमच्या तलवारीला ॥ ४८ ॥

उदेभान तेथुन निघाला । आला पिराच्या दरग्याला ॥ फोडल्या कापसाच्या उदी[1] । ओतले तेलाचे बुधले ॥ ज्यानें आग जी लावली । ज्यानें उजेड तो केला ॥ गलीम किती मोजून पाहिला । पन्नास माणूस ह्याच्या आले हिसोबाला ॥ उदेभान माणूस पाहून । त्याच्या भुजा ज्या थरारल्या ॥ पन्नास माणूस । माझी आंवाडाची[2] भाजी ॥ मोगल मागें परतला । गेला आखाडखान्यामधीं[3] ॥ पायीं तुमानी सुरवारा घातल्या । अठरा खंडीचे किनखाप त्यानें आंगांत घातलें ॥ बारा आतवडीचा[4] जोडा । त्यानें पायांमधीं घातला ॥ ज्यानें

१ उदी(?). २ आंवाडाची(?). ३ शस्त्रांचा आखाडा. ४ आतवडीचा(?).

वाघनखें चढविलीं । जिरेटोप डोईस घातला ॥ अठरा जागीं विच्या। हारीहारीनें उभ्या केल्या ॥ सळ पट्याचा सोडिला। अठरा विच्यांची खांडें केलीं ॥ आसुदाचा टिळा ल्याला। गाभणीगाई जो काटली ॥ गेला पिराच्या दरग्याला । सवामण उद जाळिला ॥ एका हातीं गुरदा एका हातीं घेतला पट्टा। दोपट्ट्याचा मारा केला ॥ आला कल्याणदरवाज्याला । ज्यानें सलाम वाहिला ॥ दादा नउशें पठाण । ज्यानें जिमतीला घेतला ॥ ४९ ॥

सलाम सलाम मेरे भाई । उंबराव किस्का सांगावा मजला ॥ उंबराव शिवाजीमहाराजाचा । आहें मी तानाजी सुभेदार ॥ उंबराव मोगलानें पाहिला । ऐसा भला आहेसरे दादा ॥ तुझ्यासारखा भाई पाठीला असावा । खाणें घालावें वजिराला वजीर पाळावा बाजूला ॥ सोड महाराजांची चाकरी । कर माझी मोगलाची चाकरी ॥ हवाला देतों सिंहगडाचा । हजार रुपयांची तैनात देतों बसून खापाला ॥ सुभेदार बोले मोगलाला । सोड सिंहगडाची गादी ॥ चल माझ्या राजगड किल्ल्याला । चलावें महाराजाचे भेटीला ॥ राजगड किल्याचा हवाला । उदेभान देतों तुला ॥ एवढ्या जाबावरून। घुस्सा आला मोगलाला ॥ पहिला हात येऊंदे तुझा । उदेभान हात येऊंदे तुझा ॥ तानाजी सुभेदार धांवा अंबेचा मांडिला। धांवधांव अंबाबाई ॥ अंबा त्या बाईनें घोंस गाईचा पाहिला। देवी मागें जी सरली ॥ मोगलासमोर उभारिला । गर्भगाळ कोसळला ॥ नऊ हात जमीन उडाला । मोगलाला माराया गेला ॥ हातामधीं हात ज्यानें अठरा टाकिले । गुंजभर नाहीं जो सरला ॥ ऐका

---

१ जिमतीला(?). २ मांस. ३ गर्भगाळ(?).

उदेभान मोगला। पहिला हात माझा झाला ॥ दुसरा हात घेऊंदे तुझा। सुभेदार बोलतो मामा ऐक निर्वाणाची वेळा ॥ लग्न करा रायाबाचें। दोहों हातांचा मुजरा सांगा शिवाजीमहाराजाला ॥ उदेभान मोगल बारा हात जमीन उडाला। [1]वंचक सुरवाईचा दाविला मारा कैफाचा केला ॥ पन्नास वेढे पागोट्याचे पन्नास वेढे मंदिलाचे बेंबीपावेतों चिरित नेला। सुभेदार धरणीला लोटिला ॥ ५० ॥

पन्नास माणूस त्यानें रोजन्या। मांडिल्या आमच्या सुभेदार धन्या ॥ आह्माला संभाळील कोण। आणलेंस वाघाच्या रानाला ॥ मग तो शेलार मामानें। मुर्दा मांडीवर घेतला ॥ उदेभान बोलायाला लागला। दादा आपल्या सेनेला ॥ हातमी नउशे पठाण। पन्नास माणूस घेऊन जावें ॥ कल्याणदरवाजाला। आहुत द्यावी ह्यांची बुरजाला ॥ लोक सळसळा रडती कैसें झालें नारायणा। दिन दिन पव्यानें वाहिला मारायाला लागला ॥ सुभेदार मेलेला मुरदा इरयानें झाला। ऐंशी वर्षांचा तो मामा त्याच्या आंगांत संचारला ॥ यश आलें मोगलाला। मोगल मागें जाइत होता ॥ मग तो सुभेदाराचा पट्टा। शेलार मामानें घेतला ॥ फीर गं मर्दाचे लंडे फीर ग मर्दाचे लंडे। मोगल मागें पहात होता ॥ दोहों हातांनीं कचका दिला। बेंबीपावता चिरित नेला ॥ खुदा खुदा बोलला। बुधा धरणीला पाडिला ॥ ज्यानें भाव जो आंतला सोडिला मग तो नऊशें पठाण होता उदेभानाचा। ह्यांची लढाई चालली ॥ ह्याचे पन्नास माणूस ह्याच सुभेदाराचे। उदेभान

---

१ वचक सुरवाईचा(?). २ तानाजी ज्या ठिकाणीं पडला त्या ठिकाणीं एक धडगें बांधलें आहे तें अद्याप तेथें आहे. ३ रोदन. ४ हातमी(?). ५ इरयानें(?).

मोंगलाचे नऊशें पठाण राहिले ॥ नऊशें पठाण । मार माराया लागले ॥ त्यामधें एकटा शेलार मामा लढनेवाला । पन्नास माणसांतून पंचवीस माणूस पडला ॥ ५१ ॥

नऊशें पठाण बोलाया लागला । चला कल्याणदरवाजाला ॥ आहुत देऊं पंचवीस माणसांची । संकट पडलें अंबाबाईला ॥ प्रतापगडची भवानी । उभी राहिली सांकड्याला[1] ॥ पिवळें पातळ नेसली । गळीं कवड्यांची माळा ॥ संकट पडलें देवीला । यश जातें शिवाजी महाराजाचें ॥ देवीनें आपल्या हातून दरवाजा उघडिला[2] । पन्नास कमी बारा हजार फौज किल्ल्याला घेतली ॥ ज्याचा सूर्याबा तो बंधु । मामाला पुसाया लागला ॥ शेलाररे मामा । माझा दादारे कुठें आहे बंधुरे कुठें आहे ॥ शेलार मामारे बोलला । जरी मेलासे बोललों तर सारी फौज बसेल ॥ सुभेदार आहे बाले सद्रेमधीं[3] । मी आहें कल्याणदरवाजाला ॥ नऊशें पठाण मारावा । मग जाऊं दादाच्या भेटीला ॥ मग त्या बारा हजार फौजेनें । ज्यानें हर[4] हर वाहिला ॥ एका एकाच्या मागें तिघे तिघे लागले । नऊशें पठाण कापिला ॥ पांढरें[5] निशाण उपटलें । भगवा झेंडा शिवाजीचा ॥ पांच तोफा जों मारिल्या । यशाच्या तोफा जों मारिल्या[6] ॥ त्या तोफांचा आवाज । गेला राजगड किल्ल्याला ॥ शिवाजी महाराज बोलला । माझ्या

---

१ संकट निवारण करण्यास उभी राहिली. २ शिवाजीमहाराजांस प्रतापगडची देवी प्रसन्न होती अशी लोकवार्ता आहे. तें स्थान अझूनपर्यंत जागृत असून शिवाजीमहाराजांचे वंशजांकडून तेथें चौघडा नगारखाना ठेविलेला आहे. ३ बालेकिल्यांत. ४ लढाईचे वेळीं मराठे 'हर हर' शब्द बोलून गर्जना करितात आणि मुसलमान 'दिन दिन' शब्द बोलतात. ५ मोंगलांचें निशाण पांढरें असून त्यावर अर्धचंद्र असायाचा. ६ गड घेतल्यावर झोंपडें किंवा कांहीं पेटवून किंवा तोफा मारून खूण कळवावयाची मराठ्यांत चाल होती.

सुभेदारानें सिंहगड सही केला ॥ शिवाजी महाराजानें । यशाच्या दहा तोफा सोडिल्या ॥ ५२ ॥

ज्याचा सूर्याबा तो बंधु । शेलार मामाला बोलला ॥ चला जाऊं दादाच्या भेटीला । चला जाऊं दादाच्या भेटीला ॥ शेलार मामानें सूर्याबा बंधूचे । पटे घेतले आपल्या हाता-मधीं ॥ गेले मुर्दाचे जवळ । वरून शेला उघडिला ॥ मुर्दा दादाचा पाहिला । मुर्दा सुभेदाराचा पाहिला ॥ माझ्या सुभेदार दादा लग्न रायाबाचें राहिलं । त्याचें लग्न करील कोण ॥ बारा गेटांचे कोळी निघाले । आले सुभेदाराजवळ ॥ आमचा सुभेदार धनी । आह्माला तैनात देईल कोण आह्माला हवाला देईल कोण ॥ सुभेदार बोलायाला लागला । भिऊंनका रे दादानो ह्या दादाचें वचन पुरें करील ॥ आतों राजगड किल्ल्याला । सांगतों शिवाजी महाराजाला सिंहगडचा हवाला देतों तुह्माला ॥ अबिर गुलाल । ज्याचे मुर्धात भरला ॥ दोरा रेशमाचा घातला । मुर्दा पालखींत ठेविला ॥ पंचवीस कमी बारा हजार लोक तबके घेतले । वाजतगाजत मुर्दा गेला राजगड किल्ल्याला ॥ ५३ ॥

आले किल्ल्याचे पोटाला । पांचकर्णांचा वाजा केला ॥ अवाज महाराजानें घेतला । सुभेदार किल्ला घेऊन आला ॥ सुभेदाराची पालखी । नेली राजाचे सदरेला ॥ शिवाजी महाराजानें । मुर्दा पाहिला सुभेदाराचा ॥ शिवाजीचे राज्यांत

---

१ तान्हाजी मालुसरे काळोख्या रात्रीं सिंहगड घेण्यास गेला, त्यावेळीं शिवाजी महाराज हे राजगडाचे माचीवर सर्वांत उंच ठिकाणीं बसले होते. तेथें किल्ला सर झाल्याची खूण कळली. पण पुढें तान्हाजी मालुसरे पडल्याचें वर्तमान जेव्हां कळलें तेव्हां शिवाजी महाराज ह्मणाले कीं, 'गड सांपडला पण सिंह गेला!'

ऐसा । उंबराव होणें नाहीं सुभेदारासारखा ॥ जिजाबाई धांवत आली । पालखी पाहिली ॥ गर्व आला सुभेदाराला । नाहीं आला भेटायाला ॥ बाई पालखीपाशीं आली । बाईनें शेला उघडिला ॥ मुर्दा सुभेदाराचा पाहिला । आंग धरणीला टाकिलें ॥ सुभेदारासारखा । ऐसा क्षत्री होणार नाहीं ॥ बाजू गेली महाराजांची । बाजू गेली शिवाजीची ॥ मग त्या शिवाजीनें चाकराचे साठीं । डोईला रुमाल बांधला ॥ वारा भोयांचे पालखींत । सुभेदाराचा मुर्दा जो घातला ॥ वाजतगाजत आणला उमराठ्या गांवाला । ह्याचे लेकाचे भेटीला ॥ पांचकर्णांचा आवाज । रायाबा बेट्यानें केला ॥ रायाबा बोलतो । बाबा आले माझे लग्नाला ॥ पालखीपाशीं धांवत आला । मुर्दा बाबाचा पाहिला ॥ सातां दिवसांची मुदत । केली माझे लगनाला ॥ बाबा माझें लगीन करील कोण । यजमान होईल बाबा कोण मंडपांत मिरवेल कोण ॥ आग लागो ह्या लग्नाला । कां माझा बाबा निघून गेला ॥ शिवाजी राजानें । मुलगा पोटासंगें धरिला ॥ भिऊं नको माझे बेटा । शिवाजी महाराज तो गेला तान्हाजी सुभेदार आहे तुला ॥ बारा दिवसांचें सुतक धरलें । शिवाजी महाराजांनीं सुभेदाराचें ॥५४॥

मग त्या तेराव्या दिवसांत । स्वयंवर बाळाचें तें मांडिलें ॥ ज्यानें मंडप घातला । मंडपाला तोरण बांधिलें ॥ पहिली नवरी रद्द केली । कडाशीचे दरकराची केली रायाबा बेट्याला ॥ स्वयंवर केलें रायाबाचें । रायाबा पुढें तो बसविला ॥ बापाची सरदारी । दिली रायाबा बेट्याला ॥ दिवळ्या बुदलीची जहागिर । दिली रायाबा बेट्याला ॥ पन्नास माणसांची सरदारी । दिली रायाबा बेट्याला ॥ डोणजं तें गांव । दिलें पानसुपारीला ॥ मालुसऱ्याचा दंड । दिला इनाम खायाला ॥ रायाबा तो बेटा

ज्यानें संगतिला घेतला। आले राजगड किल्ल्याला ॥ ज्यानें पंतोजी तो काका। ज्यानें हुजऱ्या बोलाविला ॥ पंतोजी तो काका । जावें पुण्याचे शहराला ॥ मंडईच्या बाजारीं। आहे तुळशीदास शाहिर॥घेऊन यावें त्याला। राजगड किल्ल्याला ॥ तुळशीदास शाहिर।त्यानें सदरेला आणिला॥डफ तुणतुणें घेऊन। मग त्या तान्हजी सुभेदाराला॥ शिवाजी महाराजांचा। पोवाडा कटिबंध केला ॥ हजार रुपयांचा तोडा । हातामधीं घातला त्या रे तुळशीदास शाहीराच्या॥ शूरमर्दाचा पोवाडा। शूरमर्दानें ऐकावा ॥ शिवाजीचे राज्यांत। ऐसा उमराव होणें नाहीं॥ पोवाडा गात्याला उद्राण ऐकत्याला घडो पुण्य। सत्ययुगींचा पोवाडा कलयुगीं वर्तला॥ सत्तावीस किल्ल्यांचा सरदार निघूनशानी गेला। ऐसा पुनः होणें नाहीं ॥ ५५ ॥

---

३. बाजी पासलकराचा पोवाडा.

शिवाजीमहाराजांच्या अत्यंत प्रीतींतल्या बाळमित्रांपैकीं बाजी पासलकर एक होते. हे आठगांवचे देशमुख असून रायगडाखालीं छत्री-निझामपुराजवळ कुरडूं ह्या नांवाचे खेड्यांत राहत असत, आणि खिंडीचें नाकें संभाळीत. तानाजी मालुसऱ्याप्रमाणें बाजी पासलकर हे शिवाजीमहाराजांस अनेक युद्धप्रसंगीं उपयोगी पडले होते, आणि त्यांचें शौर्य व पराक्रम पाहून छत्रपतीनें त्यांस आपल्या पायदळाचे सरनोबत (सेनापति) नेमिलें होतें. वाडीच्या सांवतांबरोबर शिवाजी-महाराजांच्या ज्या लढाया झाल्या त्यांत महाराजांच्या सैन्याचे मुख्य बाजी पासलकर हे होते व ह्यांच्यामुळें सर्व लढायांत महाराजांची सरशी होई. त्यांची एक घोडी होती, ती घेण्यासाठीं विजापुरकरांनीं काय काय खटपटी केल्या त्यांचें वर्णन पुढील पोवाड्यांत आहे.

हा पोवाडा यमाजी नांवाच्या शाईरानें रचिला. तो आह्मांस महाडच्या सखाराम गोंधळ्यापासून मिळाला.

चाल—"लक्ष्मि गर्वें निंदा बोलुनिझिडकारिति पार्वती"—प्रभाकर.

पहिलें नमन माझें देवा नारायणाशीं । दुसरें नमन माझें सद्गुरूच्या चरणाशीं ॥ जाउलीच्या मैदानीं बैसले शिपाई मजलशीं । मिळून बारा मराठे कधीं न येती जाउलीशीं ॥ येथून जोहार पाठवा मोऱ्या[1] चंद्ररायाला । बादशाहा देईल आज्ञा तरी मी जाईन कुरडुंला ॥ लाटिन त्या बाजीची घोडी[2] भेटवीन तुह्माला । पैजेचा विडा सोनू दळव्यानें घेतला ॥ १ ॥

कुरडुंच्या[3] मैदानीं नांदे बाजी पासलकर । आठगांवचा देसाई[4] त्या बाजीचा धाक थोर ॥ दंडा एवढी मिशी बाजी पाच्छाई महाजर । आनंत्या खुर्चुला घरीं शिंपीयाचा पोर ॥ आनंत्या नित्यनेम उठतो दंड सवाशें काढितो । तीन ह्मशींचें दुभतें एकला आनंत्या जेवितो ॥ आलिया मर्दाचे फटकारे संभाळितो । सांगेन मर्दाची ख्यात बंदा बाजीचा ह्मणवितो ॥ २ ॥

पांचशें पायदळ खासा सोनू दळवी चालला । दळव्याचा भार कुरडुंच्या मैदानीं गेला ॥ हांटल्या कळकी जाळ्या दळवी जाळ्यांत लपला । चांग यान धोब्यानें रूप अस्त्रीचें

---

१ जावलीचे किल्लेदार चंद्रराव मोरे. २ बाजी पासलकराजवळ यशवंता घोडी, गजली फिरंग, आणि अजगर ढाल हे तीन जिन्नस अप्रतिम असत. त्यांत घोडी तर एक अपूर्व रत्नच होतें. ती घोडी आपणास मिळावी अशी विजापुरकरांची फार इच्छा होती. पण ती मिळवून देतो कोण, ही विवंचना करीत असतां पैजेचा विडा मांडला. ३ छत्रीनिजामपुराजवळ रायगडाखालींच कुरडूं खेडें आहे. तेथेंच बाजी पासलकर राहत आणि खिंडीचें नाकें संभाळीत. ४ बाजी पासलकर हे आठगांवचे देशमुख होते. हल्लीं त्यांचे वंशज तुकाराम पांडुजीराव पासलकर देशमुख हे असून त्यांचें वतन मुसें ता० प्रचंडगड इलाखा सचीवपंत येथें आहे.

घेतलें ॥ कानीं नाहीं वाळ्या वरून सारफळ्या ल्याला । कपाळीं नाहीं कुंकू ज्यानें थिटकार उगाळिला ॥ नयनीं नाहीं काजळ ज्यानें कोळसा घातला । घागर [illegible] घेऊन कुरडूंच्या [1]पाणवठ्यावर गेला ॥ ३ ॥

रावराणूजी रावकृष्णाजी गेले पारणें सोडायाला । आमचा येल्या मांग बायकोला मूळ गेला ॥ खंड्या थान महार शिं[3]दी पिउनि पडला । आमचा बाजी बोवा नेटका जेवाया बैसला ॥ बाजीच्या पंक्तीला चवदा रजपुत जेविती । उठल्या अंबाई धाकली बिंबाई वाढिती ॥ एका आगळे पंदी शेंभर मंदिरांत वागती । थांग थान धोब्यानें पाळत घेतली पुरती ॥ ४ ॥

मकरतराव जांबाई ज्याच्या वाड्यांत शिरला । बुरजीं होत्या टेहळ्या धाडधाडसा बोलला ॥ उठल्या अंबाई उंच दरवाजा लाविला । धांवली बिंबाई पैरस दरवाजा लाविला ॥ पांचशें दळव्याचा ज्याचा एकच रगडा झाला । अंबाइनें बिंबाइनें ज्यानिं उरावर हांटिलें ॥ त्याच जांबायानें आमचें घर ग बुडविलें । यासुद्धां तिनदां येऊनि घरावर घातले ॥ बिंबाई बोलली रावराणूजी नाहीं घरीं । आमचा येल्या मांग शंकर अंतरला दूरी ॥ असता खंड्या महार फोडता दळव्याची कोटगिरी । त्याच्या बायकोला देतें गळ्यांतील बिलगिरी ॥ ५ ॥

---

१ पाणी भरण्याची जागा त्यास पाणवठा ह्मणतात. २ कोसींदोकोसी सासुरवाडीस गेला. ३ जशी ताडाच्या झाडापासून पिण्यासाठीं ताडी काढतात तशी शिंदीच्या झाडापासून पिण्यासाठीं हलके लोक शिंदी काढतात. हा प्रघात पूर्वीचाच दिसतो. ४ अंबाई आणि बिंबाई ह्या दोघी बाजी पासलकराच्या बायका. ५ घरांतील चाकर एकशें एक होते. ६ पुढील मोठा दरवाजा. ७ मागील लहान दरवाजा. ८ गळ्यांतील दागिनाविशेष.

रोहीं[1] रानांत चरले आज बाजीच्या आखरा[2] आले । फरक देखिली जागा रोही वाड्यांत शिरले ॥ 'मारीन मुसळा घाय' आनंत्या शिंपी याचा बोल । बाहेर मकरतराव दळवी गदगदां हांसले ॥ मकरतराव बोलला 'अरे तूं शिंपीयाच्या पोरा । तीन पायल्या हरबऱ्यास रे घेतला खराखुरा ॥ मारीन फिरंगीचा[3] हात एवढा कारे करशी तोरा । तुझ्या पूर्वजांस उणें, झडकरी येई तूं सामुरा[4]' ॥ आनंत्या बोलला 'आज मुंढ्याच्या चिंध्या होती । तीन पायल्या हरबरे बाजीबोवाच्या कामा येती' ॥ ६ ॥

कास कासलीवरून ज्यानें कंबरबस्ता[5] केली । आनंत्या खुर्चुला याची धुमरे द्वारा गेली ॥ रागयानें क्रोधें किल्ली कवाडा मोडिली । उंचद्वाराचे दळवी ज्यानें परसद्वारा नेले ॥ चवदा यानें मुडदे ज्यानें वाड्यामध्यें केले । पांचशें सोनदळवी वाड्याबाहेर घातले ॥ ७ ॥

त्यानें म्हून घोडा दटाविला बाजीच्या आंगावर घातला । आणिक फिरून 'संभाळ मामा' बाजीबोवाला बोलला ॥ .... । सराइत[6] होता बाजी ज्याचा मारा संभाळिला ॥ मेणा[7] सुद्धां फटकारा दिला जांवई धरणीला पाडला । होती. अजगर ढाल जांवई ढालेनें दाबिला ॥ ८ ॥

येल्याची म्हातारी[8] येल्यापाशीं सांगूं गेली । काय बसलास येल्या तुझी कुरडूं मारून नेली ॥ आनंत्या बोलला हां ग आला माझा भाई[9] ।' काय पहातोस दादा हाणतो घोड्यांच्या[10] रे पायीं ॥ मंप[11] नाहीं हत्यार मुसळाचा घाव ला-

---

१ हरणाचीच एक जात. २ विश्रांतीची जागा. ३ तलवारीचा. ४ पुढें. ५ कंबर बांधिली. ६ बाजीची घोडी फारच सराईत होती. ७ मेण्यांत घातलेल्या तरवारीचा. ८ आई. ९ साह्यकर्ता. १० घोडीसाठीं ही कलागत आहे असें सांगितलें, कारण हा जांवई होता. ११ मजपाशीं.

गला। त्यानें मग घोडा दटाविला येल्याच्या आंगावर घातिला ॥ सराईत होता येल्या ज्याचा मारा संभाळिला। मागल्यान हस्तकें ज्याचें शीर उडविलें ॥ रुमालांत घालून बाजीला दावायासी नेलें। काय आज्ञा यमाजीला गुरूची कृपा आहे त्याला ॥ बाजी यान बोवाचा ज्यानें पवाडा रचिला। सव्वाशेराचा लंगर ज्यानें हातामधीं घातला ॥ ९ ॥

सातारकर छत्रपतींचे पोवाडे.

शिवाजीमहाराजांनीं सातारचा किल्ला स० १६७३ त मोगलांपासून घेतला. नंतर महाराजांचे द्वितीय पुत्र राजाराम महाराज यांनीं स० १६९२ त सातारा ही मराठ्यांची राजधानी केली. त्यापूर्वी रायगड येथें गादी होती. त्यानंतर ताराबाई (स० १७००–१७०८), शाहूमहाराज (स० १७०८–१७४९), रामराजे (स० १७४९–१७७७), दुसरें शाहूराजे (स० १७७७–१८१०), प्रतापसिंहमहाराज (स० १८१०–१८३९), शाहाजीराजे (स० १८३९–१८४८), इतक्या कारकीर्दी होऊन स० १८४९ च्या मे महिन्याच्या १ ले तारिखेस शाहाजीराजांस औरसपुत्र नसल्याकारणानें इंग्रजसरकारानें सातारचें राज्य खालसा केलें. ह्या शेवटच्या दोन तीन कारकीर्दीस अनुलक्षून पुढील पोवाडे रचिले आहेत.

४. प्रतापसिंह व शाहाजी महाराज यांचें[1] स्वरूपवर्णन, यावर पोवाडा.

हा पोवाडा हरी राम नांवाच्या एका कवीनें केला असून आम्हांस एका गोंधळ्याकडून मिळाला.

चाल—"गोरा रंग गोजिरा त्रिराही तऱ्हा तुझ्या गडे स्वरूपाची।" लावणी.

प्रतापसिंह महाराज राम लक्षुमण बंधु विराजती। हिंदुपद बादशाही दक्षणची पूर्णज्ञानी शुद्धमति ॥ ध्रुवपद ॥

---

१ प्रतापसिंह (बुवासाहेब) व शाहाजी (आपासाहेब) हे दोघे बंधु शाहूमहाराजांचे पुत्र होते.

पूर्वतपाचें फळ तेज निर्मळ सोज्वळ कोमळ कांती । राजवंशी राजेंद्र जगामधिं नांव शोभलें छत्रपती ॥ पगडी कंगणीदार अंगावर जुहार भारवर नाव किती । हिरे माणिक रत्नांचे जडाव शिरपेंचांवर चमकती ॥ शुभ्र शिरा पोपाखं डौल साधा बांधा नामी आकृती । सांबरूप भोळे अवतार जसे कृष्ण गोकुळीं नांदती ॥ भोंवताले भले लोक हुजुर हुजरे चरणावर लोळती । प्रतापसिंह० ॥ १ ॥

काय सांगूं तारीफ कुळीमधीं दीप केवळ पहा चंद्र जसे । कनवाळू अंतरांत जगासी अन्न पुष्कळ देतसे ॥ आदिशक्ती आदिमाया भवानी तिचें ध्यान अंतरांत वसे। द्वारीं झडे चौघडे आनंदांत पूजा नित्य होत असे ॥ आपासाहेब[1] महाराज दिगंवर मूर्त कनय्या डौल दिसे । गोरा रंग गोजिरा शिरा मोत्यांचे हार कंठांत वसे ॥ जसे आकाशीं सूर्य चंद्र तसे जगाला भासती । प्रतापसिंह० ॥ २ ॥

अजब थाट स्वारीचा घाट गर्दी भोंवताले मानकरी । चवरी आणि अबदागिरवाले चोपदार पुढें ललकारी ॥ बाणदार बोथाटी भाले वाद्यें वाजती नानापरी । आली गोल मोंगलाई स्वारी जरीपटका शोभला हत्तीवरी ॥ अंबारींत राजेंद्र भूपती मोरचेल प्रधानकरीं । सेनापति रणशूर वीर अर्जुन बैसले बाजुवरि ॥ कोतवाल सांडणी हौदे झालरी कलाबतू चमकती । प्रतापसिंह० ॥ ३ ॥

आघाडी पिछाडिस नौबद घाई नृत्य रंग नाचती रंभा । नानापरी वाद्यें उठलीं नौबत वाजति भें भें भा ॥ दावलखान देविदास ज्याचें पसंत गाणें बसलें चित्तीं । बापु भोंसले हुजूर हुजरे फार दया त्यांच्यावरती ॥ कवि ह्मणे हरी राम लक्ष महाराजांच्या चरणावरतीं । प्रतापसिंह० ॥४॥

---

१ शाहाजीमहाराज.

५. प्रतापसिंह महाराज शिकारीस गेले, यावर पोवाडा.

हा पोवाडा सगन भाऊकृत असून आह्मांस एका गोंधळ्यानें दिला.

चाल—"गोरा रंग गोजिरा शिराही तऱ्हा तुझ्या गडे स्वरूपाची।" लावणी.

शाहू छत्रपति महाराज धनी होते कीर्तिवान फार। चौदा पेठ्यांचें राज्य करितो, राज्य चालविलें हंबीर ॥ ध्रुवपद ॥

बुवासाहेब[1] बाळासाहेब[2] दिसे प्रत्यक्ष सांबावतार। बुध-ड्यामध्यें ठेवि हत्यारें अंगीं चपळाई फार ॥ कीर्तवानानें केली कीर्त ह्मणून सांगाया फार। स्वारीचा हा थाट अजब निघतो बावन हुजराती चाले मोहरें ॥ स्वारी निघती शह-रामध्यें तयारीची हत्यारें घेऊन फार। शिकारीचा फार शोक चाल केली जंगलावर ॥ सर्व जंगल धुंडित आले मारी व्याघ्र रानडुकर। शिंवबंदीचा वडा थाट सेनापति चाले मोहरें ॥ घरीं येतां स्वारी भालदार पुकारी मोहरें। लिंबू नारळ उतरून टाकिती मागल्या चौकावर ॥ १ ॥

वाड्यामधिं येतां स्वारी येऊन बैसले तक्तावर। झोंपे-मधिं पडलें स्वप्न राज्य लुटाया शत्रु आले फार ॥ झोंपेतून जागी होऊन स्वारी बैसली मंचकावर। बुवासाहेबांनीं हांक मारिली बाळासाहेब आला मोहरें ॥ झोंपेमध्यें झालें नि-मित्त जलदी सांगावें आह्मांस फार। सगन भाऊ वडा हु-शार कीर्त केली या धन्यावर ॥ तुह्मांस आह्मीं एकच युक्ति सांगतों राज्य राखावें जप्तीनें फार। आल्या शत्रुशीं व्हावें सादर हटूं नये मागें मोहरें ॥ शहर सातारा दिसे अजब तऱ्हा तक्त जगास महशूर। पेशवे धनी होऊनी गेले कीर्त सांगाया झाली फार ॥ २ ॥

---

१ प्रतापसिंह. २ हे प्रतापसिंहाचे सेनापति होते. ३ पलटणीचा.

६. प्रतापसिंह महाराजांस इंग्रजांनीं पदच्युत केलें, यावर पोवाडा.

या पोवाड्याचे बाळा गोंधळी सातारकर याजवळ अकरा चौक आहेत, पैकीं आह्मांस हे चारच मिळाले. कवीचें नांव माहित नाहीं.

चाल—"तलवार पुण्यावर धरून। मोगल आले चढाई करून॥" पोवाडा.

गड सातारा सर करून। फिरंगी आला सराइत करून॥ धुत्रपद॥

श्रावण वद्य पंचमी तयारी वास्तु झाली पुढें। रेणबहिरी सांपडला जंबुक पसरले चहूंकडे॥ ....। खुप सिंहावर गर्दी झाली हर्षले टोपडे॥ (चाल)॥ पहाटेचे प्रहररात्रीं, उभे भंवताले संत्री। सांपडले मोती जंत्री, घातलें अन्न सत्पात्रीं॥ (चाल)॥ केला घाट इंग्रजानें, शहरांत येऊन दारुण। झाली रयत बहू हैराण, चालविलें गुलाबरल॥ (चाल)॥ प्रहरांत आले निंबावर जांबुळवाडा। शेरीच्या पुढें माळावर पडला वेढा। झाले इंग्रज तयार लाखोटे धाडा। ....॥ (चाल पहिली)॥ इंग्रज हा तोफा भरभरून। गड सातारा०॥ १॥

रामदास स्वामींचें वचन शिरपेंचावरती खूण। हस्त शिरावर ठेऊन बोलें स्वस्थ आह्मी रक्षण॥ तळ उठला लवकर निघाले इंग्रज तयार होउन। चौगर्दा चौंफेर कुंपनी हुशार चहूं बाजूनें॥ (चाल)॥ तळ उठला प्रहर दिवसाला, मानकरी जवळ बाजूला। हात जोडिले कृष्णाला, लोकांचा कहर झाला॥ (चाल)॥ खंडोबाची बिनी मोहरें, ढाल भरवी सडका चार। संगे कुंपनी बहादर, निघाले देशावर॥

---

१ शके १७६१ हा० सन १८३९. २ सिंह (प्रतापसिंह). ३ कोल्हे (इंग्रज).

(चाल) ॥ बाळासाहेब[1] सेनापती भले रणशूर । लढाईच्या
वेत होता कीं गांवाबाहेर । बुवासाहेब बुद्धिवंत बोले उ-
त्तर । शहराचा होईल खराबा आपण बाहेर ॥ (चाल प-
हिली) ॥ असा विचार पुरता धरून । गड सातारा० ॥ २ ॥

रागरंग पाहून उतरले कृष्णेच्या पलिकडे । साहेबांच्या
मनसुबा हुशारी पलटण मागेंपुढें ॥ ················ । अशी
वेळ कर्माची झोका होता राज्याशी अवघड ॥ (चाल) ॥ सू-
र्याशीं कळंक चढला, बंधूशीं[2] अंतर पडला । जसा हृदयीं
अग्न धडधडला, चमचमाट मेघ गडगडला ॥ (चाल) ॥ ध-
रली मोहिम जाण्याची, अशी कृपा झाली कृष्णाची । वडी
कैद टोपीवाल्याची, वासना रती धर्माची ॥ (चाल) ॥ कडे-
कोट निघून गेले हो देउरावर । तळ पडला जाऊनशिनी हो
गांवाबाहेर । चवदा पेथ्यांची गर्दी जवळ हुजूर । ·······
········ ॥ (चाल पहिली) ॥ मसलतीनें घटका भरून । गड
सातारा० ॥ ३ ॥

दर कुचावरती कुच चालले गेले निरा उतरून । जेजु-
रीस गेल्यावर झालें मार्तंडदर्शन ॥ ················ । तळ्याचे
बाजूस होळकर मोर्त दृष्टी पाहून ॥ (चाल) ॥ उधळिला
त्यानें भंडार, भरगच्ची पोषाग चार । प्रसन्न झाले मल्हार,
कोतवाल नाचे वेवहार ॥ (चाल) ॥ केली तडप बहु जा-
ण्याची, संगें स्वारी राणीसाहेबाची । एक कटाव बहु फौ-
जेची, झुंड पडली सरदाराची ॥ (चाल) ॥ उन्हाच्या झळ्या
लागती अतिदारुण । दरपना रात्रीं चंद्र घेऊन । भिवराच्या
पलिकडे मोंगलाई संगीन । आली मोंगलाई दिलदार येऊं

१ बळवंतराव राजे भोसले सरलश्कर हे प्रतापसिंह महाराजांचे सेनापति होते. २ बंधु शाहाजीराजे (आपासाहेब) यांशीं प्रतापसिंह महाराजांचें वांकडें होतें.

भेटुन ॥ (चाल पहिली) ॥ चालविले कशावरून । गड सातारा० ॥ ४ ॥

---

७. प्रतापसिंह महाराजांस इंग्रजांनीं काशीस पाठविलें, यावर पोवाडा.

हा पोवाडा सगनभाऊकृत आहे. हा आह्मांस एका गोंधळ्यानें दिला. हा कवि शेवटचे बाजीरावाचे कारकीर्दींत पुण्यांत होता.

चाल—"दोदिवसांची तनु हे साची मुरतरसाची करुनि मजा ॥" रामजोशी.

मुळापासून चाल झाली कुठे दिसेना अंतर । बाळासाहेब हुशार करकट्टे लढणेवाले फार ॥ इंग्रजांनीं घेतला मुलुख चालून आले दक्षणेवर । कोलापूरवाल्याशीं जिंकिलें लढण्यास टिकेना कोणी फार ॥ शहरामध्यें द्रव्य फिरविलें राज्य घेतलें हातावर । सारें शहर फिरून आला डेरा दिला पवय नाक्यावर ॥ साहेब लोकांनीं देऊनी ताजिमा पहिली खुर्ची केली मोहरें । मनामधिं कांहीं भीति आणूं नये आपला चालला एकच विचार ॥ .... । चौदा पेठ्याचें राज्य करावें आह्मांस आनंद फार ॥ १ ॥

बुवासाहेब बाळासाहेब मारून टाकावे जलदिनें फार । आपासाहेब मागून बोलता झाला भाऊबंद कसे मी मारूं ॥ आपल्या हातानें घ्यावा प्राण मारा सांगतों किल्ल्यावर । इंग्रजांनीं करून तयार तोफा आणिल्या पवय नाक्यावर ॥ जलदिनें हा बार भरून हला उठविला किल्यावर । शहरामधिं झाली चलबिचल बुवासाहेबास दहशत पडली फार ॥ २ ॥

बाळासाहेबास आला क्रोध लढाईची करून तयारी । सारें लश्कर शिबंदिशीं जलदी उठवि फार ॥ बुवासाहेबास कळली बातमी हात जोडून बाळासाहेबामोहरें । आग लागों द्या लढण्याला इंग्रज येईना हार ॥ सातार किल्ला

खूप जिंकिला इंग्रजानीं कैद केले । बाळासाहेब बुवासाहेबास जलदीनें निंबावर नेलें ॥ अंधारींत बंधू बैसले झालरी लाविल्या हत्तीला । इंग्रजांनीं जिंकून सातारा आपला अंमल बसविला ॥ बाळासाहेब बुवासाहेबास वनवास ईश्वरानें दिला । अवघे मानकरी येती भेटीला असा राजा नाहीं होणार साताऱ्याला ॥ ३ ॥

निंबावरती डेरा दिला बारा दिवस वनवास कंठीला । पुन्हा तेथून निघून चालले पुण्यक्षेत्र काशीला ॥ ऐन जंगलामधिं राजा जन्मला जंगली राजा नाम पावला । सगनभाऊ गर्जे सभेमध्यें यानें पवाडा केला ॥ मोठ्या मोठ्याची कीर्त करीतो अशी चाल होईना कोणाला । बुवासाहेब बाळासाहेब यांणीं धास्ती पाळून व्यर्थ प्राण सोडीला ॥ अन्नल्या राज्याची हीच गति पुकार झाला सर्वांला । अवघे राज्य करीना लढाई खंडणी देती बहादुर इंग्रजाला ॥ ४ ॥

---

८. प्रतापसिंह गेल्यावर त्यांचे राणीनें शोक केला, यावर पोवाडा.

हा पोवाडा राघुजी पाटील नांवाच्या कवीनें केला असून आम्हांस एका गोंधळ्याकडून मिळाला.

चाल—"कां उगाच फिरसी वारे, समजनासि कां रे?"—लावणी.

गेले ब्रह्मवर्तावर बाजी, अशी तरी का मर्जी, बुडाली रोजगाऱ्याची रोजी, करावें काई । कशी निष्ठुर माया केली ग विठाबाई ॥ ध्रुवपद ॥

तक्त सातारा शहर पुणें, साडेसात सुभे दक्षिणे, करनाटक हिंदुस्थान, फिरती द्वाही । ठाईं ठाईं बसल्या नबाब पाठविती चौथाई ॥ शिंदे होळकर मोठें बंड, लाविले दिल्ली-अटकेवर झेंडे, काबीज केले चारी खंड, हालविली शाही । मला कळत नव्हतें होतें लहान पराई ॥ गेले स-

बाई माधवराव, तवापुन आला राज्याला खेव, पाण्या-मधि बुडाली नाव, क्रापली गायी । जानू जोशी सांगत होते लबाड नाहीं ॥ रास्ते आणि निपाणकर, प्रतिनिधी नारो शंकर, झाली लढाई बेटावर, आले हातघाई । ते बापु गोखले भले शूर शिपाई ॥ आपआपसामधि बैदा झाला, सालकमसाहेब टोपीवाला, रात्रीचा दिवस त्यानें केला, आले लचलाही । गेले जिकडे तिकडे पळोन बाराभाई ॥ आजिंठ्याचा घाट औंघड, लाखन वाडा सातपुडा, तापी नर्मदेच्या पलीकडे, शिंदेशाही । कशी निष्ठुर० ॥ १ ॥

कुणीकडे जाऊं बाई कुणी आयरान, पहाड पर्वत कोकस्थान, दहा दिशेस दिसे बाई भयान, भालवा भुकती । ते वनामधीं वनगाई मुकणा हत्ती ॥ गर्जती शिवा यान शार्दूल, भुंकार देती वानर नील, टाहो फोडिती कोयाळ, दिवसा राती । घडी घडी याद मला प्राणसख्याची होती ॥ बाई ग वनिंचीं वनफळें, चार बोर चवेणी केळ, पिकले करवंदी जांभळी, आवळी तुरती । तिथें कैंचा अन्नाचा पदार्थ तेच खाती ॥ देव झाला पाठमोरा, नसतीं विघ्नें येती घरा, राया गिरजेच्या शंकरा, गुण आठवूं किती । त्या नळराजानें मोकलली दमयंती ॥ तीथें केली पायीं अनवाणी, घालित्यें नित्य तुळशिला पाणी, जशी अणुध्वजाची राणी, मागें लक्षिती । राव सोडुन गेले शहर पुण्याची वस्ती ॥ .... । कशी निष्ठुर० ॥ २ ॥

गाई लाविती माना वर, दुसरा ऐकुनी ध्यानी धर, दखनमधिं गड सातारा, अजब किल्ला । कळ उत्पन्न झाली फेरा आला राजाला ॥ आपासाहेबाचा विचार, बाळाजी

---

१ यान=आणि.

नातू मनसुबदार, कोणी ह्मणत लवाड खरा, बिताबा केला। अशी गुजगुज वार्ता कळली इंग्रजाला ॥ आपा असें काय मन केलें, गैरशिस्त कसे नाशिले, बाळासाहेब धाकटें मूल, कळेना त्याला । चौदा पेठ्यांचे राज्य नको आह्माला ॥ निघाले राजवाड्यांतून, चुलते पुतणे दोघंजण, तुह्माला माझ्या गळ्याची आण, करावी सल्ला। त्यांनीं मुकाम जाउन निंबावर्ती केला ॥ हत्ती घोडे लावलष्कर, उचलून दिली शिक्के कटार, पालखी मेणे अबदागीर, ठार संशय गेला। श्रीअक्रूरानें श्रीहरि मथुरेशी नेला ॥ विनविती नानापरि सरदार, अष्ट उमराव निंबाळकर, आह्मां आहे हेच बरे, जातो काशीला। तुह्मी फिरा माघारी कां तरि श्रमी झाला ॥ शाहूछत्रपतीचें देणें, सरलें आज वडिलांचें पुण्य, कृष्णाबाईचें दर्शन, अंतरलें मला। खळखळा रडती मोठा आकांत झाला ॥ गेला राज्याचा अधिकारी, दिलगीर रयत झाली सारी, कशी केली बा श्रीहरी, मोकलली गायी। कशी निष्ठुर० ॥ ३ ॥

जंगल तऱ्हतऱ्हेची झाडी, सावमाव पिंपळ वड, फणसे अनार्से बहु गोड, अंजीर पिकला। ताडी माड येळ विक्राळ गेले गगनाला ॥ वन बाई पाहता नागदृष्टी, जागोजाग भिलाची ह्याटी, रात्रंदिवस लागतो पाठी, झोंप नाहीं त्याला। हा गिकाशाचा मुलुख ओंगळ मेला ॥ बाई मी होतें गरोदर, नऊ मास झाले पुरे, जवळ नाहिं बाई सातारें, आठव केला। तो जंगली राजा जंगलामधिं झाला ॥ ईश्वरी मायेचें कौतूक, मला दाविलें बाई पुत्रमुख, मोठें जिवा वाटलें सूख, आनंद जाला । बहुतांचा आणि लाखांचा पालनवाला ॥ असें दुःख आठवूनिया रडे, आडवें

बाळ घेऊनिया पुढें, नाहीं जंगल झाडी दाट, हिरवा पाला । नाहीं फार सांगतां दुःखाचा डोंगर झाला ॥ कर्ता हर्ता ईश्वर गाजविला, राणी विनविती राजाला, वनामधिं टाकुनि गेले मला, समशेर बाळासाहेब गेले कैलासाला । त्या दख्खनच्या राजाला वनवास आला ॥ .... । कशी निष्ठुर० ॥ ४ ॥

अवघा झाला येकंकार, समसमान मांगमहार, कायद्यामधिं आणिले सारे, फार औघड । कशी आड ना विहीर झाली मागें पुढें ॥ असे बोलून होते काई, आधीच दिली होती चौथाई, शत्रु आले आपले पायीं, झाले जड । वाजती बिगुल बासरी झाले बंद चौघडे ॥ सोनें होत माती, सरलीं पुण्यें हरली मती, मी अज्ञान तरी किती, गाऊं तुमच्या पुढें । सद्गुरु गोपाळाची जडणी रसाळ गोड ॥ देवनुक खंडे गाऊं खोर, चोबाजूला बुरुज चार, मारुती सहित येशी थोर, घरोघरी आड । गुणी राघूजी पाटिल गुणाचे गाडे ॥ बाजीराव ह्मणता बला, कुणीकडे गेला नऊशे भाला, कवीने मनीं पुरुपाद केला, जमा नाहीं । कशी निष्ठुर० ॥ ५ ॥

---

९. प्रतापसिंह महाराजांचे पुत्र जंगली राजे यांचा जन्म, यावर पोवाडा.

हा पोवाडा विविधज्ञानविस्तार पु० ९ पृ० ११८ वरून घेतला आहे.

चाल—"कां उगाच फिरसी बारे, समजनासि कांरे०"—लावणी.

दक्खणेमधीं सातारा हुई, कैद झाली इंग्रेजी लैई, शाहु छत्रपती महाराज गेले बाई । गादीला धनी असा परतून होणार नाहीं ॥ कसें केलें कृष्णाबाई, माझे दिनाचे

---

१ अतिशय. २ राज्याला.

आई, मोठे मोठे मानकरी झाले गाई। ते आपासाहेब महाराज कपटी हई ॥ इंग्रजानें फितूर केला, मिळून आपासाहेबाला, त्यांहीं भाउलीचे वर बसून मनसुबा केला। त्या दिवशीं जाहिर केलें साताऱ्याला ॥ दुसऱ्या दिवशीं कळलें महाराजाला, एक महिना सहा दिवस झाले त्याला, मग मोठी चिंता पडली त्यांला बाई ॥ शाहू० ॥ १ ॥

बुवासाहेब साताऱ्याचे धनी, कैद केले इंग्रजांनीं, ते दोघे बंधु नेले जिथें व्हती राणी। मेण्याच्या झडपा लाविल्या इंग्रजांनीं ॥ इंग्रज भाषिले भोयांला, मेणा मागें मोहोरे केला, क्षणभरी विस्मय झाला आपाला। दादांचा मेणा दूर कसा राहिला ॥ मेण्यांतून खालीं उतरला, ताकिद केली साऱ्या सैन्याला, त्या दिवशीं सेनापति शिव झाला। तो दिवस गेला अस्तमानाला ॥ बुवासाहेब रडूं लागला, उभ्यानें आंग टाकी धरणीला, चौदा दिवस झाले बंधुच्या मरणाला बाई ॥ शाहू० ॥ २ ॥

दैवाची झाली माव पुत्र जन्मला, नांव जंगली राजा ठेविला, ठसा सैन्यांत पडला। खुशाली झाली बुवासाहेबाला ॥ बुवासाहेब पुढें निघोन गेले काशीला, पुकारा दिला सर्व दक्षिणेला, चद्र् निरोप दिला अवघ्या मानकऱ्यांला। तो खं-

---

१ गाईप्रमाणें गरीब. २ हे प्रतापसिंह यांचे धाकटे बंधु शाहाजी. ३ हा सर्व प्रकार स० १८३९ सांत झाला. ४ हे बुवासाहेब महाराज (प्रतापसिंह) आणि शाहाजी (आपासाहेब) या दोघांत भेद करून इंग्रेजांनीं शाहाजीस राज्याचा मालक करून प्रतापसिंहास कैद केलें. ५ दोघा बंधूंचे मेणे बरोबर चालविले असतां एक दूर काढून नेला. ६ बाळासाहेब सेनापति. ७ मेला. ८ जंगली राजाचे वेळीं चौदा पेटे राज्य खालसा करून इंग्रेजांनीं महाराजास नेमणूक करून दिली होती. तीही नुकती बंद केल्याचें सवीस आठवत असेल.

डोबा शिंदा जवळ तिथें राहिला ॥ दोन हत्ती इनाम बक्षीस दिले त्याला, तो निघोन आला दक्षिणेला, त्या दिवशीं गिराण होतें पूर्णीमेला । जाऊन अग्न लाविला होळीला ॥ दोन प्रहराचा अम्मल झाला, रडती सारे इंद्रचंद्र डळमळला, आज कशी अंधारी चढली सातान्याला बाई ॥ शाहू० ॥ ३ ॥

इंग्रज बोले त्या बाळाला, चलारे आपुल्या सातान्याला, गादिवर बसवितों तुला । मग जंगलीराजांनीं जबाब कैसा दिला ॥ धनी असतां सातान्याला, चौदा पेठ्याला इंग्रज आला, गांवगन्ना हुकुम फिरविला । किं पाटिल कुळकरणी असावे चावडीला ॥ बाबाजीनें पोवाडा केला, नागू खूण सांगे विठूला, मारुती प्रसन्न त्याला । गांव नातें पोतें राहतो महादेव धरित्रीला बाई ॥ शाहू० ॥ ४ ॥

---

१०. प्रतापसिंहांचे धाकटे बंधु शाहाजीराजे गादीवर बसले, यावर पोवाडा.

हा पोवाडा पिराजी नांवाच्या कवीनें केला असून आह्मांस एका गोंधळ्याकडून मिळाला.

चाल—"जाऊं नकारे विषयाटविची वाट कठिण मोठी ।" रामजोशी.

आपासाहेब धनीमहाराज छत्रपति राजे । दक्षिणी उभारिल्या गुढ्या नौबदी वाजे ॥ ध्रुवपद ॥

धनी अक्कलवंत महाराज शंभुअवतार । तलवार नवे मुद्रेचा सवाई भार ॥ अष्ट प्रधान अष्ट उमराव मिळाले सारे । कालु करणे बाजे होती तोफेचा मार ॥ षण्मास वाडा वर्जिला धन्य अवतार । तेव्हां अमृत वेळ लागली सांगूं कोठवर ॥ बाईजू साहेब गव्हरनर साहेब वचन झालें खरें । दैवाचें सूत्र सहज फिरति वरवर ॥ माहिमोर्तब

सूर्यपान मोर्चेल साजे । स्वारीचा कडडड कडाका आ-
काशीं गर्जे ॥ आपासाहेब० ॥ १ ॥

विसाव्याच्या जागेचा गुण आहे प्रकाश भारी । ब[illegible]स
आला होता तेव्हां जमविली स्वारी ॥ बाळाजीपंत नातूची
झाली तयारी। बाईजा साहेब गव्हरनर साहेब मुख्य बाहेरी॥
जलद गुळ्या उभारा मुहूर्तावरी । कंपनी बहादरचा हुकूम
आणवितो लौकरी ॥ जशी चंद्राची कळा अस्मानी प्रकाश
भारी । बजावा नाना पराडकर रथांत स्वारी ॥ जरीपटका
चौघडा येथें आणविला पाहिजे । आगड धों धों बाजे नौ-
बत घोप बाजे ॥ आपासाहेब० ॥ २ ॥

मामा शिरके धुरंधर यांची तऱ्हा कांहीं अवघ्याहून
न्यारी । तिळमात्र खोटें आवडेना अपमान करी ॥ कडी-
तोडे पेंडी मोत्याची सिरपेंच लहरी । त्याचा सरंजाम आहे
साधा घोड्यावरी ॥ बाळाजीपंत नातूची अक्कल आहे ती
गहिरी । महाराजाचा कुल्ह् अकत्यार आहे त्यावरी ॥
टाकोटाक लोक बोलवा चिंतोपंताचे पल्लावरी । हसन-
मिरदा ललकारे नानापरी ॥ ललकारीची आवाई गेली दुर-
वर घंटा बाजे । बैठका चिराकदानें लकलकाट शत्रु लाजे ॥
आपासाहेब० ॥ ३ ॥

आबा भोईटे भाऊ फौजदार फलटण देशी । किती दि-
वस प्रार्थना करिती ह्या पायाशी ॥ आपासाहेब धनीमहाराज
दयावंत राजबनसी । बोलणें जसें बृहस्पति हिऱ्याच्या
राशी ॥ पांडु हवलदार सेवेशी हात जोडूनि डावे बाजूसि ।
सखारामअण्णावर बहूत मर्जी खाशी ॥ केला नवा पवाडा
पिराजिनें राव आज । महाराजाच्या कचेरीमध्यें गावा
नित्य रोज ॥ आपासाहेब० ॥ ४ ॥

---

११. शाहाजी राजांचे स्वारीचा थाट, याचर पोवाडा.

हा पोवाडा मार्तंड बाजी नांवाच्या शाईरानें रचिलेला असून आह्मांस एका गोंधळ्याकडून मिळाला.

चाल—"दोदिवसांची तनु हे साची सुरतरसाची करुनि मजा ॥" रामजोशी.

छत्रपतीचें तक्त शहर सातारा हिंदुपदबादशाही । कुळीला कुळदैवत स्वामी किल्यावर मंगळाबाई ॥ ध्रुवपद ॥

लखलखाट भरथाट सेनेचा मानकरी भले भले भाई । ार लष्करसी हुकूम शेजा करिती भोईटे भोई ॥ ठाई ठाई रिसाले उभे स्वारांला गणती नाहीं । भरजरी निशाणें फडकती डंका वाजे सवाई ॥ संनिध तोफखाना उभा लागली एकच घाई । मानकऱ्यांचे थाट चवऱ्या उडताती दोही ाहीं ॥ पायदळा बाके लोक भले लढाऊ शिपाई । झाला हुकूम बक्षीचा उभे आपल्या मिसलीनें राही ॥ छत्रपतीचें० ॥ १ ॥

स्वारीचा निश्चय होतांना जहागिरदार बोलाविले । पंत प्रतिनिधि जवळ होते आणि अक्कलकोटवाले ॥ सचिवपंत ोरचे राहणार निंबाळकर फलटणवाले । डफळे पांढरे आले ारिशीं सुमंत मंत्री मिळाले ॥ झाली शहरामधि एकच र्दी दुतर्फा हत्तीं चाले । घाटगे घोरपडे मोहिते जसे रणाधि रणदुल्ले ॥ रात्रंदिवस हुकुमांत मुत्सद्दी होते ग मोठे बाई । नापति साहेब मामा बोलाविले लवलाही ॥ छत्रपतीचें० ॥ २ ॥

हणमंतगजावर स्वारी अंबारी ऐरावती तयार । देतां सडी शिपाई पंत प्रतिनिधि मोर्चेल वर ॥ दिवाणावरी ूर्णकृपा सर्व हातामधि कारभार । बंदोबस्त अवघा राधावा जहागिरदार बरोबर ॥ नांव यशवंतराव भाऊ प्रसन्न ामी मल्हार । चौदा पेटे जहाज मुठीमधि हुकुम सुटे वा-

रंवार ॥ संनिध सेवेमधिं उभे हात जोडून सन्मुख राही। होती वडिलांची कृपा त्यामधिं प्रसन्न झाली सगुणाबाई ॥ छत्रपतीचें० ॥ ३ ॥

लखालोट भरथाट स्वारीचा लोक करिताती मुजरा। भालदार पुढें ललकारे विनीवर ताकीद करा ॥ छत्तिस वाद्यें वाजूं लागलीं हत्तीवरता फरारा । जाही जाही नौबद वाजती शिंग वाजे तऱ्हा तऱ्हा ॥ गुरु धोंडी पाथरूठ आमचा चौमुलुखामधिं असकारा । मार्तंड बाजीची जडणी कोंदणामधिं जसा हिरा ॥ होते स्वारीमध्यें स्वामी माझे आले घराला लवलाही। झाला आनंद नारीस ओंवाळी पावली विठाबाई ॥ छत्रपतीचें० ॥ ४ ॥

---

१२. सातारकर छत्रपति व त्यांचे सरदार, यावर पोवाडा.

हा पोवाडा मरी पिपाजी नांवाच्या कवीनें केला असून आह्मांस एका गोंधळ्याकडून मिळाला.

अरे तूं सृष्टीचा दाता, निष्ठुर वसला लक्ष्मीकांता, कसा वावडिसी दिला गोता, घरचेवर । कधीं येतील छत्रपतिराजे हंबीर ॥ ध्रुवपद ॥

सातारा तक्त आहे अजब शहर, शाहु छत्रपतिचें नगर, कोपले देव त्रिपुरगौरीहर, सर्वांवर । महाराज कीर्त राहिली दुनयावर ॥ पदरीं आहेत बावन सरदार, कऱ्हाडचे पंतांचा मान थोर, पंत सचीव दप्तरदार, कचेरी समोर । न्याय इनसाफ होतो बरोबर ॥ पुणें शहर दिलें त्यानें दानाशीं, श्रीमंत बाजीपेशव्याशीं, हें वर्तमान अवघ्याशीं, जगा मशहूर । लाल कसा मिळेल हिऱ्याचे किमतीवर ॥ प्रधान सेनापति दाभाडा, पायामध्यें शोभे सोन्याचा तोडा,

त्याचा जासूद गायकवाड, बडोद्यावर । अहो कीर्ति वाढली भाग्य नशीव थोर ॥ अरे तूं० ॥ १ ॥

गेले सातान्याचे धनी, पुन्हा नाहीं आले माघारे परतोनी, रयत झुरती मनीं, अवघी सारी । लक्ष्मी रीझली कसी यां नीचा घरीं ॥ पडला अंधार शहरांत, गाय कशी वधिली कृष्णेंत, झालें पाप फार जाग्यांत, अरिष्टें भारी । नेत्र झांकून कशी बसली मंगळाई गडावरी ॥ बुडाले मेणे पालख्या चट, अवघे जण घालिती पायांमधिं बूट, जागोजागीं बांधिले गेट, रस्त्यावरी । कायदे निघाले आणिक नानापरी ॥ झाली ईंग्रजी चर्हूंकडे, वाड्यासमोर तंबूर झडे, अडुमाडु शिपाई फांकडे, रणीं रणशूर । खायाला मिळेना अन्नाहून बेजार ॥ अरे तूं० ॥ २ ॥

बापुसाहेब फलटणचे ग राजे, जैसे गोकुळांत कृष्ण साजे, राखिलें त्यानें पहा राज्य, मराठेशाही । नाहीं चालत कोणाचा जोरा अदल बादशाही ॥ जैशी कृष्णाची द्वारका, रयतेवर लोभ सारखा, पावला राम हासखा, सगुणाबाई । पाहण्यांत सुरत स्थळ असें दुसरें नाहीं ॥ पोषाख केला भरगच्चीचा, तुरा खोंविला शिरीं मोत्यांचा, चमकला मणि पाचेचा, गळ्यामध्यें हार । मोरचेल उडती दोहीं बाजूंवर ॥ अरे तूं० ॥ ३ ॥

धनी पहा बसले अंबारींत, स्वारी चालली सखे डौलांत, हें शिंग वाजवी स्वारींत, अघाडीवरत । भालदार हुजरे मानकरी संगात ॥ पाहुन या स्वारीचा थाट, पुण्यामध्यें करी गव्हरनर अचाट, लिहून पत्र झटपट, विलायतेवरी । पाहून चेहरा राणी आश्चर्य करी ॥ मरी पिपाजी रंगेला, अवघ्याशीं हो आहे चांगला, गुणी आबा इमामाला, सारेजण चाहति । राहिले फड प्रसंगीं मल्लु मारुति ॥ गुणी

दादाचें कवन खाशी, जैशा मोत्यांच्या राशी, हा भाऊ हरिदासांशीं, मनामधिं झुरती । चालुंद्या मजा अशी नित्य शेवटा वरती ॥ अरे तूं० ॥ ४ ॥

कोल्हापुरकर छत्रपतींचे पोवाडे.

शिवाजी महाराजांचे दोघे पुत्र; एक संभाजी व दुसरा राजाराम. संभाजीचा पुत्र शाहू दिल्लीहून परत आल्यावर सातारच्या गादीवर बसला व राजारामानें कोल्हापुरास गादी नेली. राजारामाचे पुत्र दोन; दुसरा शिवाजी व दुसरा संभाजी. दुसऱ्या शिवाजीनें सन १७०० पासून सन १७१२ पर्यंत राज्य केलें. दुसऱ्या संभाजीनें सन १७१२ पासून सन १७६० पर्यंत राज्य केलें. पुढें दुसऱ्या संभाजीचा पुत्र तिसरा शिवाजी हा स० १७६० पासून स० १८१२ पर्यंत गादीवर होता. या शिवाजीस दोन पुत्र. पैकीं वडील शंभु ऊर्फ आबामहाराज आणि धाकटा शाहाजी ऊर्फ बाबामहाराज. आबामहाराज स० १८१२ त गादीवर आले, पुढें स० १८२१ त त्यांचा अंत कोणत्याप्रकारें झाला हें पुढील पोवाड्यांत वर्णिलें आहे.

१३. आबामहाराज यांस सयाजी मोहित्यानें मारिलें, याबर पोवाडा.

हा पोवाडा पेमा माळी नांवाच्या कवीनें केला आहे. याच्या आह्मांस दोन प्रती मिळाल्या. एक विविधज्ञानविस्तार पु० ६ पृ० १६० एथें छापलेली, व दुसरी एका जुन्या वाडांत लिहिलेली. विविधज्ञानविस्तारांतील प्रत फार अशुद्ध व अपुर्ती होती, ह्मणून वाड्यांतील प्रत यथाप्रत छापून वि० ज्ञा० वि० रांतील पाठभेद दिले आहेत.

चाल—"नरजन्मामधिं नरा करुनि घे नरनारायण गडी ॥" रामजोशी.

राजा मेला घात झाला रत्न हरपलें मेहेरांत ॥ केला मोहित्यांनीं अपघात ॥ ध्रुवपद ॥

---

१ "कोल्हापुरामधीं अवस्था कशी झाली मात । केला मोहत्यांनीं घात महाराज वधिले कविरांत ॥" वि० पाठ. २ शहरांत.

शिवाजी राजे नांव साजे धर्म एक होते भाग्यवंत । करूनि गेले नांवाची कीर्त ॥ त्याचे पोटीं जगजेठी दोघेजण पुत्र गुणवंत । राम लक्षुमण जोडी तिथ ॥ वाढों लागले थोर जह्याले महाराज आले भरज्वानींत । तयाचा प्रकाश गगनांत ॥ शिरपेंच साजे उंच मोत्यांचा तुरा वरती खोवित । कानीं चौकडा झोंक देत ॥ चांगुलपण सरस सोन उंच मोती हिरकणींत । रत्नावाणी ढाळ देत ॥ एक मागें एक पुढें जरीचे पोषाक आंगावरत । गळ्यामधिं पताक लखलखीत ॥ वाळस्वारी घोड्यावरी सराईत भाले हातांत । लिंबू नारळ टोंचीत ॥ जोतीवाला डोंगराला दोघे बंधु जातात । मोर्चेल उडे दोघांवरत ॥ आह्मी भाऊ जगाला ठावुक नाव चहुंखंडांत । शिवाजी राजाचे पूत ॥ राजा मेला० ॥ १ ॥

तुळजापुर पंढरपुर मोठमोठे देव करित । बापामागें केली कीर्त ॥ नदीवर देऊळ थोर त्यांनीं बांधिलें अद्भूत । सांउट दिसत धोंड्यांत ॥ सोमवारीं सोवळें भारी दोघे नदीवर उभे आहेत । पित्याचें दर्शन घेत ॥ देवराया पडे पायां फिरूनि माघारें येतात । मातेला नमस्कार करित ॥ फिरंग्याला किल्ला दिला माल वळखिला वंदोबस्त । पित्याचें वचन गेलें होतें ॥ किल्ला देऊनि शहर केला आणुनि फिरंग्याची ताकीद । महार मांग करी सोंग टोपडें घालुनि डोईंत ॥ जाउनि फिरंग्याचे रोंका निपाणी चौभुत लष्करांत ।...............॥ राजा मेला० ॥ २ ॥

सोमवारीं तिसरे प्रहरीं महाराज बाहेर आले होते । अंबाबाईच्या वाड्यांत ॥ मराठे मोहिते जात कपटी राजाचें मीठ

---

१ आबामहाराज व बाबामहाराज. २ "पोषाक करी झोंक मारी जरीबादल आंगांत" वि० पाठ. ३ प्रकाश. ४ छाया, प्रतिबिंब.

खात होते । मस्ती चढली आंगांतें ॥ मोहिते आले जार केले धरला खाद्याचा हात । ह्मणून रोजमुरा मागत ॥ बाईचा लेक होता एक भुजंगराव दादासंमत । त्याजवरि महाराजाची भिस्त ॥ भुजंगरावाला क्रोध आला डोळे फाडिले मोहित्यावरते । दुरुनि बोले सोड साहेबाचा हात ॥[1] इतकें बोलतां पडली अहंता चाकर फुगले मनांत । सोडिली जीवाची आस्था ॥ भुजंगरावाला ठार केला मारला जमदाडी हात । मुर्दा पडे धरणीवरता ॥ आबा भोसले ठार केले गर्दी झाली[2] सदरेंत । पिस्तुल मारिला गुपीत ॥ महाराजाला दगा घडला समया लावल्या चौभूत । वसले वाघाला देऊनि हात । आंगावरला शेला घेतला खचूनि बांधलें त्या राजास ॥ अशी चोराची हिकमत ॥ राजा मेला० ॥ ३ ॥

महाराजाला दगा घडला खबर मग कळली शहरांतें । आतां बरीक महाराज मरतात ॥ आपासाहेब बुवासाहेब आले मग धांवत पळत । आंगा टाकिलें धरणीवरत ॥ रडो नका गोष्ट ऐका राजा बोले बुद्धीवंत । राज्य राखावें बंदोबस्त ॥ धाकले राजे बुवामहाराज आह्माला ठाऊक माहित । याला राखावें तुह्मी समस्त ॥ मोहित्या हातीं आमच्या संचितीं असें देवानें लिहिलें होतें .। आतां बरीक मरण आलें पुरतें ॥ राजा मेला० ॥ ४ ॥

खाशे भालदार उपसतरवार आले ते मग धांवत पळत । मोहित्याला तोडूं ह्मणतात ॥ मारूं नका गोष्ट ऐका राजा बोले बुद्धीवंत । व्याघ्र सांपडलों मी जाळींत ॥ पैसा देऊनि

---

१ "बापलेक होऊनि एक मनामधिं केलें खलबत । महाराज मारा इतक्यांत ॥" वि० पाठ. २ यापुढें वि०त असा पाठ आहे:—"धन्याला कांहीं कळलें नव्हतें ॥ राजाचे लोक शिपाई बाके एकापुढें एक धांवत । ढाल फिरंग हातांत ॥ घरोघर गळा कापीत लेंकराबाळां संगात ।".

मोहिते घालवा हमेशा पडलों हातांत । व्याघ्र सापडलों जाळींत ॥ गुरुराजे नांव साजे पैका मिळविला घटकेंत । घातला मोहित्याच्या पदरांत ॥ पैसा घेऊन चटकन उठला सोडला राजाचा हात । तिघेजण ब्राह्मण बगलेंत ॥ मोहिते गेले वेलगुडांत बापलेक जांवई होते । उतरले जाऊन गांवांत ॥ राजा मेला० ॥ ५ ॥

गांवाबाहेर मिळुन सारे खलबत केली मनांत । दीडशें आरब संगात ॥ बारा हजार घोडा तयार त्यांनीं पाठविला अवधूत । वेढा घातला वेलगुडांत ॥ मोहिते धरले ठार केले खडाखड गळे कापीत । त्यांनीं भरलीं पांटींत ॥ शिरें घेऊनि जलदी येऊनि त्यांनीं बांधलीं वेशींत । धन्याचे शिपाई यशवंत ॥ मोहित्याच्या बायका दिला डंका हलालखोराच्या घरांत । दासी बटकीची फजीत ॥ मोहित्याचे वाडे ओसाड पडले खिडोऱ्या दिसती गांवांत । मोहित्याला जनलोक थुंकतात[1] ॥ राजा मेला० ॥ ६ ॥

आपासाहेब बुवासाहेब पित्याकडे पाहुनी रडतात । कीं आत्माराम नाहीं येत ॥ धोत्रें सोडिलीं वस्त्रें पाहिलीं जखमा पाहिल्या त्या पोटांत । आतां बरीक महाराज मरतात ॥ पाणी प्याले प्राण गेला सूर्य मावळला गगनांत । केला मोहित्यानें अपघात ॥ रायाच्या राण्या जशा गवळणी कुरळे केस तोडीत । आहेवपण गेलें ह्मणून रडतात[2] ॥ दासी बटकी शहरच्या बाया आकांत वर्तला महालांत । हलालखोर झाले चिंताग्रस्त ॥ साळी माळी कोळी कोष्टी राघू

१ "होइते मेले ठार झाले गेले शेण खाईत । जन लोक थुंकती तोंडांत ॥" वि० पाठ. २ यापुढें वि० पाठ असा आहे:—"बयाबाई पतिव्रता स्मरती आपल्या मनांत । पोटीं येऊन झालों व्यर्थ ॥".

झुरतो पिंजऱ्यांत । कोपाळ झुरती वनांत ॥ बारा हजार घोडा तयार मर्दें बसविलें पालखींत। सोन्याचीं फुलें घर उधळीत ॥ अबीर गुलाली भडिमार पावलें उमटती गुलालीत। शिपायी झाले रंगीत ॥ गांवाबाहेर मिळोन सारे सरण त्यांनीं रचलें इतक्यांत । चंदन बेल घालून आंत ॥ अग्नि दिली आरोळी झाली टाळी वाजविली सैन्यांत। धूर मा-वळला गगनांत ॥ पे[2]मा माळी कवीसाळी पवाडा केला घ-टकेंत। दिपाजी बाबाचा लेक ॥ राजा मेला० ॥ ७ ॥

---

१९. सामानगडच्या गडकऱ्यांनीं बंड केलें, यावर पोवाडा.

कोल्हापुरकरांच्या जुलमास कंटाळून हें बंड झालें. हा पोवाडा कृष्णा बाव्या नांवाच्या कवीनें केला आहे. त्याची एक अपूर्ती प्रत आह्मांस एका गोंधळ्याकडून मिळाली. पुढें वि० ज्ञा० विस्तार पु० २२ पृ० ५९ येथें छापलेली प्रत पाहिली. ती पुरी असल्या कारणानें तीच येथें घेतली. मधूनमधून आमच्या प्रतीप्रमाणें फेरफार केला आहे.

चाल—"जाऊं नकारे विषयाटविची वाट कठिण मोठी।" रामजोशी.

करविर काशी पुण्यराशी तक्त महाराजांचें । शिवाजी-महाराज छत्रपति राजे पन्हाळ्याचे ॥ ध्रुवपद ॥

त्यांचे वंशीं दोघे पुत्र काय नांव त्यांचें । आबामहा-

---

१ "महाराज गेले बाहिर काढले शेटे सावकार बघतात । आणिक बाबा म्हणुनि रडतात ॥" वि० पाठ. २ "महाराजाला आज्ञा झाली टाळी वाजवा हरिभक्त । गरीब खेमाजी नेणत गाण्याचा आखाडा तीथ ॥" वि० पाठ. ३ हा कोल्हापूरचा तिसरा राजा स० १७६१ पासून स० १८१२ पर्यंत गादीवर होता. थोरले शिवाजी महाराज शककर्ते यांचा पुत्र राजाराम याचा हा नातू होय. ४ याचें मूळचें नांव संभाजी. हा स० १८१३ पासून स० १८२१ पर्यंत गादीवर होता.

राज, बाबामहाराज नांव धाकट्याचें ॥ भले भले मानकरी शिपाई होते हुजरातीचे । होणार जाणार काय ठावें लिखित ब्रह्म्याचें ॥ सामानगडीं झाली लढाई कौतुक देवाचें । बदलले गडकरी डागले गोळे तोफेचे ॥ सुभाना निकम शिपाई धन्य धारिष्ट त्याचें । करूनियां मसलत योजी काम छाप्याचें ॥ छापा घातला इंग्रज लुटला नांव निकमाचें । शिवाजी० ॥ १ ॥

शुक्रवारचे दिवशीं त्यानें कशी मसलत केली । इंग्रज लोकांनीं लावली सलुख्याची बोली ॥ गडकरी ह्मणती इंग्रज भ्याली सलुख्याला आली । नका घालूं गोळी बंदी तोफेची केली ॥ रीव्हिज साहेब इंग्रज बहादूर बसून केली किल्ली । फितुरले गडकरी अग्न माचीला दिली ॥ आग लागली घरें जळालीं धुराटी झाली । झाला चहुंकडून हल्ला गर्दी किल्ल्याला चढली ॥ ह्मणे सुभाना निकम गडकरी त्यांशीं फितुरली । व्हायाचें तें झालें अक्कल शाहण्यांची गेली ॥ होणार जाणार काय कळे कशी वेळ आली । वाजला तंबूर द्वाही इंग्रजाची फिरली ॥ रहावें कशाला इथें निकमानें हो बगल दिली । उतरत होता माची गांठ इंग्रजांची पडली ॥ धरलें कुणाला नांव कुणाचें सुभान निकमाचें । शिवाजी० ॥ २ ॥

---

१ याचें मूळचें नांव शाहाजी. हा स० १८२२ पासून स० १८३७ पर्यंत गादीवर होता. २ आंबोलीघांटाच्या दक्षिणेस सह्याद्रीच्या माथ्यापासून निघून ईशान्येकडे तीस मैलपर्यंत जी एक डोंगराची ओळ गेलेली आहे तिचे टोंकाला हा लहानसा परंतु अति मजबूद किल्ला आहे. ३ हा शाहाजी ऊर्फ बाबासाहेब यांचा हुजऱ्या होता. स० १८४४ चे जुलै महिन्यांत गडकऱ्यांनीं जें बंड केलें त्यांत हा होता. ४ मि. रीव्हज् हा स० १८४४ त कोल्हापुरास कमिशनर होता. ५ डोंगराच्या माथ्यावरची सपाट जागा. ६ पळूं लागला, निसटला.

सामानगडावरती धरलें सुभाना निकमाला। करुनिमां कैद घेऊन आले डेऱ्याला ॥ रीविज साहेबानें नवा हुकूम बेडीचा केला। घालून बेडी पायांत पाहरा संत्रीचा दिला ॥ रातचे रात राहुं द्या निकमाला मुकामाला । बडी फजर दिन निकलतां धाडूं बेळगांवाला ॥ सकाळपारीं दिवस उगवून दोन घडी आला। रीविज साहेब करी ताकीद अवघ्या लोकांला ॥ चार सोजीर आठ संत्री बारा असामींला । बडा काफर अदमी सबने संभालना याला ॥ करून ताकीद शिबंदीला लावून रस्त्याला। हळु हळू चालतां मुकाम खरोशीचा केला ॥ दिवस मावळल्यावर दहशत पडली लोकांला । चार प्रहरही रात्र वैरी आली आह्मांला ॥ निकमाचे हो येतील कुमाइत नेतील निकमाला । रीविज साहेब जनमठेप देईल आह्मांला ॥ भ्याली मनामधीं नांव शिबंदी घेती देवाचें। शिवाजी० ॥ ३ ॥

खरोशीहून करून मसलत निघाले तेथून। हळु हळु चालतां वाटेनें लागली तह्रान ॥ वाटमार्गें जातां सुभाना निकम काय ह्मणे। धांवचाल घेतली कशापायीं निकडीनें जाणें ॥ शिबंदी उलट बोलती सुभाना निकमाकारणें । दिवसाची रात्र करूं पण बेळगावीं जाणें ॥ धांवचाल घेतली चालले कडोनिकडीनें । दहाघटका रात्रीं आले बेळगांवाकारणें ॥ जब्बर साहेबाजवळ रिपोट दिला टाकून। नाहीं केला उशीर घातला तुरुंगांत नेऊन ॥ पानतंबाकुसुपारीचा नाहीं हुकुम दोन। चौकीप्रमाणें अटक सोशिली सुभाना निकमानें ॥ दहा दिवस पहाऱ्यांत राहिला फितुरले त्यानें । पहारेक-

---

१ हा 'सेंटिनल्' या इंग्रजी शब्दाचा अपभ्रंश होय. २ हा 'सोल्जर' या इंग्रजी शब्दाचा अपभ्रंश.

त्याना ह्मणे दादा हो द्यावें वचन ॥ कडीतोडे गांव तु- ह्माला बक्षीस देईन । चिंमणाजी महाराज दया त्याची आहे संपूर्ण ॥ जें मागाल तें देईल तुह्माला नाहीं कांहीं उणें । पहारेकऱ्यांनीं दिलें वचन मग झाले प्रसन्न ॥ झालें इमान- भाक ठरलें उद्याचें जाणें । सकाळपारीं घटका दिवस आला उगवून ॥ परसाकडला तांब्या घेतला सुभाना निकमानें । चौघेजण पहारेकरी बरोबर आपण ॥ टेकाची हो वाट ओढा धरला चौघांन । धांवचाल घेतली चालले कडोनिकडीनें ॥ बारा घटका रात्रीं आले संकेश्वराकारणें । वेंकापा सराफ जातां जातां घेतला झोडपून ॥ वाटमार्गी जातां खेडें होतें ऐराण । घडून तोडे चौघांजणांला घातले त्याणें ॥ पहारे- कऱ्यांनीं पाहिलें होतें निकमाचें वचन । आज रात्रीं मि- ळाला आयरेकराला जाऊन ॥ आयरेकर निकम मिळून घेती मुजरे त्यांचे । शिवाजी० ॥ ४ ॥

आयरेकर निकम मिळुनी केलि मसलत कैशी । जाऊन बोलूं चला आतां चिमणा महाराजाशीं ॥ बादशाही मु- जरे करून जाऊन बसले बाजूशीं । शिकल कटार पांच हुकुम जर द्याल आह्मांसी ॥ इंग्रजावर लढाई घेऊं गुण- गंभीर खाशी । महाराजांनीं दिला हुकूम प्रसन्न झाले त्यांसी ॥ पहिलें नमन जाऊन केलें साधु पीरासी । नाहीं केला उशीर त्यांनीं तोफ डागायासी ॥ धनतुरुप सोजीर रीविज लागला पाठीसी । दाणे खिडीनें निघून आले सा- तव्यापाशीं ॥ इंग्रजांचा लोक पाहिला उशीर नाहीं त्या-

---

१ स० १८३८ पासून स० १८६६ पर्यंत तिसरा शिवाजी ऊर्फ बाबा- साहेब हा गादीवर होता. याचा धाकटा भाऊ शाहू यास चिमासाहेब किंवा चिमणाजी महाराज ह्मणत असत. २ बाबाजी आयरेकर हा शिबंदीच्या .धं- द्याचा मुख्य होता. ३ 'गनटूप्स्' या इंग्रजी शब्दाचा हा अपभ्रंश होय.

सी । धूम धडाका तोफा डागल्या लढाई जायासी ॥ इंग्रजाचा लोक पडला गणती नाहीं त्यासी । रीविज साहेबानें लिहून पत्र मग धाडलें मुंबईशीं ॥ गव्हरनर जनरलसाहेब त्यानें केलि मसलत कैशी । रेसिडेंट साहेब कोजून लावून दीला त्यासी ॥ दर मजलेला कुच करनी चाले वाटेसी । पांचवे दिवशीं पोंचले पन्हाळगडासीं ॥ त्याची बातमी ठावूक होती यमा रामोशासीं । चहुंकडुन मिळाले लोक घेरा दिला साहेबासी ॥ रेसिडेंत साहेब धरून नेला कैद केला त्यासी । आयरेकर बोले शिक्षा करो साहेबासी ॥ इतका जाव ऐकतां रेसिडेंट म्याला मनासी । जो बोले गा काम तुमारा सई करना देशी ॥ फितुरी लोक तुम तुह्मारा विश्वास कोणाशी । काढून शिरची टोपी खुण दिली आयरेकराशी ॥ तोडून बेडी सोडून दिलें रेसिडेंट साहेबासी । रीविज साहेब उलट बोलला रेसिडेंट साहेबासी ॥ तुह्मी बंदीवान लोक निकल जाना मुंबईसी । त्यानें फितुरलें होतें जाऊन आंत गडकऱ्यांसी ॥ पडका होता तट लावल्या तोफा तटासी । सहा घटकांमध्यें खिंडार केलें जागा जायासी ॥ घन तुरूप सोजीर जाऊन चढला माचीसी । राजा भोजाच्या वेळची लूट माफ झाली त्यांसी ॥ गोरगरीब बहुत धरिले कैद

---

१ हा किल्ला कोल्हापुरापासून दहा मैलांवर असून याची उंची एक हजार फूट आहे. २ हा कर्नल ओव्हान्स्. ह्याला सोडविण्याकरितां ता० २५ नवंबर सन १८४४ रोजीं जनरल डिलामोटी हा सैन्य घेऊन कमिशनर रीव्हज् व कर्नल ऊटराम यांच्या सह पन्हाळगडासमोर आला. ३ स० १०५० पासून स० ११२० पर्यंत कोल्हापुरीं शिलाहार राजांचा अंमल होता. त्या वंशांत दोन भोज नांवाचे राजे होते. त्यांपैकीं पहिला भोजराजा स० ११७५ पासून स० १२१० पर्यंत होता.

केलें त्यांसी । आयरेकर निकम पळून गेले वरल्या वेशी ॥ रातोरात जाऊन पोंचले विशाळगडासी[1] । पंताला[2] हो ह्मणे जागा द्यावी राह्यासी ॥ पंत बोलला येवढी जागा राहूं द्या बोलायासी । रामघाटीं जाऊन मिळाले फोंडसांवतासी[3] ॥ इमान भाक झाली लढाई देऊं इंग्रजाशीं । हजार लोक दडून त्यांनीं ठेवला बाजूशीं ॥ ह्मोरून फिरले मागून उठले सर्थीं गांठून त्यांसी । इंग्रजाचा लोक पडला गणती नाहीं त्यासी ॥ रीविज साहेब सरून राहिला जाऊन तीन कोशीं । सुभाना निकमानें कवाइती केली होती कैशी ॥ लालगिरी बावा आणला होता त्यानें जमातीशीं । करून बंडावा निघून गेले वजरचौंड्यासी ॥ मिरजकरांची रसद[4] मारली ठावूक अवघ्यांसी । त्यांनीं लिहुन पत्र धाडलें आपासाहेबासी[5] ॥ दादा[6] लागू धाडून दिला त्याचे तपासासी । दादा[7] लागूनें मुकाम केला गव्हाणापाशीं ॥ दादा लागू आला खबर कळली बंडाशीं । दगडाधोंड्याला गांठ घातली घटका रातीशीं ॥ सेनेमधीं झाला कालवा घाबरल्या देशी । कैक दडले फडांत जागा नाहीं पळायासी ॥ घोडीं पीढीं घेऊन बंड लागलें वाटेसी । लालगिरी बावाची बातमी ठेवली होती कैशी ॥ लालगिरी बावा त्यांनीं धरला करवीरासी । सुभाना निकम धरला त्यांनीं सातार खोऱ्यासी ॥ दोघे दिले फांशीं कळो[8] सरला त्यादिवशीं । कृष्णा वाघ्या

---

१ कोल्हापुरचे वायव्येस सुमारें ४० मैलांवर मलकापुर शहराजवळ हा किल्ला आहे. याची उंची ३३४८ फूट आहे. २ हा एक कोल्हापुरच्या अष्टप्रधानांपैकीं होता. ३ सावंतवाडीचा देसाई. ४ दाणावैरण घेऊन येणारी मंडळी. ५ आपासाहेब पटवर्धन हे सांगलीकर चिंतामणराव आपा होत. ६ स० १८४५ त. ७ सांगलीचे कारभारी. हरिपूर येथले राहणारे. ८ कलह.

ह्मणे आलें दोघाच्या दैवासी ॥ झालें तेवढें गाईलें असे विदित लोकांसी । असो परंतु किर्त केली नांव राजाचें ॥ शिवाजी० ॥ ९ ॥

---

१९. त्याच विषयावर दुसरा पोवाडा.

हा पोवाडा सुलतान नांवाच्या कवीनें केला असून आह्मांस एका गोंधळ्याकडून मिळाला.

हुवा दखनमें नक्षा सवाई सामानगडकिल्ला । इंग्रज बहादर सोजीर लढता खुब टोपीवाला ॥ ध्रुवपद ॥

दाजी पंडीत ह्मणे करा पेठ्याची तयारी । अटीकोट बलावले मराठे सारे मानकरी ॥ हिम्मतबहादर गायकवाड खरडेकर रणबहिरी । बाजी पाटणकर माने बागलकोटकरी ॥ करुनिया मसलत वाजे चौघडा रणबहिरी । बाबाजी आयरेकर केली कोलापुर मुकत्यारी ॥ सामानगडवाल्यानें टाकिलें पत्र करा स्वारी । मुंजापा हवलदार ह्मणे लढूं किल्ला लौकरी ॥ सुभाना निकम जंगी समशेर हातांत भाला । गेले मुंबईला टाक हुकूम बेळगांवधारवाडाला ॥ १ ॥

मद्रासी पलटणा मंगाऊ नरजिलका कहिना । कलकत्ता बंगाला मुंबईत सोजीर क्या लहिना ॥ दारुगोळा छकडा भरकर आया तोफखाना । नगरसोलापूरसे आया धनतुरूप लालबना ॥ सामानगडसे भिडे गोरे सोजीर क्या लहिना । छापे उपेर छापा डाले निकम लढे फुदना ॥ बिनपैशेका शिपायी लढा किल्ला येक महिना । चारतरफसे लगे मोरचे लह्या मुजे जाना ॥ दारुगोळा भरा इंग्रज बहादुर सामनेवाला । इंग्रज बहादर० ॥ २ ॥

---

१ दाजी कृष्ण पंडित हे धारवाड जिल्ह्याचे दप्तरदार. यांस स० १८४३ त कोल्हापुरचे कारभारी नेमिलें. २ पूर्वी कोल्हापुर इलाख्यांत २१ पेटे होते ते मोडून आणखी ६ पेटे दाजी पंडितांनीं नवीन केले.

मुंजापा हवलदार ह्मणे आह्मी लढावें कोठवर । नाहीं कोणी सामील कुमक येईना हातीं शिर ॥ मुदरगडावर दारु गोळा दाणा भरपूर । कोणि कुणाचें निरवण केलें आह्मांवर ॥ चोहोंकडून मुंग्यांची रवळ फिरंगी लढणार । बावासाहेब[1] महाराजं गेले रणांत रणशूर ॥ दोघे[2] बाळ आहेत लहान केला शत्रुनें जोर । काय वांचून पुढें पहावें मरणाचें घर ॥ आदितवाराचे दिशीं लढाई मोरचे चढले वर । गोरे दोन पलटणा दिल्या बिचाऊन लोक गडावर ॥ सातशें गडकरी एकचित्त मनसुवा केला । मुलें बायका ह्मणति मरूं या ठाणाला ॥ इंग्रज बहादर० ॥ ३ ॥

शके सोळाशें सहासष्ट आश्विन वद्य दोन प्रहरा । गडवाले गफलती चढला सोजिरचा पाहरा ॥ मद्रासी पलटणा चोहोंकडून नाकबंद गहिरा । तोफेचा भडिमार वर्षती गोळेमध्यें ठारा ॥ लैनीसी भिडे लैन किलच्यानें मार दिला फेरा । साहेब गोरे दिले बिचाऊन चमकती तलवारा ॥ मुंजापा हवलदार झाला लालेलाल सारा । राज्याचें अल्प खाऊन केल्या खऱ्या तलवारा ॥ सुलतान बहुरुपि गातो पवाडा चोहों मुलखीं झाला । दक्षिणेंत केला नक्षा सवाई बहादर रणधुल्ला ॥ इंग्रज बहादर० ॥ ४ ॥

---

१६. त्याच विषयावर तिसरा पोवाडा.

हा पोवाडा हुसेन व विठ्ठल यांनीं केला असून आह्मांस एका गोंधळ्याकडून मिळाला.

सुन करविर कोलापुर, नाम हें दूर, हयजी रणशूर, बाजे

---

१ सन १८३७ त शाहाजी ऊर्फ बावासाहेब महाराज तुळजापुरचे स्वारीस गेप्राले असतां वाटेंत तापानें मृत्यु पावले. २ शाहाजीस शिवाजी व शाहू असे दोन पुत्र होते.

राजनका डंका । चौंमुलकोंमे नाम हुवा सामावगडका ॥ ध्रुवपद ॥

भोजराजनकी नगरी, जुनी पांढरी, सुनो तुम जारी, देवतापिंडाचे धनी । हय रंकाळीकी दवलत निशाणी ॥ नयनोंमे देखे ताल, नाम रंकाल, जिवनी भुपाल, भरपुर भरा है निपानी । पद्‌माला नजिक नही उनकी शानी ॥ कुछ नही देख्या तल, सुनेका देवल, मोती जल, मच्छीमगर जिवानी । नव आगळे काशी तिरथ महामुनी ॥ (चाल) ॥ करवीर दरवाजा है जी दवलनका । तीनसो साठ गड भोजराजनका । पन्हाळा पवन जगा लढनेका । मनोहर मन संतुसगड बाका । दर्योंमे किल्ला पुंड मालवनका ॥ (चाल पहिली) ॥ तोफनका बांधा कोट, पानेका लोट, सुका दिया होट, बिलाज नहीं चलता दुसमनका ॥ चौंमुलकोंमें० ॥ १ ॥

इंग्रेज बहादर आये, मुकाम किये, लोक बैठाये, उतरे बनपुरीपर पंचगंगा । नदीके किनारे संगा ॥ लिये फौज, करता मौज, लहीनका बोज, आले गोल सरदार । लोट पठालम सरंजामे दलभार ॥ आघाडी घन तुरुप, पडे जरब, छत्रु दणे रणढोल बाजे तंबूर । तलवार बहादर जंगी समशेर ॥ (चाल) ॥ साहेब बोलता संभाजी राजनकु । सामानगड दिखाव चलो हमकु । अरमन देखने खुशी किया सबकु । हिमत बहादर सुने कान भरकु । दौलत तुमारी कोन अडाई तुमकु ॥ (चाल पहिली)॥ किलेकु एकच वाट, अवघड घाट, झाडी है दाट, इलाज नही चलता दुसमनका ॥ चौंमुलकोमें० ॥ २ ॥

आज निमे रातके रोजे, चढे इंग्रज, शहर गजें, नवाब टेकडीपर । कांचनी तोफ अवटका भडीमार ॥ कडक बिजली करनाल, गोला लाल, देख्या बाल, चलता छोटा जंबुर । औ

गेंद जैसे उडती है शीर ॥ तिनसो चट्टेकार, हो गये ठार, चलेना बार, सरदार । झुके बरोबर नही डरते मरनकु आगे सोजीर ॥ (चाल) ॥ मुंजापा नाइक लगा हसनेकु । भाऊ-साहेब महाराज आयेते फौज लेकु । दरखत लगाके आंबखाकु । मोंगल बहादर गये शकरजाकु । सामानगड नही आया वैसनकु ॥ (चाल पहिली) ॥ बोलने लाग बढाई, देऊं गे लढाई, नामी शिपाई, निमक है हलाल राजनका ॥ चौमुलकोमें० ॥ ३ ॥

ए है रामचंद्रका दल, रणखुंदल, आगे पायदल, चले जाऊ लंकेपर हल्ला । सातहजार मार दिया आऊटका गोला ॥ अर लिये भीमटेकडी, मार देवडी, हल्ला चढी, रणमे उडी, आघाडी झुक्या बालमबाला । दो हजार गिऱ्या टोपीवाला ॥ (चाल) ॥ फडनीस अन्ना फितुर किया । .... । .... । .... । .... ॥ (चाल पहिली) ॥ आसने चारके दिन, भिडे लइन, गया अवसान, दम नही अंदरवालेका ॥ चौमुलकोमें० ॥ ४ ॥

आज आदितवारके रोजे, किये के कुब, आणून साहेब, सदा बोला नाईककु । आज घातवार नही आते लढनेकु ॥ हुवा त्रहिरीशाम, लोक बेफाम, पावे आराम, निंद नही आनेकु । फडनीस बऊलाकर भेजे इंग्रजकु ॥ ले आव पट्टा लंब, क्याजी है दम, पडत समलम, चेला तयार हैकु । हणमंत दरवाजा घेर लिया जाकु ॥ (चाल) ॥ मुडदेपर मुडदा लगाजी गिरनेकु । मुंजापा नाईक खडाजी लढनेकु । सोटेसे मारे सोला जनेकु । सात गोल्या लग्या पडा जमनेकु । गोल्या खाकर उठे मारे सातजनकु ॥ (चाल पहिली) ॥

रणशूर शिपाई मर्द, उठाये गर्द, तोडो पर्द, दरवाजा खोलो विषका ॥ चौमुलकोमें० ॥ ५ ॥

आइतवार सामानगड लिये, वावटा चढाये, तंबूर बजाये, रिविज साहेब बहादुर ॥ गडकरी खासे भाग गये सारे ॥ भद्रगडकु मोर्चा लगाये, हल्ला चढाये, हुकूम वढाये, खर्डेकर काफीतुर । तीनघडीमे लिये दिन आइतवार ॥ पन्हाळा पावनगड, एक दिन लढ, आकर सब पडे, यम्या मांग फेर किया । किस वाशे आयरेकर निकल गया ॥ (चाल) ॥ नही आने दिया विशाळगडवाला । वावडा कारनें बांधा मुकावला । रांगणा भरतीखालीं नाहीं किल्ला । मनोहर मनसंतुस उडाऊ गोला । फोंड सांवत आकर गांठ पडे धुला ॥ (चाल पहिली) ॥ चौंफेर लगी है झाडी, हुये रेवडी, दिवस भुलपडी, खेतवा हुवाजी अलमका ॥ चौंमुलकोमें० ॥ ६ ॥

बावाजी आयरेकर फाकडा, उडाये घोडा, मोहरा तोडा, नाम तो किया जी आपना । मदत मौला अल्ली पुस्तपन्हा ॥ रामघाट लढकर गये, गुवेमे रहे, तै ठराये, फोंड सांवत किया सुन्ना । क्या फराशीस दे नही देत तुमना ॥ बैठे पुंड हो कर, मौजा करे, किसेना डरे, ये है दोदिनका सपना । एकदिन मर जाऊ दारजिना ॥ (चाल) ॥ ह्याचे हकिकत रही बोलनकु । लालगिर गोसावी दियेजी फांसीकु । सुभान निकमकु दे डाले गजकु । यम्याकु भेजे काले पानेकु । धारवाड दिये मोर्चाहिम्याकु ॥ (चाल पहिली) ॥ चौंमुलकोमे किया नाम, जनत रूमशाम, लेवो सलाम, नामका वाजत ठोका ॥ चौंमुलकोमें० ॥ ७ ॥

सरकार कुंपनी साहेबी, रखे खुबी, अल्ला नवी, मेहेर है परवरदिगारका । नही जुलुम नासती धरमराज उनका ॥

बोलेसे पैसा लेते, हुकुम चलाते, जुने रस्ते, जद है देवी-महुरमका । दरखुप रखते विजल किताबका ॥ ठिकाणा मं-गळवेढा, नाम है वडा, बनाया चौघडा, मकान पीरगै-बीका । शेक हुमीनसाहेब वस्ताद कवि बाका ॥ (चाल) ॥ चौंमुलकोंमे नाम इंग्रजबहादरका । महमादेवीका चलावे सीका । हिंमत शिपाई रखता लढनेका । दारूगोला जला तीन लाखका । क्या आयरे गयर खर्ची किया पैका ॥ (चाल पहिली) ॥ गावे हुसेन विठ्ठल, गर्दबादल, रणखुंदल, पवाडा किये जी मर्दोंका ॥ चौंमुलकोंमें० ॥ ८ ॥

भाग दुसरा.

पेशवे.

१. मराठे व दुराणी यांमध्यें पानिपत येथें लढाई झाली, याचर पोवाडा.

शिवाजी महाराजांचे नातू शाहूछत्रपति यांचे कारकीर्दीत पेशवे प्रथमतः उदयास आले. बाळाजी विश्वनाथ ह्यांस पेशवाईची वस्त्रें स० १७१४ त मिळालीं. पुढें त्यांच्या मृत्यूनंतर त्यांचे पुत्र बाजीराव बल्लाळ हे पेशवे झाले. यांनीं स० १७२१ पासून स० १७४० पर्यंत पेशवाई चालविली. त्यांचे मागून त्यांचे पुत्र बाळाजी बाजीराव ऊर्फ नानासाहेब हे स० १७४० पासून पेशवाईचें काम पाहूं लागले. हे पेशवे असतां स० १७६० त मराठे व दुराणी लोक यांचेमध्यें पानिपत येथें घोर संग्राम झाला, त्याचें कारण असें:—घरांतील वैमनस्यामुळें बाजीराव बल्लाळ यांचे धाकटे बंधु चिमणाजी आप्पा यांचे पुत्र सदाशिवराव भाऊ यांचे मनांत नानासाहेब पेशव्यांचे पुत्र युवराज विश्वासराव यांस दिल्लीचे तक्तावर बसवून आपण त्यांचा कारभार करावा, आणि पुनः पुण्याकडे पाहूं देखील नये असें होतें. स० १७६० मध्यें अहमदशाहा अबदाली गिलच्यांचा मोठा भरणा घेऊन हिंदुस्थानांत आला आणि उत्तरेकडील मराठ्यांचीं ठाणीं घेऊं लागला. त्या गिलच्यांचें आणि उत्तरेकडील इतर शत्रूंचें पुरें पारिपत्य करावें या हेतूनें अफाट सैन्य जमवून भाऊंची स्वारी पुण्याहून निघाली. आपला देश व आपलें राज्य सोडून परक्याचे राज्यांत किंवा हद्दींत शिरून लढाई देणें हें काम अत्यंत कठीण असूनही भाऊंनीं तें आंगावर घेतलें. भाऊ हे रावणदुर्योधनादिकांसारखे मानी होते. आफगाण लोकांसारख्या कडव्या लोकांशीं लढून जीव बचावून येणें

फारच अवघड असतांही भाऊंनीं त्यांस टक्कर दिली. या युद्धापासून मराठ्यांची अत्यंत नासाडी होऊन त्यांस पुनः वर डोकें काढणें अत्यंत मुष्किलीचें झालें. असें घोर रणकंदन मराठेशाहींत पूर्वी कधींच झालें नव्हतें. पुढील तीन पोवाड्यांत या युद्धाचें वर्णन आहे.

पहिला पोवाडा सगनभाऊ यांनीं रचिलेला आहे. हा कवि शेवटच्या बाजीरावाच्या वेळीं विद्यमान होता. हा पुण्यांत राहणारा असतांही हा पोवाडा पुणेंप्रांतांत प्रसिद्ध नसून सातारा, फलटण, मिरज, सांगली, इत्यादि ठिकाणीं दक्षिणेंत मात्र आढळतो. असा अप्रतिम पोवाडा इकडे उपलब्ध नाहीं यावरून असें वाटतें कीं, स्वराज्याबरोबरच तो येथून नष्ट होऊन तिकडे स्वराज्यांतच तर दडून राहिला नाहींना? या पुस्तकांतील सर्व पोवाड्यांत हा उत्तम प्रतीचा आहे. स्वारस्याच्या संबंधानें तर याविषयीं लिहिणेंच नको. पुढें खर्ड्याचे लढाईचे पोवाड्यांत "तलवार पुण्यावर धरून। मोंगल आला चढाई करून॥" हें जसें ध्रुवपद साधलें आहे, तसेंच यांत "भाऊ नाना तलवार धरून। गेले गिलच्यावर चढाई करून॥" असें ध्रुवपद आहे. "गर्वाचें (चढाईचें) घर खालीं" असा उपदेश पोवाडे ऐकणारांस कवीचे मनांतून करायाचा होता, असें या दोनीही समसमान पोवाड्यांवरून दिसतें. हा पोवाडा ऊर्दुभाषेंतील 'फत्तेजंग' अथवा 'जंगबहार' पोवाड्यावरून

---

१ पेशव्यांच्या जंगबहारचा पोवाडा हा ऊर्दुभाषेंत असून तो सोनवडी ता० भिमथडी येथील पाटील यांस येतो. तो त्यांचे आजे कादरसाहेब पाटील यांनीं केला. माळेगांवकर जाधवराव हे पानपतांत गेले होते त्यांनीं तेथील लढाईची कच्ची हकिकत कादरसाहेब पाटिल यांस सांगितली आणि तीवरून त्यांनीं पोवाडा तयार केला. याचे पस्तीस चौक आहेत. हा पोवाडा पेशव्यांनीं ऐकून पानपतचे साडेसातशें कैदी सोडले असें ह्मणतात. हा पोवाडा आह्मांस उतरून देतेवेळीं सदर पाटिलांचे नातू नाना व इब्राम बल्लद सगाजी पाटील यांनीं डोळ्यांस पाणी आणून सांगितलें कीं, 'हा पोवाडा वंशांत एकासच येतो. तो आजपर्यंत कोणास लिहून दिला नाहीं, कीं शिकविला नाहीं. आतां हा सुस्थळीं जातो ह्मणून आणि श्रीमंत बापूसाहेब निंबा-

रचिला असावा. हा फल्टणांत घडशाचे तोंडून आह्मी प्रथम ऐकिला. घडशाची ह्मणणी अपूर्व होती. ती गवई चालीवर असून त्याचा आवाज खणखणीत होता, यामुळें पोवाडा ऐकतां ऐकतांच आमच्या प्राचीन वैभवाचें आणि शौर्याचें वारें आंगांत भरून मन थक्क होऊन गेलें! आणि चार घटका सोनपत पानपतचे अफाट मैदानांत मराठे-दुराणी युद्धाचा अघोर परिणामच पहात आहों कीं काय असें वाटलें! नंतर तोच पोवाडा मिरजकर गोंधळ्यांकडून पुनः ऐकून घेतला. या गोंधळ्यांची ह्मणणी चांगली, वाणी शुद्ध आणि गोड होती. फल्टणचे घडशा इतका खणखणीत आवाज नव्हता तरी त्याची ती ह्मणणी ऐकून ब्राह्मणी राज्याचा आह्मांस अभिमान वाटला. याचे अठरा चौक तुळजापूर आणि अक्कलकोट येथील गोंधळ्यांजवळ आहेत ह्मणून ऐकितों. मिरजकर गोंधळ्यानें सांगितलें कीं, 'आमचे वडिलांस जितके पोवाडे येत असत तितके पोवाडे आह्मांस येत नाहींत, याचें कारण श्रीमंत धनी हे आमचे वडिलांकडून पोवाडे नेहमीं ह्मणून घेत असत; तसा प्रकार आतां नाहीं! वडिलांचे ऐकतां ऐकतां जे राहिले ते राहिले!' हें वाचून पोवाडे बुडाल्याबद्दलची वाचकांस दिलगिरी वाटेल. आतां तें स्वराज्यच आहे ह्मणून तेथें बरेच पोवाडे तगले आहेत. अजूनही पटवर्धन मंडळींतील एखाद्या राजबिंड्यास पोवाडे ऐकण्याचा छंद लागला तर पुष्कळ पोवाडे मिळतील आणि त्यापासून त्यांस चार घटका करमणूक होऊन त्यांचें रंजन होईल; इतकेंच नाहीं, तर आपल्या पूर्वजांचे पराक्रम ऐकल्यानें चित्ताचें औदासीन्य मोडून जाऊन विलक्षण प्रकारचा आल्हाद होईल. या छंदापासून इतर जनांस तर अद्भुतच लाभ होतील. नुकतें लोपलेलें आमचें तेज आणि

ळकर यांचे आशेस्तव उतरून देतों.' हा जंगबहार पोवाडा पाहून असें वाटतें कीं, आमचे लोकांत इतिहास लिहून ठेवण्याची चाल नव्हती असें जें ह्मणतात तें खोटें असून मागील काळांत तर ही आवड अत्यंत होती असें दिसून येतें.

भव सर्वांस समजून या कर्मणुकीचे साधनापासून आमच्या देशाचा अत्यंत मोलवान् जो इतिहास तो जागृत होईल.

चाल—'तुझी काळजी मला राजसा जासूद पिटवा इथुन।'—लावणी.

भाऊ नाना तलवार धरून । गेले गिलचावर चढाई करून ॥ ध्रुवपद ॥

सवाई बाजीराव पेशवे पुण्यवान[१] प्रधान[२] । नाना भाऊ गादीवर शूर जन्मले जैसे अर्जुन[३] ॥ शहर पुणें वसविलें मोहरा पुतळ्यांला नाहीं कांहीं उणें[४] । चमके नंगी[५] तलवार सैन्य हें सारें लष्कर पाहून ॥ गर्व[६] कोंदला फार जैसा लंकापती रावण[७] । होणारासारखें प्राक्तनीं[८] कैसें लिहिलें ब्रह्म्यानें[९] ॥ (चाल) ॥ बोलवून अवघे वजीर । सजवूनया सभा सुंदरें[१०] ॥ मग कैसा केला विचार । पत्रें लिहिलीं ऐकच[११] तार ॥ अष्टप्रधान[१२] मानकरी[१३] सारे । जरीपटका ऐशीं हजार ॥ आले[१४] मल्हारराव होळकर । फौजेमध्यें कुल[१५] अकत्यार ॥ पलटणी[१६] उभ्या तय्यार । शिंदेशाई[१७] तोफेचा बहार ॥ बारा हजार बाणांची कतार[१८] । चाळीस हजार भोंसले

---

१ केलेलें आहे सुकृत ज्यांनीं. २ शाहूछत्रपतीचे प्रधान. ३ पांडवांत धर्मराज बंधु थोरले आणि अर्जुन धाकटे असून मोठे पराक्रमी असत, तसेंच येथें नानासाहेब धर्मापरी आणि भाऊसाहेब अर्जुनापरी समजावे. ४ 'कदा पैशाशीं नाहीं उणें' पाठभेद. ५ नग्न. ६ 'गर्व दाटला फार' पा०. ७ रावण जसा मानी होता, आणि श्रीरामचंद्राशीं वैर करूं नको असें रावणास कुंभकर्णानें सांगितलें तरीं त्यानें ऐकिलें नाहीं, तसेंच भाऊसाहेबही मानी असून त्यांनीं पानपतांत कोणाची मसलत ऐकली नाहीं असा भाव. ८ कपाळीं. ९ विधीनें. १० सभेचे दिवाणखाने. ११ एक फर्म्याचीं पत्रें लिहिलीं. १२ छत्रपतींचे अष्टप्रधान. १३ छत्रपतींचे मानकरी. १४ 'भाला ऐशीं हजार होळकर' पा०. १५ सर्व. १६ 'पलटणी फरास तय्यार' पा०. १७ 'शिंदेशाई तोफेचा भर' पा०. १८ कैची.

नागपुरकर ॥ वीस हजार आरब सुमार । तीस हजार है[1]-पशी बरोबर ॥ अठरापगड[2] लोक सारे । आपलाल्या मि[3]-सलीवर ॥ (चाल) ॥ चाळीस हजार पठाण नित्य तेथें चमकती । अर्बुज[5] जात ही खंदी[6] फिरे भोंवती ॥ सिंध जाट रोहिला नाहीं त्याला गणती । घोरपडे नाईक[7] निंबाळकर नौबद वाजती ॥ घाटगे मोहिते माने पाटणकर झुकती[8] । ढालेशीं ढाल भिडे जरीपटक्याचा हत्ती[9] ॥ चाळीस हजार सेंडक[10] करनाटक चमकती[11] । हे मानकरी भाऊचे ऐसें दुनया[12] बोलती ॥ एक एका बरोबर ऐसे पतके किती । बाराभाई जमले नाहीं त्यांची गणती ॥ सांडणीस्वारांची डांक फिरे भोंवती । .... ॥ ऐशी[13] जमावंदी करून । भाऊ नाना० ॥ १ ॥

शॉण्णव[14] कुळींचे भूपाळ सारे मानकरी बरोबर । धायगुंडे पायगुंडे मोरे शेडगे पांढरे महाशूर ॥ खल्लाटे लोखंडे भिसे वाघमोडे आणिक हटकर[15] । शेळके बोळके काळे खपले खराडे नाहीं त्यांला सुमार ॥ शिरके महाडिक मिसाल[16] पिसाळ वाघे बरगे आहेत बरोबर । जाधव धुळपोळ चव्हाण डफळे भोंसले गुजर रणशूर ॥ लिगडे कदम फडतारे धाडगे यादव थोरात भापकर । आंगळे निंगळे सेवाळे शितोळे रणदिवे वावळे खळदकर[17] ॥ गाढवे रसाळे जगताप[18] जगदाळे काकडे

---

१ हपसणांतील लोक. २ अठराजातीचे. ३ तजदिजीवर. ४ हत्यारें. ५ अडाणी. ६ कडवी, कठीण. ७ फलटणचे निंबाळकर नाईक. ८ डौलानें चालती. ९ पेशव्यांचा जरीपटक्याचा हत्ती मौलाबक्ष नांवाचा बहुत दिवस होता. १० तलवार. ११ लकाकतात. १२ सर्व लोक. १३ 'देगें शाहूचें भरपुरून' पा०. १४ सूर्यवंश, सोमवंश, यदुवंश व शेषवंश हे चार वंश प्रसिद्ध असून मराठ्यांच्या शाण्णव कुळ्या आहेत, त्या दरोबस्त या चार वंशांतून निघाल्या आहेत. १५ हे धनगर होळकरांचे. १६ 'मोहिते' पा०. १७ 'खळटकर' पा०. १८ 'सोनावणे जगताप' पा०.

ाटकर। हे सारे सुभे भाऊचे उभे आपलाल्या बाजूवर ॥ चाल) ॥ चाळीस हजार करवल[1] जमले। सोडिले शिरा- र समले[2] ॥ रास्ते पटवर्धन गमले[3]। ढमढेरे तळेकर तुमले ॥ ाले पंत[4] जागा त्यांनीं आंखली। नाना फौज पाहतांना च- ले ॥ दलबादल[5] डेरे दिले । नगारखाने[6] झडूं लागले ॥ ोसावी[7] त्यामधिं वायले । फक्कड ते सोटेवाले ॥ मग ल[8]- ाण कितीक आले। बावन पागा फारच झाले ॥ (चाल) ॥ कोतवालघोडे[9] सजविले श्यामकर्ण। भरगच्ची[10] हत्तीवर झुला ाली हौसेनें ॥ हौदे[11] अंबारी आयन्याचें तारांगणें। आघा. डीला चालली लगी[12] भडक निशाणें[13] ॥ सूत्रनाळी[14] जंबुरे[15] उं- टावर रोखून। खंडी[16] पट्टा[17] सुरे[17] तिरकमठा[17] कमान[18] लावून ॥ ाल फिरंग[19] नवाजखाणी[20] निशंग गगन लकेरी खूण । पि- स्तुल[21] बंदूक चकमक चमके[22] संगीन ॥ कडाबीन[17] बकमार[17] ाची खूण। राहिले एकदील खूण करून ॥ चाले फौज ाय पाहतां दुरून। भाऊ नाना० ॥ २ ॥

---

१ करवल ह्मणून स्वारांत एक तऱ्हाविशेष आहे. २ पागोट्याचे पदर ोडलेले असतात त्यांसच 'समले' ह्मणतात. ३ 'नाहीं दमले' पा०. ४ पंत ्रतिनिधी व सचीवपंत. ५ दलबादल डेरे फौजेंत असतात. ते फार मोठाले असून हजारों माणसांस बसण्याची त्यांत सोय असते. लढाईत मोठाले जमाव एकेठिकाणीं जमवावयाचे असल्यास दलबादल डेऱ्यांत जमवीत. ६ रणवाद्यें ाजविण्याची लढाईत चाल आहे. त्याप्रमाणें नगारखाने दुमदुमायास लागले. ७ गोसाव्यांची पलटण पेशवाईत होती हें सर्वत्रांस विश्रुत आहे. ८ चार- ांची जात. ९ फौजेपुढें चालणारे वारू. १० 'भरगच्ची हत्तीवर झुला जशा ुरुण' पा०. ११ 'हौदे अंबारी आयन्याचीं भडकें निशाणें' पा०. १२ झेंडा. १३ जरीचीं लखलखीत निशाणें. १४ लहान तोफा. १५ शस्त्रविशेष. १६ तरवार. १७ शस्त्रविशेष. १८ कमानीसारखी धनुष्याची दोरी ओढून. १९ शस्त्रविशेष. २० तलवार. २१ लहान बंदुक. २२ तोड्याची बंदुक चकमकीनें उडते.

आंगळे इंगळे शेवाळे शिताळे रणदिवे वाखाळे खळटकर । गाढवे रसाळे सोनवणे जगताप जगदाळे काकडे काटकर ॥ वोवडे ढुवल मोहिते सिगाडे सांवत खिरसागर । गोडसे निकम दुधे फाळके धुमाळ गजरे वालकर तोरदळकर ॥ (चाल)॥ कितुरकर देसाई हातीं भाले । हैदराबादकर मोंगल आले ॥ मंत्री चिटणीस नरगुंदवाले । कोकटकर महाराज खटाववाले ॥ कुडुकवाल्यांनीं खजिने पाठविले । गोंवेकर फरास पुढें गेले ॥ (चाल) ॥ जमराडे सरदार झांबरे शूर अतिरथी । लई धनगर शाण्णव कुळींचे मराठे होती ॥ हत्यार जमई जमदाड माडु घेऊन हातीं । विषबाझवांगीं गुरगुज सांग सोंटा बरची फेंकिती ॥ सुरसेप दारूचे केप धुंद लढयेती । फसत वालमपेंच खुबचार मार लई होती ॥ देणें महाराजांचें परिपूर्ण । भाऊ नाना० ॥ ३ ॥

नाना भाऊंनीं विचार केला फौजा पाहाव्या ह्मणून । स्वारी निघाली बाहेर पर्वतीच्या[1] दर्शनाकारणें ॥ डंके झाले चहूंकडून घोड्यावर ठेविलें जीनें । भले भले सरदार चालती आपआपल्या मिंसलीनें[3] ॥ पेंढार[2] पुढें मागें तोफा चालल्या दारू गोळा बार भरून । हत्तीवर सूत्रनाळ[4] उंटावर बाण भरून ॥ बारा हजार उंट बाणांच्या कैच्या मागें चाले देंवा धरून[5] । करावीन बकमार आरब सिंध रोहिले गोलचे गोल भरून[6] ॥ करवलवाले एकांडे[7] पन्नास हजार रहदारी करून । धासडीवाले[8] धनगर निवडक बाजूवर ठरून ॥ (चाल) ॥ पुढें[9] होळकर चालला । शिंदेशाई ना

१ पुणेंशहराबाहेर टेंकडीवर पर्वतीदेवीचें स्थान आहे; तें पेशव्यांचें कुलदैवत होय. २ खोगीर. ३ मानापानानें. ४ लहान तोफा. ५ 'धीर धरून' पा०. ६ 'धरून' पा०. ७ एकांडे ह्मणजे एकेकटे. ८ होळकराचे लोक. ९ 'होळकर मागें चालला' पा०.

गणतीला ॥ साडे सातशें कोतवाल सजविला । त्यांला भरगची झुला[1] ॥ सहा हजार तोफा बार भरला । पायदळ निशाण कडक पुढें उडाला ॥ चार हजार सोटेवाला । सात[2] हजार वल्लमवाला[3] ॥ गोलचा गोल नाईक आला । मागें फौज करनाटकवाला ॥ बाराभाईचा घोडा मग भरला । बावनपागा[4] बारगीर जमला ॥ माय मोर्तब आले गणतीला । साठ मान[5]करी मोरचलवाला ॥ (चाल) ॥ स्वारीचा थाट एकचित्तें झाला बरा । होणार टळेना ब्रह्याच्या अक्षरां ॥ रंगविले हत्ती पाखरा भरजरी जरा[6] । अंबारी साडे सातशें मोती[7] झालरा ॥ नाना भाऊनीं करून पोषाग चंदेरी तऱ्हा । गळे कंठी पाच शिरपेंच मोत्यांचा तुरा ॥ कपाळीं केशरी टिळा चंद्र दुसरा । हौद्यांत बसून शाहीचा घेत मुजरा ॥ (चाल) ॥ तीस हजार अबदागिरी बरोबर चाले ढिगारा । संगे झडती[9] चौघडे शिंगें तुतारा ॥ पर्वतीचें दर्शन घेऊन येत माघारा । फौ[8]जेकडे पाहतो भाऊ फिरून माघारा ॥ नऊ लाख सैन्य ऐं[10]कदिल घोडा सारा । .... ॥ शहर पुण्यास मुजरा करून । भाऊ नाना० ॥ ४ ॥

बाण बालम जिरीटोप[11] बंकतारे[12] चाळीस हजार गणतीला । जामदारखाने फोडून पैसा साऱ्या सेनेशीं वाटिला ॥ कडीं तोडे पोषाग कंठ्या[13] दिल्या झाडून[14] फौजेला ।

---

१ 'साडेसातशें कोतवालघोड्यांवर भरगची जरीच्या झुला घातल्या होत्या. २ 'सात हजार मागें' पा०. ३ 'बालमवाला' पा०. ४ बावनपागा बारगीर, ही पेशव्यांची हुजुरात. ५ सरदार. ६ जरीच्या भरगची. ७ मोत्यांच्या झालरा. ८ फौजेचा. ९ रणवाद्यें चौघडे शिंगें तुतारे वाजूं लागले. १० एकसारखा किंवा एके मनाचा. ११ शिरस्त्राण. १२ चिलखत. १३ सिंहगड घेणाऱ्या फौजेस छत्रपतींनीं एकेक किंवा सव्वा सव्वा रुपया दिला, आणि त्याच छत्रपतीच्या प्रधानांनीं पानपतावर जाणारे फौजेस कडीं तोडे व कंठ्या दिल्या ! १४ सर्व.

शांत केली चित्तवृत्ति मग मनसुबा[1] काढला ॥ हत्ती[2] लढविले गिलचे पेशवे यश आलें शत्रूला[3] । राघोबादादा म्हणे भाऊसीं प्रश्न पाहूं चांगला ॥ नाहीं ऐकिलें पुढें होणार नें टळे कोणाला[4] । दक्खनची सौभाग्यगळसरी[5] तुटली त्या समयाला ॥ समस्तांनीं अर्जविलें[6] भाऊ ऐकेना सर्व मंडळीला । चाल केली गिलचावर डंके वाजवित चालला ॥ (चाल) ॥ धरिली दिल्लीची वाट । अजिंठ्याचा[7] उतरला घाट ॥ बंडावे[8] मोडले[9] वाट । सातपुड्याची झाडी दांट[10] ॥ नऊशें[11] कोसें मारवाड नीट । त्यानें जाऊन घेतली भेट ॥ दिल्ली जमाबंदी घट । बादशाहानें आणविला जाट ॥ लखनोरचे[12] नबाब जवघाट । दीडलाख[13] फौजेचा थाट ॥ बादशाहांनीं आणिला जाट । सेना जमली अटोकाट ॥ (चाल) ॥ धारचे पवार जयपूर उदेपुरवाला । रातोरात पोंचली डाक सरंजामाला ॥ नाना भाऊंनीं जाऊन यमुनेवर[14] डेरा दिला । भिडविले मोर्चे लढती किल्ल्याला[15] ॥ किल्लेदार बडा रणशूर मार लाविला । बारा[16] हजार तोफ सरबत्ती[17] दिली तोफेला ॥ मोर्चे गडती फौज लढती केली हल्ला । घेतला किल्ला जेरबस्त[18] बादशाहा

---

१ मसलत. २ एक गिलच्यांचा हत्ती कल्पून व एक पेशव्यांचा हत्ती कल्पून ते लढविले. ३ गिलच्यांचा हत्ती जिंकला. ४ 'नाहीं टळले बचनाला' पा०. ५ अपशकुन झाला तीच दक्षिणेची सौभाग्यगळसरी तुटली, असें कवीनें मानलें. ६ प्रार्थिलें. ७ अजिंठ्याचा घाट खानदेशांत आहे. ८ 'बंडाळी' पा०. ९ 'मोडली' पा०. १० सातपुड्यांत पूर्वी इतकी दाट झाडी होती कीं एका दोघांस त्या रस्त्यानें जाणें अत्यंत कठिण असे. ११ नऊशें कोस मारवाड. हे बरोबर नाहीं. १२ लखनोरचा नबाब अबदल्लीस मिळाला होता हें प्रसिद्धच आहे. १३ 'तीनलक्ष' पा०. १४ प्रयागजवळ पेशव्यांची छावणी पडली. १५ प्रयागचा किल्ला यमुनेंत आहे त्याला. १६ प्रयागचे किल्ल्यावर बारा हजार तोफ लावून. १७ सरबत्ती दिली. १८ बादशाहा जरबेंत आला.

केला ॥ भाऊची खरावी गणीत नाहीं जखमेला । भाऊ दि-लगिर फार दिला हुकूम तोफेला ॥ दिल्लींत माईना मुडदा गंज पडला । धिटाई करून हल्ला चढविला ॥ दिल्ली शहर घेतलें सर करून । भाऊ नाना० ॥ ५ ॥

अटोकाट जमले पठाण कुंजपुऱ्यास साठ हजार । दुहेरी तोफा लाविल्या पुढें कोसाचा मार ॥ कुंजपुरा येईना हातीं भाऊ जाहले मनीं दिलगिर । बोलावून पेंढारी मग त्यांनीं काढला विचार ॥ दिल्ली सोडावी डावी उदेपूर वेढावें चहूंफेर । होळकराशीं केला हुकूम बाण मग सोडी नागपू-रकर ॥ आतां फराशीस पुढें गेले गरनाळा भरगोळ्यांचा मार । पेंढाऱ्यांनीं वेढें उठविला तोफखान्यासमोर ॥ (चाल) ॥ जागोजागा छबिने भाऊचे । राऊत पायदळाचे ॥ तट पाडिले किल्ल्याचे । फार सैन्य पडलें भाऊचें ॥ चढलें निशाण शिंद्यांचें । पाट वाहती बहु रक्ताचे ॥ एक लाख म-नुष्य दिल्लीचे । घायाळ पडले जखमाचे ॥ बारा हजार पेंढार भाल्याचे । लूट मुभा दिल्लीची ॥ (चाल) ॥ फोडिलें तक्त दिल्लीचें खजिना काढिला । कुमकेस घेतली फौज कुच मग केला ॥ आले नाना भाऊ धासत हिंदुस्थानाला । लखनोरचा नवाब रातोरात पळून गेला ॥ लुटलें शहर सारें आग्र्यावर हाला दिल्या । राजा रणजीत जाट रणसिंग लाहोरवाला ॥ बयथाई दिली भरतपुराला मिळाला । लिहून धाडिलें

---

१ दिल्लींत सर्व रस्त्यांत मुडदे पाडले. २ दिल्लीनजीकच कुंजपुरा आहे. ३ फ्रेंच. ४ 'वेढा' पा०. ५ 'पूर वाहती बहु अशुद्धाचे' पा०. ६ 'वीस हजार पेंढार' पा०. ७ ज्याला जी लूट सांपडेल ती त्यानें घ्यावी अशी मुभा दिली. ८ 'खजिना भरियला' पा०. ९ 'लुटलें शहर सांबर' पा०.

पत्र रुमशामाला ॥ चवदाशें कोस घोडा अटकेस पाणी पाजला । रातोरात डाक गेली गिलचाला ॥ आले वकील सलाम करून । भाऊ नाना० ॥ ६ ॥

वकील उभे हात जोडून बोलती नानाभाऊकारण। [2]लंब धाडली तुह्मा खर्च झाला पैसा देईन ॥ [3]पुण्याप्रती राज्य करावें दिल्ली अटकेपासून । क्रोध आला भाऊशीं [4]नऊकोट रुपये द्यावे धाडून ॥ चवदाशें कोस आलों पुढें चवदाशें कोस [5]जाईन । [6]ईस्तंबूल घ्या किल्ला मुलुख रुमशामचा पाहीन ॥ दोनी हात बांधून शरण यावें तेव्हां परतून जाईन । गिलच्या बोले कोणी आशा ठेविली आलें मरण ॥ फेर पत्र पाठविलें दांतीं धरून यावें तृण । ....॥ (चाल) ॥ पत्र वाची त्या वेळेशीं । कळविलें अवघ्या फौजेशीं ॥ भाऊ बोले तेव्हां नानाशीं । तीस हजार फौज घ्या खाशी ॥ गोविंदराव बुंदेले बनशी । दोन पतके बरोबर खासे ॥ केला रवाना त्या दिवशीं । दाणा वैरण आणावयाशीं ॥ डाला दिल्या आग्र्यावर त्यादिवशीं । झाला हुकूम खजिना आणायाशीं ॥ खजिने भरले छकड्याशीं । रातोरात डाक गिलच्याशीं ॥ आली चालून

---

१ रुमशाम हल्लीं कानस्टांटिनोपलला ह्मणतात. २ सल्ला करण्यासाठीं बोलणीं. ३ पुण्यास राज्य करावें, तें थेट अटकेपर्यंत करावें. ४ 'नव्वदकोट' पा०. ५ ही सदाशिवराव भाऊंची अत्यंत हाव दिसते. पेशवाईत काबुल ताब्यांत आणून इराणच्या शाहाशीं पेशव्यांनीं पत्रव्यवहार सुरू केलेला पुणें येथें एका गृहस्थापाशीं आहे पण तो छापण्यास मिळत नाहीं. ६ कानस्टांटिनोपल घ्यावें ही नेपालियन बोनापार्टसारखी भाऊंची महत्वाकांक्षा दिसते. ता० २३ डिसेंबर स० १७६० पर्यंत सल्ला होईल असें वाटत होतें; पण त्यादिवशीं अब्दालीचा वजीर मशिदींत जात होता त्यावर मराठ्यांचा हल्ला होऊन बळवंतराव मेहेंदळे पडला यामुळें बिघाड झाला.

मुकामाशीं । दहा हजार कापिले फौजेशीं ॥ शिरें पाठविलीं भाऊशीं । भाऊ ह्मणे कोणेएकाशीं ॥ असे नऊ लाख माझे- पाशीं । ………………… ॥ (चाल) ॥ गिलचाची फौज आली चालून भाऊवर । भाऊ हटेना लढणार तोही रणशूर ॥ झाला हातघाई दिवस पहिला सोमवार । आरबांनीं केली गर्दी गोळी अपार ॥ गिलचाचे पडले मुडदे पळतां बेजार । धाडिलें पत्र रुमाला गेलीम शिरजोर ॥ बडा खंदा ब्राह्मण नऊलक्ष फौज रणशूर । पानपतावर छावण्या खंदका बा- हेर ॥ आह्मीतरी ना येऊं हातीं घेतलें शिर । धाडा सडी फौज खाशी करून तय्यार ॥ चारदस्ते घोडा पाठवा एक दिल सारे। ………………… ॥ धाडा खर्ची खजिना भरून । भाऊ नाना० ॥ ७ ॥

बादशाहानें पत्र वाचतां झाले मनीं दिलगीर । आऊक्ष- दोरी तुटली आह्मावर कोपला ईश्वर ॥ इस्तंबूल मागतां किल्ला चवथाई द्यावी कोठवर । मरून खरे होऊं परंतु ना जाऊं ह्याचे हार ॥ सांडणीस्वार फेंकिला कंधार पंजाब पं- चीन बहादर । वजीर बोलावून विडे दिले गिलचांस केलीं वस्त्रें ॥ फत्ते करा तलवार बक्षिसा देईन मुलुख महामूर । गा- दीचें नांव राखा सध्यां देईन पैसा मुबलक फार ॥ (चाल) ॥ घोडा चार दस्ते बोलाविला । दिला पोषाग पिवळा शेला ॥ दुराण्या राऊत बोलाविला । बादशाहानें शिरीं हात ठे- विला ॥ भले भले शिपाई अघाडीला । शहराबाहेर डेरा दिला ॥ सैहा हजार तोफ बार भरला । पुढें चालतां कडक

---

१ 'भाऊ आटपेना तोही लढणार रणशूर' पा०. २ शत्रु. ३ 'सोनपतावर छावणी खंदक चौफेर' पा०. ४ 'तीन हजार तोफ' पा०. ५ 'पुढें कडक उडाला' पा०.

उसळला ॥ हिरवें निशाण हिरव्या ढाला । फौजेचा [illegible] असा वळला ॥ ह्यादिवशीं मुक्काम केला । बोलाविलें अस्तरीला ॥ आह्मी जातों रणघराला । आतां आलें रांडपण तुजला ॥ (चाल) ॥ तोडून गरसुळी फोडून हातचीं कांकणें । झाली निरवानिरवी शिरीं बाशिंग बांधून ॥ पैजेचे विडे उचलिले यश घेऊन । चारदस्त पडतील त्यादिवशीं रूम सोडीन ॥ बादशाहास बोलती कधीं ना येऊं परतून । शंभर कोट रुपये खर्ची देईन धाडून ॥ अथवा जाईन मरून । भाऊ नाना०॥८॥

अकराजणांची कुंपीन अकराशांचें एक पलटण । अकरा पलटणांचा एक कंपु अकरा कंपूंचें एक दस्तन ॥ अशीं दोन दस्त ठेविलीं रुमाच्या गादीला राखण । चारदस्त सरंजाम नदी सत्रंजी आले उतरून ॥ पिवळे करून पोषाक नवरे तळहातांत शिर घेऊन । धाडिले वकील गिलच्यांनीं मसुदे बोलाया कारणें । नाहीं ठरलें बोलणें भाऊसाहेबाशीं गर्व दारुण । वकील आले माघारे वृत्तांत कळविला आऊन ॥ (चाल) ॥ गिलच्यांनीं कावा केला । तीन कोस सोडून भाऊला ॥ भंवता वेढा घातला । रस्ता चालूं देईना झाला ॥ वाणी उदमी बंद केला । गौळी माळी तो राहिला ॥ तेली तांबोळी हलवायाला । कोणी जाऊं देईना त्याला ॥ असा तीन महिने दम धरिला । पुढें धारण आली फौजेला ॥ अदपाव दाणे रुपयाला । खरा खोटा घ्या दाखला ॥ तेल तूप मीठ मिरचीचा तोटा पडला । नीर देहीं अंतकाळ झाला ॥ (चाल) ॥ नाना भाऊ बसून डेऱ्यांत करिती विचार । अन्न दृष्टि पडेना झालें खोबरें ॥ पाण्याची किंमत नऊ रुपयांस झालें शेर । निमें अन्न निमी शाडू भक्षिती लोक सारे ॥ पोटाचें

---

१ स्त्रियेला.

महादुःख सोसेना तिळभर। पोटाबीण ओढून काचा बाधी
ळवर ॥ ह्मणे भांग तमाखू अफीम राहिली दूर । भाऊशीं
ोलती मिळून अवघे लष्कर ॥ नेऊन घाला गिलचांवर
ालों निष्ठुर । हत्ती घोडे उंट मरती ठाणावर ॥ कां घेतां
ांडपण घरीं बसून। भाऊ नाना० ॥ ९ ॥

गिलचांनीं हिकमत करून भाऊ वेढिला बहुत युक्तीनें।
जठराग्नी चेतला खवळला व्याघ्र पंचानन ॥ झांगड नौबत
ाजती दणादण भेरें वाजे संगीन। डंके झाले पतकाच्या
ोड्यावरतीं ठेविलें जीन ॥ फौजा झाल्या तयार निष्ठुर
रवलाच्या मैदाना। चोर डाक ही होती गिलचांची नाहीं
ळलें संधान ॥ गिलचा झाला घाबरा आणि वेढा उठ-
विला जलदीनें । दोनी दळें झालीं तयार त्यावेळे करता
नारायण ॥ आदितवारीं लढाई नेमली दस्ते आले जलदीनें।
भाऊस बातमी कळली जरीपटका गेला चालून ॥ (चाल) ॥
गिलचांनीं रणखांब पुजिला । भाऊशीं वर्तमान कळला ॥
ाय पाहतां गलीम सांपडला । एकदांच हर हर केला ॥
ोखिले आघाडी जेजाला। कडाबीन सुत्रनाला ॥ ऐशीं हजार
होळकर भाला । शिद्यांनीं मार खूप दिला ॥ बाण सुटती
तीरकमानीला । अरब हपशी तो रोहिला ॥ गोसावी धुं-
दकत चालला। करवलानें घोडा चमकाविला ॥ बाराभाईच्या
ंड्यावर ढाला । फौजेचा बंद मग तुटला ॥ भाऊसाहेब
अंबारींत डुला । दादू महातानें हत्ती पुढें नेला ॥ आंदु
जडियले हत्तीला । तीरकमान हत्ती धरला ॥ पांडवदळीं
विभीषण आला । कीं पाहतां वीर खवळिला ॥ दिली सर-
बत्ती तोफेला । नऊ हजार गोळा उडाला ॥ (चाल) ॥
ासे मर्फे ते तंबूर किति वाजती । कर्णे कितीएक रणबहिरी

कर्कती ॥ गिलचांच्या तोफा कुलपी गोळे गर्जती । घुकोट वाण जशी ढगांत वीज चमकती । दणादण मेरू मंडळ धरणी कांपती । बारा हजार पालखी भाऊची झाली रीति ॥ तीन लाख घोडा गर्द जरीपटक्याचा हत्ती ॥ ऐशी हजार होळकर गर्दी नाहीं दिसती ॥ पायदळाचे गोळे जागोजाग पडले किती । सोकला कंठ मग पाणी पाणी बोलती ॥ जखमांची नाहीं गणती कबंध नाचती । स्वर्गींचे देव पाहती वर्णिती अमरावती ॥ गगनीं झांकले सूर्य चंद्र भिऊन । भाऊ नाना० ॥ १० ॥

[1]गगनीं झांकले सूर्य चंद्र मग पडला अंधकार । गलिमानें पुरविली पाठ भाऊ हटेना तो रणशूर ॥ सोनपतावर लढाई भाऊ अंबारींत कमान तीर । बाण बंदुकीचे फेर झडती तोफेचे गोळे पडे जसे गार ॥ गोळ्यासरसा[2] भाऊ उडाला दादू महात चकाचूर । बापलेक ओळखीना धरणीमाय जागा देईना अल्प जर ॥ नानासाहेबाशीं डांक आली ते गेले हामी सादर । झाले घोड्यावर स्वार बाईस कळलें धरला पदर ॥ बोले गोपिकाबाई पुण्याचें राज्य कोण करणार । भाऊसाहेब गेले आह्मी तरी काय[3] राहून करणार ॥ ब्राह्मणीराज्य पेशवाई बुडाली असें नाहीं होणार । .... ॥ (चाल) ॥ पैंजेचा[4] विडा उचलला । सारी शाही पाहती नानाला ॥ भाला कटार सूर्य दावला । दोंन[5] लाख घोडा बरोबरीला ॥ रणामधें जाऊन शिरला । झाली चकमक एकच हल्ला ॥ चाळीस हजार जिरेटोपवाला । नानापाशीं कसल झाला ॥

---

१ हा व याचे पुढील हे दोन चौक कुशाबा बिन भिवा वणजारी, मिरज, याजकडून मिळाले. २ 'गुळ्यासुद्धां उडाला भाऊ' पा०. ३ 'काय राहून वरें' पा०. ४ 'पानांचा विडा' पा०. ५ 'दीडलाख' पा०. ६ 'गर्दी' पा०.

होळकरानें फितवा केला । हें ठाऊक नाहीं नानाला ॥ वै-
र्‍यांनीं वैर साधिला । मग जखमा चढल्या नानाला ॥ जसा
भीष्म कर्ण युद्धाला । मुरदा माईना धरणीला ॥ अरब हप-
शीपत्रें रोहिला । तोघारी वाणी उडाला ॥ घोड्याहून खालीं
आला । लढण्याचा हेत नाहीं पुरला ॥ नाना पडला धर मग
सुटला । गिलच्यानें मार खूप केला ॥ (चाल) ॥ खंदकांत
माईना लोक उंट घोडे सारे । गिलच्यांचा एक दस्त यश
रणशूर ॥ नऊ लाखांतले सातशें उरले सारे । तोफा बंदुका
पडल्या सुने दिसती डेरे ॥ मोहरा पुतळ्या रुपयांचे जागो-
जाग पडले ढिगारे । पडलेल्या फौजेचे मागें कोण घेणार ॥
हत्ती उंट मोकळे घोड्यांचें खिल्लार । कोणी लूट घेईना प-
ळतां जीव बेजार ॥ गेले दाही दिशांवर पळून ॥ भाऊ
नाना० ॥ ११ ॥

शके सोळाशें पांसष्ट फाल्गुन वद्य षष्ठी आदितवार ।
नऊ रात्र नऊ दिवस लढाई मग फिरले माघारे ॥ सात-
शांनीं धरली वाट पुण्याची निर्माल्य लष्कर । वेदड घा-
लिती छापे वाट चालेना तिळभर ॥ पुढें विकट बारी कैसा
तारील परमेश्वर । असे सांडाव देत आले अटक उतरून
नऊ कोशांवर ॥ (चाल) ॥ तिथून अवघे फुटले पुण्याचे
रस्ते भुलले । फारदिसा भुलीमधें गुंगले ॥ नऊखंड फि-
रतां चकले । अन्नाविण वाळून सुकले ॥ भक्षिती झाडांचे
पाले । गोसावी कितीएक झाले ॥ तुंबे हातीं घेतले । किती
रामेश्वराकडे झुकले ॥ काशीचे रस्ते धरले । यारितीनें सैन्य
खपलें ॥ दैवाचे पुण्याशीं आले । लाखोटे सदरेवर पडले ॥

---

१ नर्मदेचे कांठीं नानासाहेब उतरले होते. छावणीचा गांव बसला त्यास पुनासा ह्मणतात.

दुःखाचे सागर फुटले । .... ॥ (चाल) ॥ लाखोटे वाचितां झाले अवघे घाबरे । नानाभाऊ बुडाले पुण्यास आली खबर ॥ नानाभाऊ बुडाले परंतु लौकिक दुनयावर । नवलाख बांगडी फुटली असा हाहाकार ॥ दक्षिण बुडाली सती पडल्या महामूर । श्रीमंताच्या तख्तापाशीं भले भले मनसुबीदार ॥ स्थापिले गादीवर माधवराव नेणार ॥ सोन्याची जळली भट्टी उरलें खापर ॥ शाहु छत्रपतीचें देणें सांब अवतार । गातो सगनभाऊ ठिकाणा शाहुनगर ॥ गातो फत्तेजंग पोवाडा करून । भाऊ नाना० ॥ १२ ॥

---

२. त्याच विषयावर दुसरा पोवाडा.

हा दुसरा पोवाडा सन १८७७ चे जुलई महिन्याचे निबंधमालेंतून घेतला आहे. याचा कवि रामा सटवा नांवाचा कोणी होता. या पोवाड्यासंबंधानें निबंधमालाकार ह्मणतातः—"शिवाजी महाराजांनीं ज्याचें आपल्या हातानें बीजारोपण केलें तो वृक्ष वाढतां वाढतां शंभर वर्षांनीं केवढा अवाढव्य विस्तार पावला, व त्याच्या विस्तीर्ण छायेखालीं सगळें भरतखंड नुकतें विसांवा घ्यावयास लागलें न लागलें तों त्यावर एकाएकीं प्रचंड वज्राघात कोणता झाला हें सर्वांस माहीत आहेच. हा महाप्रसंग महाराष्ट्राच्या वैभवाचा मध्य मानला असतां चालेल. याच्यापर्यंत मराठ्यांस जिकडें तिकडे यश येत गेलें; व यापासून पुढें त्यांच्या सत्तेच्या ऱ्हासास आरंभ झाला. हें महायुद्ध होऊन गेल्यास आज शंभरांहून अधिक वर्षें जरी होऊन गेलीं, तरी अद्याप या देशांत आबालवृद्धांस त्याचें स्मरण बुजालें नाहीं. असो; तर असला महाप्रसंग इकडील शाइरांनीं कसा गाइला याविषयीं सर्व शोधक मनुष्यांस व विशेषतः देशाभिमानी पुरुषांस

---

१ 'गाती सुल्तान वाळा ठिकाणा शाहूनगर' पा०.

मोठी उत्कंठा झाल्याशिवाय राहणार नाहीं. हें जाणून पुढील पोवाडा आह्मीं उतरून घेऊन साद्यंत छापला आहे. याचे एकंदर अठरा चौक आहेत. भाऊसाहेबांची स्वारीवर नेमणूक होऊन ते दिल्लीवर गेल्यापासून तों शेवटचा मोड होऊन सगळी धुळधाण होईपर्यंत झालेला सर्व मजकूर यांत आणला आहे. या लढाईंत गाजलेले जे जनकोजी शिंदे, समशेर बहादर, गोविंदपंत बुंदेले, बळवंतराव मेहेंदळे वगैरे वीर, त्यांचें यांत पृथक् पृथक् वर्णन केलेलें आहे. हें महाराष्ट्रदेशीय भाटांच्या तोंडून कानीं पडून गेलीं शंभर वर्षें किती वीरांचे बाहु रणावेशानें स्फुरण पावले असतील !"

चाल—'वारी संकट हरि दामाजीचें । कौतुक देवाचें ॥'—अमृतराय.

भाऊसारखा मोहरा । आह्मांवर कां रुसला पंचीप्यारा ॥ ध्रुवपद ॥

बहुत दिवस झाले शाहूला । जावें निजभवनाला ॥ नाना राखावें तुह्मि राज्याला । शिक्का दिधला त्याला ॥ अष्ट प्रधान भाऊ बाजूला । हवालले राज्याला ॥ मुलूख मारून केला चकचूरा । दुसमान कांपे थरथरा ॥ भाऊसारखा० ॥ १ ॥

बारा वर्षें झालीं राज्याशीं । कळून आलें त्याशीं ॥ धाड पडोरे त्या मुलखाशीं । कुणिकुन आली ईवशी ॥ भाऊनें हकारलें राव सकळांशी । कुळ दक्षिण भाईशीं ॥ दिली नौबद गेला दिलीशीं । हालीवलें तक्तशीं ॥ रणखांब रोवुनि मारितो तलवारा । काशी तीर्थ अवधारा ॥ भाऊसारखा० २

तखत फोडुनि केली धुळधाणी । असा नाहिं झाला कोणी ॥ राया प्रभुरायाची करणी । नांव गेलें राहुनि ॥

---

१ पंचप्राणांसारखा प्रिय. २ पीडा, अवदशा. ३ दक्षिणच्या सरदारांस. ४ तें रणांगण काशीतीर्थच समजा.

विश्वासराव बसविले नेऊनी । लिहिलें होतें कर्मी ॥ घडले टांकसाळि रुपये आणि मोहोरा । दिला अवघ्यांशीं रोजमुरा ॥ भाऊसारखा० ॥ ३ ॥

पहिली लढाइ झालि कुंजपुऱ्यावर । सकळ घेउनि दळभार ॥ झोरें रोखले कमाणतीर । मार होती चौंफेर ॥ कुतुबशहा मारुनि केला चकचूर । त्याचें कापिलें शिर ॥ आला दक्षिणचा राजा धुरंधर । भाऊसारखा वीर ॥ सुटला अवदालीशीं दरारा । ह्मणे आतां सल्ला करा ॥ भाऊसारखा० ॥ ४ ॥

सल्ला ऐकेना झाला विघोड । अवघा मुलुख सोड ॥ रुपये देत होता दोन क्रोड । धरिली भाऊनीं आड ॥ तुजला मारिन मी करिन वेड । कंधार पाहिन पुढें ॥ रोवला रणखांब होती धडाधड । नदि जमुनेच्या कडे ॥ खेत्री हाणा सणती रणशूरा । कुळक्षेत्री धरिला थारा ॥ भाऊसारखा० ॥ ५ ॥

पहिली लढाइ झाली फार ठीक । केले मोर्चे तकीप ॥ भोंवतीं खाणलासे खंदक । मधें भाऊचे लोक ॥ कुणिकुन आला लवंडिचा घातक । होती वातमी ठिक ॥ दोन वेळां फिरविला माघारा । गिलचा केला घाबरा ॥ भाऊसारखा० ६

एक दिवस नेमला मरणाचा । बखत निर्वाणीचा ॥ भाऊनीं पैगम केला सकळांचा । धंवेशा वाजे त्याचा ॥ ऐंशी हजार खासा नांवाचा । धुरंधर भाऊचा ॥ एकाएकीं आला सामोरा । दिला कुचाचा नगारा ॥ भाऊसारखा० ॥ ७ ॥

प्रथम पडला गोविंदपंत बुंदेला । केला भाऊनीं हल्ला ॥ विसा हजारांशीं गिलचा आला । हुजरातीवर पडला ॥ मग साहिना बळवंत रायाला । ढिगांत जाउनि पडला ॥ भाऊ

---

१ समोर. २ विघाड. ३ काबूल, कंदाहार. ४ आफगाण. ५ डंका.

ऱ्हेमवितो बहादरा । रणीं राहिला बिचारा ॥ भाऊसा-
रखा० ॥ ८ ॥

विश्वासराव शिपाई रणशूर । भले राजकुमार ॥ मारितो
फौजा हातीं तलवार । रणांत होउनि धीर ॥ भोंवती
गोळ्या वर्षति अपार । मधें उभे सरदार ॥ गिलचा का-
ला बेसुमार । भाऊ ह्मणे मागें फिर ॥ अवचित गोळि
लागली धुरंधरा । मुखीं बोलला हरिहरा ॥ भाऊसारखा० ॥९॥

जनकोजी शिंदे रणशूर रणगाजी । चढती तुरंग तेजी ॥
त्याला भाऊसाहेब होती राजी । औंदा राखा बाजी ॥ मग
कुरारले राव जनकोजी । शिरीं छत्र भावजी ॥ नित्य नेम
गिलच्या कापते चरांचरां । शिर धाडितो पहा नजरा ॥ भा-
ऊसारखा० ॥ १० ॥

सोनजी भापकर मानजी पायगोडे । रणीं टाकिले घोडे ॥
तुकोजी शिंदे पडले पायांपुढें । जसे अग्नीचे हुडे ॥ आणखी
दमाजी गायकवाड । होळकर रणभिडे ॥ अवघ्या शाहीवर
आली धाड । अवचित झाला मोड ॥ एकाएकीं आला
सामोरा । दिला कुचाचा नगारा ॥ भाऊसारखा० ॥ ११ ॥

समशेर बहादर रणशूर रणगाडा । रणीं वाजे चौघडा ॥
हटकुन गिलचे हाणितो धडाधडा । ढाल तरवार जॅमदडा ॥
ज्याणें रणीं अडविला तीस घोडा । सन्मुख दावी मुखडा ॥
जसा बाजीचा पुत्र हिरा । येती जखमाच्या लहरा ॥ भाऊ-
सारखा० ॥ १२ ॥

चेतली जणुं खुप झालि लढाई । मार होति सवाई ॥
त्याचा रंग बारगीर बिलाई । गिलचा करितो घाई ॥ झाला

१ विश्वासरावाला. २ आज (याप्रसंगीं.) ३ बाजू. ४ आयुधविशेष.
५ थोरला बाजीराव.

मोड पळती कुंळशाही । पाळखिस गणती नाहीं ॥ एक एक पळून आला माघारा । रणीं राहिला विचारा ॥ भाऊ-सारखा० ॥ १३ ॥

कशि गत झालि गड्यांनो भाऊला । जनकोजी शिंद्याला ॥ लोक पुसती ऐकुनेराला । आह्मीं नाहिं पाहीला ॥ भाऊसारखा मोहरा हरपला । काय सांगावें नानाला ॥ भाऊला नाहिं कोणाचा आसरा । वेढा घातला चौफेरा ॥ भाऊ-सारखा० ॥ १४ ॥

ज्याला पडली भाऊची भ्रांत । ते राहिले रणांत ॥ फितुरी पळुनि आले दखणांत । वांचविली दौलत ॥ त्यांचा ईश्वर करिल सत्यनाश । यश दिलें गिलच्यांस ॥ भाऊची भ्रांत पडलि नारिनरां । सकळ जनां लहान थोरां ॥ भाऊ-सारखा० ॥ १५ ॥

कागद आला रावनानाला । होते उंजन्या नगराला ॥ कागद वाचितां आंग टाकि धरणीला । मोठा अतिशोक केला ॥ आह्मांवर श्रीहरि देव कोपला । विक्षोभ आणिला राज्याला ॥ दाटला गंहिवर गोपिकाबाईला । अति कहर वर्षला ॥ नाना फिरुनि चालले माघारां । दिला कुचाचा नगारा ॥ भाऊसारखा० ॥ १६ ॥

भाऊसाठीं झुरती जनावरें । जंगलचीं पांखरें ॥ राघू मैना आणि खबुतरें । टाहो करिती फार ॥ कुणिकडे गेला आमचा मनोहर । सपन झालें खरें ॥ पैसा मिळेना म्हणती सारे । बंद झाले सावकार ॥ फुटला पर्वतीशीं घाम दर-दरां । वाडा गजबजला सारा ॥ भाऊसारखा० ॥ १७ ॥

आह्मीं पद बांधिलें वैताग । जिवास केला त्याग ॥ को-

---

१ शाहींतले सरदार. २ एकमेकांला. ३ आपापला सरंजाम. ४ उज्जयिनी.

णीकडे गेले भाऊ श्रीरंग । नानाचे जिवलग ॥ कधीं भेट देइल आह्मां संग । जिवा होइल खुपिरंग ॥ एथुन झाला पदाचा अभंग । ह्मणे महादु कविरंग ॥ रामा सटवा ह्मणे दातारा । वाट पाहतो खरोखरा ॥ भाऊसारखा० ॥ १८ ॥

---

३. त्याच विषयावर तिसरा पोवाडा.

हा तिसरा पोवाडा सटवा राम नांवाच्या कवीनें केला आहे. तो आह्मांस एका जुन्या बाडांत मिळाला.

चाल—'दो दिवसांची तनु हे साची सुरतरसाची करुनि मजा ।'—
रामजोशी.

भाऊ नानाचें दुःख ऐकतां हृदय फुटलें कडाकडी । मुक्त पावले साहेब नाना कशा केल्या देवा तडातोडी ॥ ध्रुवपद ॥

भाऊसाहेबाची अचळ बुद्ध प्रसन्न त्याला भगवंत । अबदुल्याची खबर ऐकतां मनांत झाले दुश्चित्त ॥ बारा सरदार बारा उमराव बसोनि करिती खलबत । घटका तिथी भट सांगतां बरवा आहे मुहूर्त ॥ बाईसाहेबाची आज्ञा घेतली जावें हिंदुस्थानांत । ओंठ्यांत घातले विश्वासराव केला हवाला ह्मणवीत ॥ अष्ट उमराव भाऊसाहेब घेऊनि गेले पानपतावरत । .... ॥ केला हकारा दिला नगारा स्फुरण आलें त्याच घडी । बुद्धीचे सागर सदोबा घालुनि गेले कशी उडी ॥ भाऊ नानाचें० ॥ १ ॥

हत्ती घोडे लावलष्कर ते एक एक होता हंबीर । त्यांचीं नांवें तुह्मां सांगतों ऐकून घ्या जरा सत्वर ॥ धाकले नाना

---

१ न चळणारी. २ अहमदशाहा अबदल्ली. ३ उदासीन. ४ मसलत. ५ पदरांत. ६ नानासाहेबांचे वडील पुत्र. ७ अष्टप्रधान. ८ हांकले. ९ रणशूर हंबीरासारखे.

कुळाक्षरि त्याच्या मोहरलें फुलशहर । महिपतराव तेहि पा-
नसे तोफखान्याचे सरदार ॥ गोविंदराव बुंदेले आलीचा
पुढा गेला होता रस्त्यावर । बळवंतराव रणशूर खासा प-
डला नजरेसमोर ॥ विठ्ठल शिवदेव मर्द जातीचा, क्षणभर
नाहीं धरला धीर । त्याच्या मागें पळोन गेले अंताजी माण-
केश्वर ॥ बाजी भिवराव अष्ट उमराव रणामधिं झाले चूर ।
दिल्लीमधिं तक्त स्थापलें ठेवले नारो शंकर ॥ असे एक एक
ब्राह्मण कित्येक लढाऊ लाज वाटती मज थोडी । अशुद्धाचे
महापुर वाहती शिरें उडालीं झडाझडी ॥ भाऊ नानाचें०॥२॥

पांडव दलचा जसा क्षत्रिय वीर तारक अर्जुनाचा । इ-
ब्राहिमखान व्याघ्र जातीचा सोबती झाला मरणाचा ॥ ज्यानें
सूड घेतला हेतु पुरविला गिलच्यांचा । असला दुसरा चाकर
होईना निमकहलाल भाऊसाहेबाचा ॥ वनीं राहिले वि-
श्वासराव जीव गोपिका नानाचा । तिथें भाऊची शुद्ध हर-
पली सागर होता बुद्धीचा ॥ अवघ्या लोकांनीं हिंमत टा-
किली खांब बुडाला दौलतीचा । सज्जन ह्मणती भाऊ बु-
डाले मोठा घात झाला आमुचा ॥ दुर्जन ह्मणती बरें झालें
कांच मिटला जगाचा । जे गिलचा संगें मिळोन राहिले हरी
ठाव पुसेल त्यांचा ॥ भाऊसंगें ब्राह्मण मेले नाहीं लागत
अर्धघडी । काय तयाची कीर्त सांगावी साहेब नाम धडा-
धडी ॥ भाऊ नानाचें० ॥ ३ ॥

---

१ पानसे तोफखान्यावर मुख्य पेशवाई अखेरपर्यंत होते. २ झांशीवाले. ३ मेहेंदळे. ४ विंचुरकर. ५ टेंभुरणीकर. ६ राजेबहादर. ७ गार्दीलोकांवरचा मुख्य. याचे लोक कवाईत शिकलेले होते. पानपतचे लढाईंत हा मात्र इमानानें लढला. जातीचा मुसलमान असून ज्याचें निमक खाल्लें होतें त्याची बाजु पुरी संभाळली. ८ निमक खाल्लें तें स्मरणारा=कृतज्ञ. ९ वनीं=रणांत. १० दौलतीचा खांब बुडाला=युवराज पडला. ११ देव.

होळकर भले झुंजार[1] पळ काढिला लौकरी । जेव्हां गिलच्याचा मार सुटला ठाव देईना त्याला धरत्री ॥ सोनजी भापकर मनाजी पायगुडे रणांत राहिल्या रणभेरी[2] । मोठमोठे सरद्वार जवळ पडला जनकोजी[3] शिंदा यशवंतराव[4] धारकर ॥ राव दमाजी[5] निघून चालले असे गळाले क्षत्री । समशेर[6] बहादर रणीं थकले कर्त्याची गत आहे न्यारी ॥ भाऊ नानाचें० ॥ ४ ॥

आह्मी गाइलें पद साजना जिवा लागल्या झुरणी । भाऊसाहेबाचें दुःख ऐकतां थरथर कांपे मेदिनी[7] ॥ रामचंद्रांनीं[8] सीता टाकिली जशी येऊंदे भवानी । रडे गोपिकाबाई एकटी छत्र[9] दिसेना नयनीं ॥ विश्वासराव भाऊ बुडाले[10] पानपताचे मैदानीं[11] । भाऊवांचून आह्माला कोण नेईल पैलतिरीं[12] ॥ श्रीमंत महाराज ह्याला प्रसन्न गौरीसुरे[13] पाणी । विश्वासराव भाऊ बुडाले पानपताचे मैदानीं ॥ सटवा राम नित्य हमेशा चरणीं वाजतो चौघडा । ह्याच पोवाडा ऐक शाहिरा[14] नित्य होती घडामोडा ॥ भाऊ नानाचें० ॥ ५ ॥

---

४. नानासाहेब पेशवे यांचा मृत्यु, यावर पोवाडा.

पानपतच्या लढाईत पराजय झालेला ऐकून बाळाजी बाजीराव

---

१ लढणारे. २ रणनौबती. ३ हा शिंद्यांतील मुख्य पडला हा फार अनर्थ झाला; कारण पानपतचे लढाईत यानें खुप युद्धकौशल्य दाखविलें. ४ पवार. ५ गायकवाड. ६ थोरले बाजीराव साहेबांस मस्तानीपासून झालेला पुत्र. ७ पृथ्वी. ८ लोकापवाद येऊं नये ह्मणून रामानें जानकीसतीचा त्याग केला. ९ त्रियांत छत्रपती. १० पडले, मृत झाले. ११ रणसंग्रामीं. १२ भवसमुद्रांतून पलीकडे. १३ गौरी (हर) शूळपाणी ? १४ कवन ह्मणणारा.

ऊर्फ नानासाहेब यांचें हृदय फुटून त्यांस सन १७६१ च्या जून महिन्यांत मृत्यु आला. पुढील पोवाड्यांत या पुरुषाचे गुणदोषवर्णन केलें आहेत.

हा पोवाडा पिंपळगांवकर शिवराम नांवाच्या कवीनें केलेला असून आह्मांस एका जुन्या बाडांत मिळाला.

धन्य भगवाना नेलास मोतीदाणा । दक्खनचा बादशाह साहेब नाना ॥ ध्रुवपद ॥

दिवाणखाना खुष रंगमहाल जोरे मौजे । तऱ्हेतऱ्हेचे पक्षी नानाची रिज ॥ काय गेंडिया सांबर आणिक सावज । भलेभले पटाइत वाघ गर्जे ॥ खंडेरायाची जोडी बिरळागत काज । नाना पेशवे नांव तयाला साजे ॥ उघड्या ताटीं मुलुख करितो राज्य । गरिबाची करीत होता बुज ॥ ....। दुर्बळ ब्राह्मणावर फार त्याची रिज ॥ पूल पालख्या तमाम केल्या फन्ना । ह्यांनीं पुल बांधिले नावा केल्या मना ॥ धन्य० ॥ १ ॥

अघटित बुध त्याचे पत्रवाडे । खास हौसीचे राखिले घोडे ॥ तुरंगी टाकिले पायांत तोडे । .... ॥ टाकिले ऐसे तोडे जरदाईत घोडा काळा निळा बोर नळनळीत ॥ अवलक पंचकल्याणी कुमाइत ॥ बारा हजार घोडा पुण्यांत कडकडीत ॥ ह्याशिवाय झमकती पागा नाहीं गणित । भाऊसाहेबासारखी बाजू अशी झाली मुक्त ॥ दादासाहेब मनांत चिंताग्रस्त । .... ॥ विश्वासराव नानाचा पुत्र नगिना । तो माधवराव बाळ बत्तीसलक्षणा ॥ धन्य० ॥ २ ॥

नाना होते धुरंधर नाहीं लक्ष्मीला पार । शितल छाया एक दयावंत पृथ्वीवर । मोठे मोठे महंत तरले होत । त्याची अशी कीर्त साधुसंत ॥ श्रावणमासीं दक्षणा पुण्यांत । मिळाले ब्राह्मण नाहीं गणित ॥ बुंदेलखंड माळव

काशी प्रांत । कर्नाटक तेलंगण आणिक गुजरात ॥ हे अ-
वघे तळ कोंकण सदोदित । मिळालेत ब्राह्मण पर्वतीस
तेलंगी ब्राह्मण डोकी देतात ॥ ओग्राळं ओग्राळं रुपये नाहीं
घेतात ॥ शिव्या श्रीमंताला देतात । रमण्यामधिं शिलवन
चतुर शाहाणा । काय अगाध करणी गोपिकाबाई सुल-
क्षणा ॥ धन्य० ॥ ३ ॥

नाना होते केवळ अवतार गोपिकाबाईचें छत्र कळस
ढळला । पण नाहीं करुणा आली त्या देवाला ॥ काय द्वा-
रका सोडुन कृष्ण निघाला । नळानें टाकिलें दमयंतीला ॥
भोळाशंकर होता पार्वतीला । रामचंद्रानें मोकलिलें सिता-
बाईला ॥ ………………… । हरिश्चंद्र होता तारामतीला ॥
जंगलशिचा रमणा सोडिला रमणा । कैक हजार आणिक
बुंधेलखाना ॥ धन्य० ॥ ४ ॥

हत्तीघोड्याचे केले रथ । आणिक जिनखाना नाहिं ग-
णित ॥ नाना सारखा समर्थ गेला पुतळा । सावलीच्या सुख
गोधनें गोळा ॥ त्या पिकल्या वृक्षाखालीं पक्ष्यांचा मेळा ।
त्याच्या गुणवती केशरी नाटकशाळा ॥ काय कातलें भग-
वंता वेळोवेळा । त्याच्या अठरा कारखान्याच्या गेल्या
कळा ॥ शिरींचे शिरपेंच मोत्यांच्या माळा । राजपद गेलें प-
रमेश्वरा सगळें ॥ शिवराम गातो पिंपळगांव ठिकाणा ।
आह्मी वेडें बागडें गातों मनाशीं आणा । धन्य० ॥ ५ ॥

---

५. पेशवाईच्या आरंभापासून नानासाहेबांच्या मृत्यू-पर्यंतच्या हकीकतीवर पोवाडा.

हा पोवाडा प्रभाकर कवीकृत असून आह्मांस एका जुन्या बाडांत सांपडला. प्रभाकर जनार्दन दातार हा कोंकणांतील हर्णई मुरूड ये-

थचा मूळचा राहणारा. याचें जन्म स० १७६९ त होऊन तो स० १८४२ त मृत्यु पावला. त्याची कविता गोड असून बरीच प्रसिद्ध आहे.

चाल–'श्रीरंग गोपिकोत्संग'—रामजोशी.

श्रीमंत ईश्वरी अंश, धन्य तो वंश, परम पुरुषार्थी। बरोबरी तयांची कोण करील पाहातार्थी ॥ ध्रुवपद ॥

राजाधिराज महाराज, गरीब नवाज, धनी श्रीमंत। भासती सदैव देव आमचे हेच भगवंत ॥ पाषाण धातुच्या मूर्ती, धरत्री वरती, आहेत अनंत । त्या पूज्य परंतु नाहीत प्रगट जीवंत ॥ तसे नव्हेत हे तर देव, कलिमध्यें भूदेव, ब्राह्मण संत। त्या वंशीं पेशवे झाले सबळ बळिवंत ॥(चाल)॥ योग्यतेस आणिले पंत, होऊनियां कृपावंत, त्या राजांनीं। ह्या मुळेंच चढती कमान, धरुनी अभिमान ………………। मग बहिरोपंत सोडवून, विडी तोडवून, प्रभुच्या पणज्यांनीं ॥ (चाल पहिली) ॥ पुढें प्रधानपद मिळवून, वैरी पळवून, मारिल्या शर्थी ॥ श्रीमंत० ॥ १ ॥

राव बाजी पुण्यामध्यें येऊन, हातावर घेऊन, निघाले शीर। प्रारंभीं पाहिलें जनस्थान रघुवीर ॥ नेमाड माळवा मुलूख, करून सरसलूख, मोडिले वीर। मेवाडचे राजे न धरती धीर ॥ गढमंडळ बुंदेलखंड, डंघईत अखंड, राहून थंड, सही केलें। प्रतापें करून या जगांत नांव मिळविलें ॥ (चाल) ॥ बुडवूनि या बहाद्दरास, आणली घरास, माशुक मस्तानी। दरवर्षी धौंशा घालून, जावें चालून, अघाडीस मस्तानी ॥ शह दिला नगर थेटपास, खु……………………। ……………………॥ (चाल पहिली) ॥ उपरांत नर्मदा कांठीं, सार्थकासाठीं, मोक्षकार्यार्थी। देह समर्पिला त्या स्थानीं याच भावार्थी ॥ श्रीमंत० ॥ २ ॥

तेची दुनियेमाजी धन्य, न मानी अन्य, वंदिती स्वामी । जीव खर्च कराया सिद्ध धन्याच्या कार्मी ॥ तीन वर्षें राज्य वसवून, मोर्चे बसवून, सभोंवते धमामी । सुरुंगांनीं पाडिला अलगत बुरुज बदामी ॥ हल्लयांत उडाले लोक, करिती किती शोक, पडून संग्रामीं । नऊ लक्ष बांगडी फुटली वसई मुक्कामीं ॥ (चाल) ॥ बक्षीस दिले कडीतोडे, पालख्या घोडे, वाजे चौघडे, जमीदाऱ्या । ठायीं ठायीं दिमती भरभरून, आंख ठरवून, सजीवल्या सरदाऱ्या । परशत्रू होईना खाक, वांदुनी परख, तशाच हवालदाऱ्या ॥ (चाल पहिली) ॥ खूब केली तुह्मी तरवार, नांवनिशीवार, ह्मणून किती प्रार्थी । यशस्वी होतां तो संवत्सर सिद्धार्थी ॥ श्रीमंत० ॥ ३ ॥

बाळाजी बाजीराव प्रधान, केवळ निधान, होते प्राणी । आणिलें पुण्यांत जपानी नळाचें पाणी ॥ युद्धांत जिंकुन नबाब, बसविली वाब, करून धूळदाणी । त्या सालींच बंगाल्यांत घातलीं ठाणीं ॥ (चाल) ॥ लागलेंच केलें कूच, स्वारी दरकूच, परतली सगळ्यांची । लष्करांत केवढा गजर, होई नित्य नजर, मोतीं मणि पोंवळ्यांची । वांटून खिचडी रमण्यांत, आनंदें पुण्यांत, मोहरा पुतळ्यांची ॥ (चाल पहिली) ॥ खुप गेले शास्त्री पंडीत, विद्यामंडित, विप्र विद्यार्थी । गेले कीर्त गात ते ब्राह्मण तीर्थोतीर्थी ॥ श्रीमंत० ॥ ४ ॥

शत्रूस न जाती शरण, आल्या जरी मरण, न देती पाठ । दादाही गणावा त्यांत, बाण भात्यांत, भाताचें ताट ॥ भलत्याच ठिकाणीं घाली रिपुशीं गांठ । तिन्ही काळ निरंतर साधी, जातीनें बांधी, हत्यारें आठ ॥ (चाल) ॥ फेडून नवस माहोरास, केले लाहोरास, जिंकीत शेंडे । अरे जपानी

सहज अटकेंत, पाच घटकेंत, लाविले झेंडे । सरदार पर: रचे कसे, कोणी सिंह जसे, कोणी शार्दुल गेंडे ॥ (चाल पहिली) ॥ पुढें चाले वीरांचा भार, घेती करभार, स्वामीकार्यार्थी । हे पुरुष ह्मणावे श्रेष्ठ बंधुचे स्वार्थी ॥ श्रीमंत० ॥५॥

भाऊसाहेब योद्धा थोर, अंगामध्यें जोर, पुरा धैर्याचा । विश्वासरावही तो तसाच शौर्याचा ॥ दोहीं बाजूस भाला दाट, पळिटेना वाट, अशा पर्याचा । किंचित पडेना प्रकाश वर सूर्याचा ॥ दृष्टांत किती कवि भरील, काय स्तव करील, ऐश्वर्याचा । शेवटीं बिघडला बेत सकळ कार्याचा ॥ (चाल) ॥ कितीकांचीं वसलीं घरेंच, हें तर खरेंच, ईश्वरी कृत्य । शोकार्णवीं नाना पडून, नित्य रडरडून, पावले मृत्य । कवि गंगु हैबती दीन, पदांबुजीं लीन, कृपेतील भृत्य ॥ (चाल पहिली) ॥ महादेव प्रभाकर ध्यायी, सदा गुण गाई, यथासाह्यार्थी । श्रीमंत प्रभूची कीर्त जशी भागीरथी श्रीमंत० ॥ ६ ॥

---

६. थोरले माधवरावांची पत्नी रमाबाई सती गेली, यावर पोवाडा.

नानासाहेब पेशवे वारल्यावर त्यांचे ज्येष्ठ पुत्र माधवराव बल्लाळ हे पेशवाईच्या गादीवर आले. त्यांची पुण्यशील व पतिव्रता बायको रमाबाई ही कोणांस माहीत नसेल असें नाहीं. थोरले माधवराव साहेब पेशवे यांची चांगली कारकीर्द तर अझूनपर्यंत पुष्कळांचे तोंडून आपण ऐकतों. त्यांच्या सारखी न्यायपद्धति व रयतेची कळकळ कोणत्याच पेशव्याचे ठिकाणीं नव्हती असें ह्मणतात. याच नीतिमान् पुरुषाची धर्मपत्नी रमाबाई, ही भ्रतार मरण पावल्यावर या लोकच्या क्षणभंगुर सुखास लाथ मारून परलोकीं चालती झाली ! थोरले माधवराव साहेबांस कफक्षयाची विकृति होऊन त्यांचा थेऊर मुक्कामीं स०

१७७२ त अंत झाला, त्यावेळीं रमाबाई ही सहगमन करिती झाली. या स्त्रीपुरुषांची प्रीति अत्यंत असे. रमाबाई फार उदारबुद्धीची, धर्मशील आणि सुस्वभावाची होती, अशी ख्याति आहे.

या पुस्तकांतील बहुतेक इतिहासप्रसिद्ध पुरुषांचे पोवाडे मिळालेले पाहून आह्मास या बाईच्या पोवाड्याविषयीं भारी आस्था वाटूं लागली; परंतु तो बहुतेक गोंधळ्यांकडे मुळींच नसल्याचें समजलें, याववरून आह्मास फार दिलगिरी वाटली. परंतु आमच्या वाचकांच्या भाग्यानें ह्मणा, किंवा आमची ही यत्किंचित् सेवा त्या महासाध्वी सतीस घ्यावयाची होती ह्मणून ह्मणा, शेवटीं एका वृद्ध सचोटीच्या गोंधळ्याकडून हा पुढील पोवाडा आह्मास मिळाला. पण त्यांतही कांहीं कमताई राहिलीच आहे, ती अशी कीं, यांतील शेवटचा एक चौक आणि मधला एक चौक असे दोन चौक त्या गोंधळ्याच्या विस्मृतीमुळें अजिबात राहिले. गोंधळ्यानें असें सांगितलें कीं, 'हा पोवाडा पूर्वी मला सर्व ह्मणजे सात चौक येत होता, परंतु अलीकडे पोवाडे ऐकण्याची विशेष भक्ति कोणाचीच नसल्यामुळें तें पाठांतर अर्थातच मलीन झालें. स्मरण करितां करितां आज पांच चौकांची मात्र चांगली आठवण होते, बाकी राहिलेल्या दोन चौकांची चूकभूल होते, याकरितां ते अजिबात गाळावे हें चांगलें.' या गोंधळ्याच्या सांगण्यावरून अशी एक गोष्ट कळली कीं, सुमारें पन्नास वर्षांपूर्वी शूर लोकांचे व नावाजलेल्या पुरुषांचे पोवाडे ऐकण्याची अभिरुचि महाराष्ट्रजनांत विशेष होती; दुसरें असेंही दिसून येतें कीं, आतांप्रमाणें त्या वेळीं इतिहासादि ग्रंथांचा अगदींच मागमूस नसतां, या असल्या पोवाड्यांतील विश्वसनीय माहितीवरूनच आपल्या पूर्वजांचा इतिहास समजून घेण्याचा हव्यास पूर्वींचे लोकांस विशेषच होता. आणि ह्मणूनच राजद्वारीं किंवा सरदार लोकांचे घरीं, गोंधळी व तसेच जे कोणी पोवाडे ह्मणणारे असतील त्यांची चहा होत असे.

चाल—'राया अंजनीच्यासुता । तुझी वज्र शरीरी होतां । माहित सर्वथा ॥'—
मगनभाऊ.

सांग रमाबाई सत्वधीर । रावसाहेब ईश्वरअवतार
॥ ध्रुवपद ॥

नाना साहेब होते पुण्यपावन । उदरीं जन्मले एक रत्न ॥
विंश्वासराव[1], रांव[2], नारायण[3] । जसे बंधु राम लक्षुमण ॥ हि-
र्‍यारत्नांची जोडी बिंदूसलि कोण । ज्याची कळा तोच
जाणे ॥ (चाल) ॥ वाजे खणखण । धवशा दिला बसवून ॥
नाहीं गेले पुणें सोडून । केलें काबीज झुंजल्याविण ॥ वसई
सुरतेचें ठाणें । कुलावा फिरंगाण ॥ आंग्रे आणिले धरून । ते
बंदीशाळेंत अझून ॥ सोडवील कोण द्वाही त्याची फीर ॥
सांग० ॥ १ ॥

बुद्धीचे सागर रावसाहेब होते । कर्मी त्यांचे अघटीत ॥
त्यांचे बुद्धीचा नकळे अंत । हत्ती घोड्याचे मोठे परीक्षवंत ॥
…………………… । स्वारी निघाली त्वरीत ॥ (चाल) ॥
संगें सडी स्वारी । संगें चौंघड्यांच्या भेरी ॥ काळू वाजती
नानापरी । बारगिरांची गत काय न्यारी ॥ पुढें धांवती
विटेकरी ॥ आयन्यांची खासी अंबारी ॥ गज सजवून तया-
माझारी ॥ …………………… । वर्णिती राव किंकर ॥
सांग० ॥ २ ॥

स्वारी पुण्याहून गेली थेऊराला । त्या गणपतीच्या से-
वेला ॥ रमाबाई विनवी त्या गणपतीला । चुडेदान देयीं तूं
मजला ॥ एवढें वरीस राख साहेबांला । अवघा सोन्यानें

१ हे थोरले पुत्र पानपतचे युद्धांत पडले. २ माधवराव. ३ नारायणराव हे धाकटे. यांस राघोबादादानें मारविलें. ४ नाहींशी केली. ५ युद्धावांचून. ६ दर चतुर्थीस रावसाहेब थेऊरास देवदर्शनास जात असत.

मढवीन तुजला ॥ मंदिल मुंडासा शिरिपेंच वाहिला । हिरे जोडीन तुझ्या मुकुटाला ॥ सोन्याचा कळस लावीन तुझ्या शिखराला । पांचा लक्षांचा नवस केला ॥ (चाल) ॥ बाई विनविती । मज प्रसन्न व्हावें गणपती ॥ कशी हीन झाली तुझी मति । मंगळवाराच्या रातीं ॥ साद्दष्ट आले गणपती । उभे ठाले ग बाई पाहती ॥ कर जोडून बोले गणपती । काय आहे ग माझे हातीं ॥ कर जोडूनि सांगे गणपती । कर्ता हर्ता तो श्रीपती ॥ मी मोदकाचा बहु पती । ऐकून बाई हांसली चित्तीं ॥ पुढें उगवला दिवस बुधवार ॥ सांग० ॥ ३ ॥

दिवस उगवला बुधवार बुद्धिवंत । दिशा धुंदकारल्या समस्त ॥ गेले निजधामा रावसाहेब श्रीमंत । देवाज्ञा झाली त्वरित ॥ रमाबाई होती दुसऱ्या डेऱ्यांत । कळली बातमी आली धांवत ॥ पदर टाकिला खांद्यावर त्वरित । धांवत आली देवळांत ॥ जातों आह्मी नाहीं राहत । .... ॥ (चाल) ॥ करा बोलावण[1] । आह्मां निजधामाशीं जाणें ॥ तुळशी मंजुळी तोडून । त्या माळा गळ्यांत घालून ॥ सर्व शृंगार उतरून । हें निर्वाणीचें लेणें ॥ गोपिकाबाई ह्मणे । जवळ बोलून नारायण ॥ राघोबादादा येऊन ॥ हात वटिंत घालून ॥ राव निरविले नारायण ॥ .... ॥ वर्णिती राव किंकर ॥ सांग० ॥ ४ ॥

बाई चालली थेऊरांतून । कुंडी साहेबाची घेऊन ॥ अवीर गुलाल गेली गर्दी होऊन । मुच्छदी उधळती पानें ॥ आणिक चवघडे वाजती खणखण । पुढें हुजराती घेऊन । मुळेच्यातिरीं उभी राहिली जाऊन । काशीचें पाणी आल्या कावडी भरून ॥ बाईनें केलें जलपूजन ॥ चाल ॥ रमाबाई

---

१ बोळवण. २ शव.

पाषाण हिय्या केला । प्राणज्योतिशीं मिळविला । उभी धर्मशिळे ठाकली । हातची टाळी पिटली ॥ हवराळ अडूं लागली । हाक इंद्रसभेला गेली ॥ विमानें धाडून दिलीं । दोघें विमानीं वसविलीं ॥ सती शोभली जशी सुलोचना नार ॥ सांग० ॥ ५ ॥

---

७. नारायणराव पेशवे यांचा मृत्यु, यावर पोवाडा.

थोरले माधवराव मरण पावल्यावर त्यांच्या सांगण्याप्रमाणें नारायणरावास गादीवर वसविलें. माधवरावांनीं मरतेसमयीं रघुनाथरावाचे ओटींत नारायणरावास घातलें असें ह्मणतात. पुढें आनंदीबाईचे मसलतीनें रघुनाथरावानें सुमेरशिंग गारद्याकडून नारायणरावास मारण्याचा बेत केला. ज्या दिवशीं दुपारीं सुमेरशिंग आपल्या लोकांसहवर्तमान वाड्यांत नारायणरावाचा वध करण्याकरितां आला, त्यावेळीं नारायणराव शाल्योदन भोजन करून गाढ निद्रेंत निमग्न झाले होते. बाहेरचा गलबा कानीं पडून ते जागे होई पर्यंत, त्यांस कोणीं उठविलें नाहीं, व त्यांस ही वार्ता कळविली नाहीं. जागे झाल्यावर नाराणराव घाबरे होऊन आपला मृत्यु चुकविण्यासाठीं इकडे तिकडे पळूं लागले, परंतु तो दुष्ट सुमेरशिंग सारखा पाठी लागून वार करून त्यांस सन० १७७३ त ठार मारिलें! त्यांनीं आठ महिने राज्यकारभार पाहिला. या गोष्टीचें या पोवाड्यांत वर्णन आहे.

हा पोवाडा लहिरी मुकुंदा नांवाच्या कवीनें केलेला आहे. याच्या आह्मांस चार प्रती मिळाल्या. एक वि. ज्ञा. वि. पु. ३ पृ. १४३ येथें छापलेली; दुसरी एका गोंधळ्याकडून ह्मणवून घेतलेली; तिसरी

---

१ सती धर्मशिळेवर पाय ठेवून अग्निप्रवेश करिते. ही धर्मशिळा स्वर्गाची पायरी समजतात. २ सुमेरशिंगास रघुनाथरावानें जें पत्र पाठविलें होतें त्यांत 'धरावें' असें लिहिलें होतें, पण त्या 'ध' चा 'मा' आनंदीबाईनें केला असें ह्मणतात.

एका जुन्या बाडांत सांपडलेली; व चवथी कोल्हापुराहून रा. रा. पाठक यांनीं पाठविलेली. या चारही प्रती ताडून हा पोवाडा छापला आहे.

दक्खनचा दिवा मालवला हिरा हरपला । काय गुपीत घाला केला नारायणरावाला ॥ ध्रुवपद ॥

एकछत्र करुनि गेले राव माधवराव । थरथरां कांपत होते अष्ट उमराव ॥ वसविलें हस्तनापुर राज्य पाच्छाव । दादासि मोकळे केलें राज्य करावें ॥ तुटली आयुष्याचि दोरी नाहीं उपाव । त्यांनीं मरते समयीं बोलविले नारायणराव ॥ (चाल) ॥ दादांसि मिळोन असावें ॥ रयतेला दुःख न द्यावें । द्वैत केवळ न करावें । प्रीतीनें राज्य करावें ॥ पुणें गादी सांभाळुनि राहावें । माझ्या मोक्षपदचें वचन संभाळावें ॥ (चाल) ॥ आनंदीबाईला जवळ बोलाविलें । बघा आह्मी जातों मोक्षपदाला तुह्मा कळविलें ॥ ओट्यांत नारायणराव तुमच्या घातला । बहु प्रकारें विनविले आनंदीबाईला । मग माधवरायानें प्राण सोडिला । कशी करुणा नव्हती भगवाना तुला ॥ अपघात करुनि मारिला सख्या पुतण्याला ॥ दक्खनचा० ॥ १ ॥

श्रीमंती राज्यामधिं पुण्याची महिमा कशी होती । जागजागीं अनुष्ठानें ब्राह्मणभोजनें होती ॥ तुपपोळी खायाला नव्हती ब्राह्मणांस निवंती । कशा नालख्या पालख्या घरोघर फिरती ॥ स्वारी श्रीमंतांची नित्य पर्वतीला जाती । काय आरसेमहाल मजा दिसे वाड्याची ॥ सोन्याचा गणपती पूजा श्रीमंताची ॥ बुधवारचा वाडा मसलत पंचा-

---

१ 'कशी करुणा नव्हती आली राघोबाला । अपघात करून मारिलें नारायणरावाला ॥' पा० २ न्यूनता

इतीची ॥ कारंजेवाडा सदर नाना भाऊची ॥ (चाल) ॥ काय बैठक रावसाहेबाची । पानविडे मजा खायाची ॥ लोक येतात मुजऱ्याशी । कारंजे लाविली वाड्यांत पाण्याची ॥ जुना वाडा बांधला बुरुज लढायाशी ॥ (चाल) ॥ नळाला काम लाविलें, हुकूम झाला । पुढें कोट बांधणार होते शहर पुण्याला ॥ पण करुणा नाहीं आली भगवाना तुला ॥ अपघात करुनि मारला सख्या पुतण्याला ॥ दक्खनचा० ॥ २ ॥

माधवराव मोक्षपदाशी गेला । चिंता पडली नानाफडनविसाला ॥ नारायण महाराज नेले साताऱ्याशी ॥ शाहूरायाच्या तक्तापाशी ॥ शिक्के कट्यार वस्त्रें दिलीं नारायणाशी । पुण्याची गादी मिळाली नारायणाशी ॥ आला वाजवीत चौघडा शहर पुण्याशी । कूच करुनि लौकर नेले नाशकाशी ॥ दुसऱ्याची बुद्ध ऐकत निमित्याशी ॥ मग येउनि जसी केली नारायणाशी ॥ (चाल) ॥ फार झाले बंदोबस्ती ॥ घोड्याची गस्त हिंडती । चौक्याची बंदोबस्ती । नारायण धरायासाठीं ॥ आनंदीबाईनें मांडिली हिकमती ॥ माझ्या राज्यपदाची माळ गंगाबाईला दिली कशी ॥ (चाल) ॥ पुढलें होणार जाणार ठाऊक कोणाला ॥ होयाचें होऊन जाईल शब्द देवाला ॥ नारायणराव मुकले बाई प्राणाला ॥ दक्खनचा० ॥ ३ ॥

भाद्रपद तेरशी दिवस सोमवार त्या दिवशीं, दिवस ढला दोन प्रहर ॥ सुमेरशिंग गारदी होऊन तयार ॥ त्या आनंदीबाईनें बोलाविला कचेरीवर ॥ आनंदीबाई बोले सुमेरसिंगाला । तुला भाऊ ह्मणोन माझा मी मानिला ॥ जर खरें सांगशील मला आनंदीबाईला ॥ हें पुणें शहर अर्धें दे-

ईल तुला ॥ बेल भंडार तुळशीपत्र इमान तुला न मला । दोघांची क्रिया झाली बेलबागाला ॥ राजपद कोणाला दिलें सांग आह्मांला ॥ मग सुमेरशिंग गारदी बोले बाईला ॥ राजपद दिलें आई दादांनीं नारायणाला ॥ (चाल) ॥ आंग टाकिती धरणीला ॥ तोडी कुरळ्या केंसाला ॥ राज्याचा नाश माझ्या केला ॥ शिव्या देती राघोबादादाला ॥ (चाल) ॥ माझा हुकूम जाउनि सांग माझ्या नवऱ्याला ॥ नारायण धरुनि आण माझ्या कचेरीला ॥ नाहीं तर कुंकू पुशीतें मी आपल्या सदरेला ॥ दक्खनचा० ॥ ४ ॥

सुमेरशिंग गारदी होउनि तयार ॥ मला हजरी दे आनंदीबाई ह्मणूनि लावी कव्यार ॥ मग शिरला आरसे महालांत उपसुनी तरवार ॥ हजार गारदी शिपायी बरोबर ॥ हातीं नागव्या तरवारी हातांमधिं भाले । त्यांनीं आरसे महाल वेढीला चौफेर ॥ केशरीभात जेवले होते नारायण ॥ ह्या राजवाड्यामधिं झाले निद्राशयन ॥ (चाल) ॥ झाली गर्दी येकच हल्ला ॥ पर्वती आई गेली स्वप्नाला । उठ नारायण आतां तुझा घात आला । राव स्वप्नीं जागा झाला ॥ उठोनि उभा राहिला ॥ राजपुत्र थरथरां कांपला ॥ पाणी आलें त्याच्या नेत्रांला ॥ राजपद भोवलें मला ॥ नऊमहिने नाहीं भोगलें पुरतें राज्याला ॥ डोळाभर नाहीं पाहिलें अस्तूरीला ॥ आनंदीबाईनें आतांच घात मांडिला ॥ आई बाप नाहीं जवळ सोडवायाला ॥ नाना फडनवीस नाहीं पुण्याचे सदरेला ॥ नारायण पळों लागला, आसरा नाहीं लपायाला ॥ गाय होती देवपुजेला ॥ गाईच्या आड लपला मिठी गाईच्या गळ्याला ॥ गायीबाई प्राण वांचव आपुला ॥ गाय हंबरती स्वाशाला ॥ पाणी गाईच्या डोळ्याला ॥ सुमेरशिंग उभा राहिला तोडायाला ॥

गाईला वार लागला आसरा गायीचा सोडीयला ॥ नारा-यण पळों लागला । हिंडोन सारा वाडा भयाभीत झाला । थरथरांच कांपत राघोवा दादापाशीं गेला ॥ दक्खनचा०॥५॥

जिथून पळाले राव सुमेरशिंग मागें । बरोबर घेऊनि गारदी केला लाग ॥ शोध करित पुढें चालले लावला थांग । ह्मणे इथून पळाले राव, आनंदीबाई सुमेरशिंगाला सांगे ॥ मग गेले दादापाशीं सोडा राग ॥ मला द्यावें जी-वदान टाकावें मागें ॥(चाल)॥ डोकी घातली पोटांत ॥ मीठी मारितो गळ्यांत ॥ राजपद नको मला इथें ॥ माझ्या प्रा-णाचा होइल घात ॥ आनंदीबाईचें चुलतीचें ऐकूं नको ॥ भट ब्राह्मण मला ह्मणतात ॥ मी कोरॅण[1] भिक्षा मागत जातों काशी तीर्थांत ॥ माझी गंगातिरीं असुरी द्या माझ्या संगत ॥ दादासाहेब पुरवा माझा मनोरथ ॥ आली माया हृदयांत ॥ दादासाहेब बोले सुमेरशिंगास नको करूं मुलाचा घात ॥ (चाल) ॥ माझ्या वडील भावाचा लेक ॥ राज्याला एकूलता एक ॥ शिर ठेविलें रायाचें हातीं वांचवा याला ॥ पुढें सुमेर शिंग गारदी दादासाहेबास बोलता झाला ॥ दक्खनचा० ॥६॥

अन्न पाणी लागेना गोड चैन पडेना. आनंदीबाईला ॥ बारावर एक वाजला बाई घंटा झाला ॥ कां अजून सुमे-रशिंग येइना सांगायाला ॥ मग सुमेरशिंग गारदी जवळ बोलविला ॥ काय हुकूम दिला दादांनीं सांग मेल्या मला ॥ मग सुमेरशिंग गारदी बोले बाईला ॥ दादासाहेब हुकूम देईनात मला नारायण धरायाला ॥ किती शिकवूं ह्या मे-ल्याला बाई शिपुर्ड्याला ॥ (चाल) ॥ तीरुपयाच्या चाक-राला । काय पुढलें होणार ठाऊक नाहीं ह्याला ॥ राजपद

१ कोरान्न.

दिलें दादांनीं नारायणाला ॥ सर्पाच्या पाठीवर मेल्या तूं पाय दिला ॥ पुढें घात तुझ्या जीवाला ॥ तुझीं लेकरेंबाळें पुढें विकील दाणकाला ॥ (चाल)॥ होयाचें होऊं दे जीवें मार दोघांला ॥ दक्खनचा० ॥ ७ ॥

सुमेरशिंग गारदी बोले दादाशीं ॥ यामुळें आपला प्राण तुह्मी त्यजीतां ॥ पुढें आमचीं मनुष्यें कशीं घाण्यामधें गाळवितां ॥ दादांनीं हात काढिला मग झाला परता ॥ तुळाराम परदेशी नारायणाला झाला ओढिता ॥ वैऱ्यानें हात टाकिला खांद्यावरता ॥ (चाल) ॥ झाली मुक्त एकच घायीं ॥ रक्त वस्त्रें भिजली बाही ॥ रक्ताचे पुर वाही ॥ एक शकल झालं दुठायीं । मधें जानव्याचे हाल झाले कांहीं ॥ कढी भात पडला ठायीं ॥ चकचकती सगळी शाही हाणून घेती उरावरी ॥ नारोबा नाईक पुरा झाला ॥ जखमा लागल्या विश्वराम ढेऱ्याला ॥ पर करुणा नाहीं आली भगवाना तुला ॥ दक्खनचा० ॥ ८ ॥

नारायण महाराज मोक्षपदाशीं गेला ॥ काय अंधार पडला पुणेंशहराला ॥ वाणीणी ब्राह्मणी शिंपीणी सोनारणी एकच कहर झाला ॥ काय राजपुत्र बाई गेला आईबाप नव्हते त्याला ॥ विधवापण आलं गंगाबाईला ॥ ब्राह्मण करिती हाय हाय, मोकली धाय, काय पंढरीराया विष्णुभक्त नेला॥ मग आनंद आनंदीबाईला झाला ॥ सखा पुतण्या तिनें मारिला ॥ नानाफडनवीस नव्हते त्या वक्तीं पुण्याचे सदरेला ॥ ते गेले मेणवलीला आपुले गांवाला ॥ आबासाहेब पुरंदर किल्लेवाला ॥ नित्य मेजवानगी करी नानासाहेबाला ॥ तुह्मी यावें सास्वडाला राव भोजनाला ॥ पटवर्धनमहाराज सांगलीवाला ॥ श्रीमंताचा सोयरा भला काय बाजू श्रीमंताला ॥

मानकरी लोक जमले सास्वडीं भोजनाला ॥ सोन्याचीं केळी-पत्रें आणिलीं भोजनाला ॥ बहु नाजुक स्वैपाक ब्राह्मणी विचार झाला ॥ रांगोळ्या टाका आतां बसा भोजनाला ॥ सोन्याचीं पात्रें मांडलीं भोजनाला ॥ पांच शाखा वाढल्या आतां तुपपोळीचा वखत आला ॥ जसा पिंगळा गिजबिजला नाना शब्द बोले लोकांला ॥ तुह्मी मेजवानगी केली आ-ह्माला, पर करमत नाहीं आमच्या दिलाला ॥ हुरहुर वारा सुटला नानाफडनवीसाला ॥ कांहीं तरी दगा असेल पुण्यांत श्रीमंतांला ॥ तीन शब्द बोलला नाना उगीच बसला ॥ पु-ण्याचें पत्र आलें सास्वडाला ॥ सोवळे ब्राह्मण उठा नाना भोजनाला ॥ नानाफडनवीस बोले सर्व ब्राह्मणांला ॥ श्रीमं-तांचें पत्र आलें आपुल्याला ॥ लाखोटा वाचूं मग बसूं भो-जनाला ॥ लाखोटा फुटला पाणी आलें डोळ्यांला ॥ हिरा कंकण माणीक मोतीं नारायण गेला ॥ आनंदीबाईनें मोठा घात केला ॥ विनाशबुद्धी आली मला नानाला ॥ मी गेलों मेणवलीला आपुले गांवाला ॥ ह्मणूनि नारायण मोक्षपदाला गेला ॥ जिथलीं पात्रें तिथल्या ठिकाणाला ॥ सोंवळे ब्राह्मण ओवळे मिळाले त्यांला ॥ दोरोजांचा उपवास नानाफडनवीसाला ॥ नाहीं मिळालें फराळाला शूर मर्दाला । अवलक पंचकल्याणी घोडा नानाला बसायाला ॥ घोडचवडीखालीं नाना पुण्याला आला ॥ तुह्मी उघडा द-रवाजे पाहूंद्या राजश्रीला ॥ दोन शकलें दोन बाजुला वि-श्वराम ढेरे पडले उजव्या बाजूला ॥ येथें उपाय चालेना आपला ॥ राजा मोक्षपदाला गेला ॥ आनंदीबाईनें बरा घात केला ॥ दक्खनचा० ॥ ९ ॥

पटवर्धन महाराज बोले नानाफडनवीसाला ॥ होयाचें होऊन गेलें शब्द देवाला ॥ याची नाशवंत काया येईना

क्रमाला ॥ धनी जाऊंद्या मोक्षपदाला ओंकारेश्वराला ॥ नानाफडनवीस बोले पटवर्धनराजाला । कसें जाळूं मी एकल्या नारायणाला ॥ वाघाचे संगतीनें कसें मारावें परदेशाला ॥ पटवर्धनमहाराज बोले नानाफडनवीसाला ॥ ठक कोल्हा परदेशी येइना आपुल्या हाताला ॥ वाघनख ह्याच्या बोटाला पांच हत्यारें डाभाला ॥ हजार माणूस जिमतील॥ सात माणसें मारलीं खून चढला परदेशाला ॥ तो अधिक जखमी करील कईकांला ॥ अफीणीचा खाणेवाला ॥ जरा ब्राह्मणी कावा हिकमत करतां मी ह्याला ॥ नानाफडनवीस जाऊन बसले तिसऱ्या मजल्याला ॥ मग कचेरी शोभे पटवर्धन राजाला ॥ त्यानें सुमेरशिंग परदेशी जवळ बोलविला ॥ त्याचे शिरीं हात ठेविला ॥ भलें मारलें नारायणाला ॥ राजपद मिळतें तुला ॥ दोघे मिळुन चल जाऊं आनंदीचे भेटीला ॥ वाघनख ठेव धरणीला ॥ हत्यारें लाव जा आपुल्या ढेलजाला ॥ माझा अबलक घोडा तुला बसायाला ॥ दोघे मिळुन चालले आनंदीचे भेटीला ॥ पटवर्धन महाराज उजव्या बाजूला ॥ नानाफडनवीस होते तिसऱ्या मजल्याला ॥ त्यांनीं शेल्याचा पदर हलविला ॥ त्यानें हुकूम केला सरदार लोकांला ॥ काय पहातां दादाहो तुमचा बाप चालिला ॥ एक ह्मणतां हजार गर्दी त्याला ॥ नानाफडनवीस बोले सरदार लोकांला ॥ एके घायें मारूं नका परदेशाला ॥ हातापाया पलिते लावा जरा जाळा त्याला ॥ एक ह्मणतां हजार गर्दी त्याला ॥ बोटीं बोटीं पाडले तुकडे परदेशी नाहीं आला वांट्याला ॥ दक्खनचा० ॥ १० ॥

पटवर्धनमहाराज बोले नानाफडनवीसाला ॥ तीन रोज मुर्दा राहिला अझुनि कांहीं हेतु नाहीं पुरला ॥ नानाफड-

नवीस बोले राघोबादादाला ॥ आनंदीबाईनें राज्याचा नाश केला ॥ सख्या पुतण्याचा वध केला ॥ किल्ल्यावर पाठवा आनंदीबाईला ॥ तिन वर्षांची जुन्या नाचणीची भाकर द्दिला खायाला ॥ पावशेर मीठ पीठ दळायाला ॥ पावशेर पाणी द्यावें तोलून प्यायाला ॥ अनवाणी पायीं धाडावी गडकिल्ल्याला ॥ सुकुमार बाईची काया फोड पायाला ॥ त्या अर्ध्या किल्ल्याच्या वाटेनें बाईचा प्राण गेला ॥ घारी गिधडाला सुकाळ झाला ॥ नाहीं मोक्षपद मिळालें आनंदीबाईला ॥ दक्खनचा० ॥ ११ ॥

नानासाहेब बोले सर्वत्र लोकांला ॥ हुकूम मागा गंगाबाईला ॥ धनी येऊंद्या मोक्षपदाला आंघोळीला ॥ गंगाबाई करी रोदन हरपलें रत्न ॥ गाईनें वत्स गिळलं देवा धन्य ॥ टाकोनि हत्ती घोडे गोधन ॥ नाहीं हौस पुरली गेले नारायण ॥ (चाल) ॥ मनीं हौस होती फार ॥ पुणें शहर करीन गुलजार ॥ वाणी उदमी दुकानदार ॥ नारायणपेठ तयार ॥ कुठें ऐकत होता ईश्वर ॥ काय राज्यांड्यामधिं पडला अंधार ॥ आंग धरणीला टाकिती ॥ कुरळे केंसाला तोडिती तुमचे संग निघतें सती ॥ दोघे मिळोन चला जाऊं ओंकारेश्वरापाशीं ॥ आया मावल्या समजावती गंगुबाईशीं ॥ नको रडूं बाई दुःख आहे सर्वत्रांशीं ॥ नानाफडनवीस बोले गंगाबाईशीं ॥ सती निघायाचा हुकूम मिळेना बाई तुशीं ॥ तुझ्या देहाची झडती दे मला नानाशीं ॥ गंगाबाई बोले आयाबायाशीं ॥ कशी मी निघों बाई सती पांचा महिन्यांची मी गर्भवती ॥ नानाफडनवीस समजाविती गंगूबाईशीं ॥ नको रडूं बाई धोका असेल तुझ्या गर्भाशीं ॥ कन्या का पुत्र होईल बाई तुशीं ॥ मी गुप्तराज्य चालवीन अक्कल आहे मज नानाशीं ॥ अशी समजाविली

बहुत नानापरी ॥ पन्नास बायका दिल्या संग गऱ्हाँरीणी ॥ कांहीं वाणिणी ब्राह्मणी शिंपिणी सोनारणी ॥ (चाल) ॥ तुह्मी राहावें पुरंदराला ॥ बाईचा गर्भ वाढवायाला ॥ सगळ्यामधें एकच दाई त्यांना ॥ गंगाबाई ह्मणे नानाला । धनी जाऊंद्या मोक्षपदाला ॥ मग जाईन मी पुरंदराला वनवासाला ॥ दक्खनचा ॥ १२ ॥

नानाफडनवीसानें हुकूम केला । धनी माडींतला काढिला । माणीकचौकांत आंघोळीला ॥ आटोकाट ब्राह्मण तिथें जमा झाला ॥ ते आले होते पर्वतीच्या दक्षिणेला ॥ मग मिळाले ब्राह्मण गणित नाहीं त्याला ॥ नानाफडनवीस बोले उपाध्ये भटाला ॥ दोन शकलें दोन बाजूला ॥ तुह्मी काढा सोवळं बांधा राजश्रीला ॥ पाणी ठेवलं आंघोळीला ॥ सगळा अलंकार चढविला ॥ मोत्याचा तुरा लाविला ॥ दोन हुजुरे दोन बाजूला ॥ खासा मिरवायाला लागला ॥ मग गंगाबाई हांक मारी राजश्रीला ॥ काय द्वारका सोडुनी कृष्ण निघाला ॥ नळानें टाकिलं दमयंतीला ॥ भोळा शंकर होता पार्वतीला ॥ हरिश्चंद्र होता तारामतीला ॥ रामचंद्रानें मोकलिलें सिताबाईला । असा वनवास भगवंतानें आमच्या शिरीं दिला ॥ मग पुकार कळली पुणेंशहराला ॥ गर्भार बाया चालल्या पाहायाला ॥ लेंकुरवाळ्या बाळें घेतलीं कडेला ॥ जागा मिळेना उभें राहायाला ॥ महाराज ओंकारेश्वरावर नेला ॥ (चाल) ॥ राव काढले मध्यान्हरात्रीं दिधला अग्न खंडीभर लांकडें आठ मण चंदन ॥ सरण दिलं घेतवून ॥ चार वेढे हिंडली गाय पांचव्या वेढ्यानें गाईनें प्राण दिला सरणावर ॥ आले तुळाजी खिजमतगार ॥ चाभाजी टिळेकर ॥ त्याचे हुजरे मंडळी चाकर ॥ चालूनि आलें सरणावर ॥ आह्मी सरकारचे चाकर ॥ याचें निमक खाल्लें

फार ॥ पुढें थांबूनये विचार ॥ उड्या टाकिती सरणावर ॥ जळून गेले चौघेजण ॥ गाय गेली जळून खांबावर ॥ हीं ऋणानुबंधाचीं कामें ॥ चौघें गेलीं वैकुंठीं चालून ॥ तिथून त्याचा न्याय केला कोणी ॥ येथूनि वर्तमान सर्व झालें ॥ लहिरी मुकुंदाकवी बोले ॥ झाला दादाचा बोल मला नारायण मोक्षपदाला गेला ॥ दक्खनचा० ॥ १३ ॥

दिस[१] मास उदास झाला ॥ मग चिंता पडली गंगाबाईला ॥ रंगमहालीं करमेना जात्यें पुरंदराला ॥ दाहा बाळंतिणी झाल्या खबर नाहीं कळली गंगाबाईला ॥ काय नालख्या पालख्या चालल्या पुरंदराला ॥ शुद्ध सोमवार दिवशीं वेळ घटका आली तिला ॥ दाइ ह्मणे नानाफडनवीसाला ॥ गंगाबाईचा प्रसूत व्हायचा वखत आला ॥ एक सोबतीण मिळाली तिला ॥ दोघींची वेळ घटका कळली भगवंताला ॥ नानाफडनवीस बोले त्या दाईला ॥ सोन्याच्या वेळा चढवीन बाई तुला ॥ तुझें माझें इमान ठावें भगवानाला ॥ काढा वस्त्र डोळे दोघींचे बांधा यासमयाला ॥ कन्या झाली गंगाबाईला ॥ पुत्र झाला दुसरे बाईला ॥ ही अदलाबदल कळली नानाफडनवीसाला ॥ दाई ह्मणे नानासाहेबाला ॥ गंगाबाईला पुत्र झाला ॥ हत्तीवर साकरा वांटल्या आनंदोत्सव झाला ॥ खबर कळली पुणें शहराला गंगाबाईला पुत्र झाला ॥ सवाईमाधवराव नांव शोभे त्याला ॥ सोळा वर्षें राज्य भोगलें पुणें शहराला ॥ सत्रावे वर्षीं कलिप्रहार आला ॥ शिलंघन खेळोनि माधवराव घराला आला । तेथें नानाफडनवीस त्याला उणा शब्द बोलिला । कारंज्यावरी उडी टाकिली प्राण त्याचा गेला ॥ तेथुन ब्राह्मणांचा आचार धर्म लोपला ॥ दक्खनचा० ॥ १४ ॥

१. एका प्रतींत हें कडवें सांपडलें.

८. सवाई माधवरावाचें जन्म,
यावर पोवाडा.

नारायणरावांस मारल्यावर त्यांची पत्नी गंगाबाई ही गरोदर होती, ह्मणून तिला मुत्सदी मंडळींनीं पुरंदर किल्ल्यावर ठेविलें. तेथें ती ता. १६ एप्रिल १७७४ रोजीं प्रसूत होऊन मुलगा झाला. तोच सवाई माधवराव. याचे जन्माचें व बाळपणाचें वर्णन या पोवाड्यांत आहे.

हा खंड्र संतू नांवाच्या कवीनें केला असून आह्मांस एका गोंधळ्याकडून मिळाला.

सवाई माधवराव पेशवे सवाई चढती राज्याला । परशुराम अवतार पुरंदरीं जन्म झाला ॥ ध्रुवपद ॥

सप्तद्वीप नवखंड पृथ्वी दहावा खंड ऐका काशी । भरतखंडामधिं एक जंबूद्वीप आहे दक्षिण देशीं ॥ साडेसहा सुभे राज्य दक्षणचें आहे शाहुमहाराजाशीं । देशोदेशिंच्या खंडण्या धाडुन देती पुंडमवासी ॥ केवढा दर्प थर थर काप मोठी धासत वैऱ्याला । देशोदेशिंचे वकिल हमेशा पडले शहरपुण्याला ॥ सवाई० ॥ १ ॥

मध्यान्हीं इंदुवार सप्तमी सोळाच घटका समयाला ॥ देशोदेशीं साखरा वाटिल्या आनंद झाला सृष्टीला ॥ सुटति तोफा एक कडाका गणीत नाहीं बाद्यांला । सडे घालती उत्तम आंगणीं सर्व मिळुनि त्या समयाला ॥ सवाई० ॥ २ ॥

मौंजीबंधन लग्न रायाचें खूप रायाचें झालें घणघोर । आरशाचे मंडप रेखिले चित्रशाळा अपार ॥ जरी बादले खांब चांदवे सोग झाला चौफेर । तक्त रायाचें पुढें चालतें

---

१ शके १६९६ अधिक वैशाख शुद्ध ७ ह्मणजे ता. १८ एप्रिल १७७४ रोजीं. २ सन १७७९ त सवाई माधवरावांचा व्रतबंध झाला. ३ सन १७८२ त लग्न झालें. या दोनही प्रसंगांचें वर्णन पेशव्यांचे बखरींत उत्तम केलें आहे.

रथ हत्तीचा विनीवर ॥ दोही रस्त्यानें चिरकदानी इंद्रसभेचा दाखला । चतुराई नानाची कुठवर उपमा द्यावी तयाला ॥ सवाई० ॥ ३ ॥

आणले भोंसले मोंगल महाराज छत्रपती । शाहणव कुळींचे भूप मिळाले सांगाया झाल्या कृती ॥ महादेव बोलला सवाई शास्त्र चढले वेदाला । खंडु संतू ह्मणे पुण्यामधिं पोवाडा हा त्यानें केला ॥ सवाई० ॥ ४ ॥

---

९. पेशव्यांनीं बदामी किल्ल्यावर मोहिम केली, यावर पोवाडा.

सन १७८६ त टिपूसुलतानाबरोबर पेशव्यांचा विघाड होऊन ही मोहिम झाली. तींत नानाफडनवीस व हरिपंत फडके स्वतां गेले होते. एक वर्षानें किल्ला सर केला. नंतर बदामी, कितूर, नरगुंद वगैरे प्रांत व शिवाय ४० लक्ष रुपये टिपूकडून घेऊन पेशव्यांचें सैन्य परतलें. याचें वर्णन या पोवाड्यांत आहे.

याचा कर्ता मुंगवड्यास राहाणारा राघु नांवाचा कोणी कवि होता. हा पोवाडा आह्मांस एका गोंधळ्यानें दिला.

नाना फडनवीस ह्मणती भाऊला¹ तुह्मी मोर्चाला खबरदार । गोळे सुटती तुटती तार ॥ ध्रुवपद ॥

रणमंडळ दारूच्या बळ तोफेच्या गोळ कडक विजिलें करिती मार । घावरें होतें लष्कर ॥ किल्ल्यांत फिरंगी रोहिला जंगी मारितो रंग रेकल्याचा । तळ्याकडे मोर्चा भोंसल्याचा ॥ आर्त कानडा लोक फाकडा पैठणी जोड शिपाई सडे तलवार । नेमिले चार हजार ॥ तळ्याच्या तिरीं भोंसला शिरी श्रीमंत विनीवर । मोंगलाचें लष्कर ॥ बसूनियां हंबीर करिती विचार हला करा एकदाची । खबर पे-

---

१ परशुरामपंतभाऊ पटवर्धन.

कावी बदामीची ॥ किल्याचें आंग भिउनि फिरंग भार हा पळतो कानड्याचा । मुजरा पाहती किल्याचा ॥ किल्ला भेसूर शिंदे होळकर लष्कर दूर फौज त्यांची । खबर ऐकावी बदामीची ॥ तीन हजार सुटतो जंबूर आगना वरस किल्ल्याची । खबर ऐकावी बदामीची ॥ नाना० ॥ १ ॥

शिपाई थाट रोहिले जाट गाठ न पडलि हैंदऱ्याची । खबर ऐकावी बदामीची ॥ किल्यांत फिरंगी रोहिला जंगी मारितो रंग रेखल्याचा । तळयाकडे मोर्चा भोंसल्याचा ॥ पाटीलकर दंग वाजे मृदंग मांडला रंग गोळा सुटला तोफेचा । ठाय उडविला नायकिणीचा ॥ नाना० ॥ २ ॥

पहाटेच्या प्रहरीं दीन शनिवारीं करुनि तयारी नानानें हल्ला नेमिला । खबर परशुरामभाऊला पाठविली ॥ भाऊचे घोडे सड बेधड गारदी पुढें बिनी धरली । हरिपंताची फौज उठली ॥ धोशा मोगल मुधोजी भोंसले चिमण रायाची शाई हलली । घाडग्यानें कोर धरली ॥ तीन हजार सुटतो जंबूर आगना वर्स किल्याची । खबर ऐकावी बदामीची ॥ जाट रोहिले नीट तोफेची गाठ गाठ न पडली हैंदऱ्याची । खबर ऐकावी बदामीची ॥ नाना० ॥ ३ ॥

सडक सरदार भडकती वीर भूमि भूमिकार गर्जिले । हस्ती तोंडावर दीधले ॥ भाऊसहित दरवाज्यांत दारूचे बुधले चेतले । सातशें शिपाई उडाले ॥ लोक भाऊचे परशुरामाचे मोठे नेमाचे झेंडे हालले । झोर जरीपटका चाले ॥ भोंसला भारी करुनि तयारी निशाण आलें अवचित । जरी पटक्यानें केली मात ॥ रण तुंबळ घुमतें घायाळ गणती नाहीं मुडद्याची । खबर ऐकावी बदामीची॥नाना०. ४

शिपाई थाट धडाधड झाले वार झाले दोन प्रहर हल्ला

शिरला थाड्यांत । भाऊसहित हरीपंत ॥ करा तलवार कापावें शहर मुलांमाणसांसहित । सातशें मुडद्या गणित ॥ धरलें शहर रोहिले नेऊनि घातले बंदांत । बातमी कळली किल्ल्यांत ॥ किल्ल्याचा धनी त्याला हिरकणी आली बातमी गोष्ट ही तिसरे प्रहराची । खबर ऐकावी बदामीची ॥ नाना० ॥ ५ ॥

सवाईमाधवराव धन्याचें नांव बावीस उमराव तीन लाख लष्कर । घेतलें बदामी शहर ॥ गणित प्रहराचें सवा प्रहराचें रंजक झडली ती प्रहराची । लूट पैक्याची आणिक दिंडाची ॥ सरस वासन वजनदार पाहुणे मेले बहुत फार । रणतुंबळ घुमतें घायाळ तुडवणी झाली परगण्याची । खबर ऐकावी बदामीची नाना० ॥ ६ ॥

गेले किल्ल्यांत झाले यशवंत वर जरी पटका लाविला । कागद पुण्याला गेला ॥ धनी श्रीमंत बसुनी एकांत धन्यानीं कागद वाचिला । जखमा चौंहजाराला ॥ नऊशें स्वार झाले ठार ठाणें द्यावें रास्त्याला[1] । आवाज तोफेचा केला ॥ राघु-कवि दया असूं द्यावी पोवाडा थोडासा केला ॥ आमचें राहणें मुंगवड्याला ॥ आह्मी ह्मेमान पेठेचे राहणार । आमची मिरास वाईची ॥ खबर ऐकावी बदामीची ॥ नाना० ॥ ७ ॥

---

१०. सवाई माधवराव पेशवे रंग खेळले, याबर पोवाडा.

पूर्वी पेशवाईत शिमग्याचे रंगपंचमीस श्रीमंतांनीं आपल्या प्रजेबरोबर रंग खेळावा अशी चाल असे. हा रंग खेळण्यास रंगपंचमीस मोठी

---

१ हा किल्ला घेतल्यावर त्याची व्यवस्था पाहण्याचें काम पेशव्यांनीं रास्त्याकडे सोंपिलें होतें, व त्यांच्या देखरेखीखालीं त्या प्रदेशांतील शेतकरी सुखी व सधन झाले.

सरकारस्वारी निघत असे. त्याप्रमाणें ता. ११ मार्च स. १७९३ रोजीं खेळलेल्या रंगसमारंभाचें वर्णन पुढील पोवाड्यांत आहे.

हा पोवाडा प्रभाकरकविकृत आहे.

जसा रंग श्रीरंग खेळले वृंदावनिं द्वापारांत। तसा रंग श्रीमंत खेळले कलियुगांत अति आदरांत ॥ ध्रुवपद ॥ धन्य धन्य धनि सवाई माधवराव प्रतापी अवतरले। कीर्ति दिगंतरीं करुनि कुळामधिं सर्व पुरुष पहा उद्धरले ॥ एकाहुनि एक मंत्रि धुरंधर बुद्धिबळें शहाणे ठरले। दौलतिचा उत्कर्ष दिसंदिस नाहीं दरिद्री कुणि उरले ॥ शालिवाहन शक नर्मदेपावत जाऊनि जळीं घोडे विरले । [1]देति मग करभार श्रीमंतांशीं शरण आले नृप पृथिवीवरले ॥ (चाल) ॥ महावीर महादजी बावा हुजरातीचे। [2]करुनि मराठी पोषाक खुप जरतारीचे। नित्य नवे महोत्साह होती खुप गजरातीचे ॥ (चाल पहिली) ॥ तऱ्हेतऱ्हेचे ख्याल तमाशे नित्य होति दरबारांत। श्रीमंताचा संकल्प असा कीं रंग करावा शहरांत ॥ जसा० ॥ १ ॥

कळ पाहुन मर्जीचा बरोबर रुकार पडला साऱ्यांचा। सिद्ध झाले संपूर्ण पुण्यामधिं बेत अधिक कारभाऱ्यांचा ॥ पुढें सुख्य अंबारि झळाळे मागें थाट अंबाऱ्यांचा। चंद्रबिंब श्रीमंत सभोंता प्रकाश पडला ताऱ्यांचा ॥ हौदापुढें आणि पायदळांतरीं पाउस पडे पिचकाऱ्यांचा। धुमाधार अनिवार मार भर बंबांच्या फटकाऱ्यांचा ॥ (चाल) ॥ नरवीर जसे कोहि केवळ कृष्ण अर्जुन। बोलति भाट यश कीर्ति सकल वर्णुन। चालली स्वारी शनवार पेंठ वर्जुन ॥ (चाल पहिली) ॥

---

१ “श्रीमंतांस करभार देउन आले शरण रिपु पृथिवीवरले” पा०. २ “आणुनि मरातब वाच्छाई वजिरातीचे” पा०.

नारि घरोघर झुरझुरक्यांतुन सजुन उभ्या शृंगारांत । गुलाल जरदा पल्ले दुतर्फा रंग रिचविति बहरांत ॥ जसा० ॥२॥

सलाम मुजरे सर्व राहिले राव रंगाच्या छंदांत । हास्यवदन मन सदय शोभले शूर शिपाई वृंदांत ॥ दोहोंदोहों हातीं मुठी भरी गुलाल दिलें छत दिसे लाल खुप कुंदांत । तक्त रावे झिल पेंच नाचती सगुणनार आनंदांत ॥ सुदिन दिवस तो प्रथम दिवसाहुन शके सत्राशें चवदांत । परिधावी संवत्सरांत फाल्गुन वद्य चतुर्दशी धारांत ॥ (चाल) ॥ बाळाजि जनार्दन रंगामधिं रंगले । रंगाचे पाट रस्त्यांनि वाहूं लागले । कितिएक भरविले गुलालानें चौक बंगले ॥ (चाल पहिली) ॥ सगुण गुणी जन्मले कुळदीपक महादजी बाबा हुजऱ्यांत । तलवार बहादुर शूर शिपायी मुकुटमणी सरदारांत ॥ जसा० ॥ ३ ॥

गोंडे भरुनि रंगाचे सज्जुनि सर्व निघाले स्वारींत । गुलाल गोटे शिवाय ठेविले निरानिराळे अंबारींत ॥ आप्पा बळवंतराव मेंहदळे चौरि वारीत मिजाशींत । लाल कुसुंबी रुमाल उडती घडोघडी मेहेरपगारींत ॥ कोतरा नद कोतवाल वाटला मग ते मस्तकीं लकारींत । जलम बाण बोभाटचा हटे लगी वाद्य घोष डमदारींत ॥ (चाल) ॥ भले भले घोडे खंदामधें घालिती । बारगीर बिनीवर ध्वज रक्षित चालती । संपूर्ण भिजविले जन रंगाखालतीं ॥ (चाल पहिली) ॥ वेत्रपाणि वारिती तरी झालि गर्दी बहू बुधवारांत । झुकत झुकत समुदाय चालती स्वारि आली रविवारांत ॥ जसा० ॥ ४ ॥

आधिंच पुणें गुलजार तशामधिं अपूर्व वसला आदि-

---

१ ह्मणजे ता. ११ मार्च स. १७९३ इ. २ 'पराक्रमी तर आली बहादर' पा०. ३ 'भोत गोर रणगारे गुलालें भरुन चालली स्वारींत' पा०.

त्वार । त्यांत कृष्ण श्रीमंत अवातर यादव मिळाले दळ भार ॥ हरिपंत तात्यानें उडविला रंग केशरी अनिवार । हास्यवदन राजेंद्र मुखावरि शेला लाविती वारंवार ॥ पाटील बोवानें शिविरा नेउनि रंग केला जोरावर । वस्त्र आणि किनखाप वांटिती ठाण कुणाला गज वार ॥ (चाल) ॥ उलटली स्वारी मग मेहताबा लाउनी । नजराणे येति मग वाड्यामधें घेऊनी । दाखवी पवाडा गंगु हैबती गाउनी ॥ (चाल) ॥ महादेव गुणिराज फोंकितो तनन तान दरबारांत । प्रभाकराचें कवन फांकलें सहज सभोंवती शहरांत । जसा० ॥ ५ ॥

---

११. मोगलांची व पेशव्यांची खर्डे मुक्कामीं लढाई झाली, यावर पोवाडा.

ही लढाई स० १७९५ मध्यें झाली. हिचें कारण असें कीं, चौथाई व सरदेशमुखी या हक्कांबद्दल निझामाकडेस मराठे सरकाराची बाकी फार तुंबली होती, ती पेशवे सरकारचा हैदराबादेंतील वकील निझामाजवळ मागूं लागला. तेव्हां त्याचा दिवाण मशीर उलमुल्क याणें त्यास बरोबर जबाब न देतां, पेशवे व नानाफडनवीस यांविषयीं कांहीं निंदास्पद व अप्रयोजक भाषण केलें. त्यावरून उभयपक्षीं चीड येऊन लढाईची तयारी होऊं लागली. नानाफडनवीस स्वतां सवाई माधवरावांस बरोबर घेऊन या स्वारींत गेले होते. परशुरामभाऊ पटवर्धन हे या लढाईमध्यें मुख्य सेनापती नेमिले होते, आणि दौलतराव शिंदे यांजकडेस फौजेच्या बिनीचें काम होतें. रघोजी भोंसले, दौलतराव शिंदे, तुकोजी होळकर, गोविंदराव गायकवाड, दक्षणेंतील

---

१ 'समस्त यादवपरिवार' पा०. २ 'हर्ष होउनि राजेंद्र झांकिती + + + वारंवार' पा०. ३ 'खुरनिशाक रिति जन वाड्यामधिं जाउनी' पा०. ४ 'छंदी करितो वाड्यांत' पा०. ५ 'पसरलें सहज शतावधि शहरांत' पा०.

सरदार, तसेच निंबाळकर, घाटगे, डफळे, पवार, थोरात, पाटणकर, आदिकरून जुने मानकरी, हे सर्व हुकूम जातांच मोठ्या उल्हासानें फौजा घेऊन या लढाईस आले. सर्व मराठे सरदार आणि लोक हे आपण एक राष्ट्र असें समजून या प्रसंगीं जसे एक झाले होते तसे ते पूर्वीं व नंतर कधींच झाले नाहींत. ही लढाई पेशव्यांच्या आणि निझामाच्या सरहद्दीनजीक खर्डें मुक्कामीं होऊन त्यांत निझामाचा अगदीं पराभव झाला. तेव्हां मराठ्यांस पुष्कळ पैसा व मुलूख देऊन आणि आपला दिवाण मशीर उल्मुल्क, ज्याणें पेशव्यांची निंदा केली होती त्यास, त्यांच्या स्वाधीन करून तह करणें त्यास प्राप्त झालें. या गोष्टीचें वर्णन या पुढील पोवाड्यांत केलें आहे.

हा पहिला पोवाडा प्रभाकरकविकृत आहे, तो आम्ही वि० ज्ञा० वि० चे पु० १० पृ० ८४ वरून उतरून घेतला.

चाल-'वसंतीं बघुन मेनकेला । गाधिजमुनिनें निजमुक्तावरि'—किर्लोस्कर.

दैन्यदिवस आज सरले । सवाई माधवराव प्रतापी कलियुगांत अवतरले ॥ ध्रुपद ॥

भूभार सर्व हराया । युगायुगीं अवतार धरी हरी दानव संहाराया ॥ कलियुगीं धर्म तराया । ब्राह्मणवंशीं जन्म घेतला रिपु निर्मूळ कराया ॥ सुकीर्ति मागें उराया । सौख्य दिलें सर्वांस अहारे सवाई माधवराया ॥ (चाल) ॥ धन्य धन्य नानाचें शहाणपण । बृहस्पति ते बनले आपण । गर्भीं प्रभुचें पाहुनि रोपण । तेव्हांच केला दुर्घट हा पण । आरंभिलें मग रक्षण शिपण । सरदारांचें घालुन कुंपण । आपल्या आंगीं ठेऊन निरूपण । हरिपंतांना करुनि रवाना ॥ (चाल) ॥ दादासाहेब मागें वळविले । लगट करुनि फौजांनीं मिळविले । आपुल्या राज्यापार पळविले । कांहीं दिवस दुःखांत आळविले । इतर कारणीं भले लोळविलें ।

ढोहोलंगर पायांत खिळविले। ठेऊन गडावर चणे दळविले।
ंदिवान तेथेंच खपविले॥ (चाल)॥ बंड तोतया सहज
ोडिला। एक एक त्याचा मंत्री फोडिला। जमाव ठायिंचे
ायिं तोड़िला। अडचणजागीं मुख्य कोंडिला। शहराबा-
ेर नेउन झोंडिला। जो नानांनीं पैसा जोडिला। तोच प्र-
संगीं हुजुर ओढिला। लागेल तितकें द्रव्य पुरविलें॥(चाल)॥
ळेगांवावर इंग्रज हरला। इष्टुर[2]साहेब रणींच विरला। उ-
रला इंग्रज घांट उतरला। सरमजाम गलबतांत भरला।
ातोरात मुंबईत शिरला। सवेंच गोडर[3] पुढेंच सरला। शि-
कस्त खाउन तोही फिरला। फिरून पुण्याकडे कधीं पा-
हीना॥ (चाल)॥ अशी रिपूची मस्ती जिरविली। शुद्ध बुद्ध
हा त्याची हरली। कारभाऱ्यांनीं पाठ पुरविली। पुण्यामधें
आमदानी करविली। पुरंदराहुन स्वारी फिरविली। पर्व-
तीस मग मुंजें[5] ठरविली। गजराची भिक्षावळ मिरविली।
काळूकर्णें वाजंत्री वाजती॥ (चाल)॥ लग्न[7]चिठ्या देशावर
लिहिल्या॥ ब्राह्मणांस पालख्याश्व वहिल्या। पाठविल्या बो-
लाऊं पहिल्या। पठाण मोंगल सहित सहिल्या। छत्रपति
रोहिले रोहिल्या। भोंसल्याच्या मौजा पाहिल्या। आणिक

---

१ सन १७७९ चे जानेवारीचे ६ वे तारखेस इंग्लिश लोकांची व पेश-
व्यांचे फौजेची येथें चकामक झडली. इंग्लिशांचा पराभव होऊन त्यांस
वडगांव येथें तह करणें भाग पडलें. हें सैन्य मुंबई सरकारानें राघोबादा-
दाचा पक्ष धरून पाठविलें होतें. २ क्याप्टन् स्टुअर्ट हा मुंबईचे सैन्याबरोबर
होता. हा कारली या गांवीं तोफेची गोळी लागून सन १७७९ चे जानेवा-
रीचे ४ थे तारखेस मेला. ३ जनरल् गोडार्ड् यास राघोबादादाचे मदतीस
बंगाल्यांतून पाठविलें होतें. त्यास सन १७८१ त मुंबईकडे पिछेहाट करावी
लागली. ४ पराभव. ५ सवाई माधवरावांची मुंज शके १७०१ ह्मणजे सन
१७७९ सालीं झाली. ६ सनई व चवघडा. ७ माधवरावाचें प्रथम लग्न
शके १७०४ ह्मणजे सन १७८२ त झालें.

किती नांवनिशा राहिल्या । कवीश्वराची नजर पुरेना ॥ (चाल) ॥ आरशाचे मंडप सजविले । चित्रें काढून चौक उजविले । थयथयात जन सर्व रिझविले । गुलाब आणि अत्तरें भिजविले । शिष्टशिष्ट शेवटीं पुजविले । रुपये होन मोहरांनीं बुजविले । श्रीमंतकार्यार्थ देह झिजविले । यशस्वी झाली सकळ मंडळी ॥ (चाल) ॥ सत्राशें सातांत बदामी । हल्लयाखालीं केलि रिकामी । एक एक मोहोरे नामी नामी । फार उडाले रणसंग्रामीं । बाजीपंत अण्णा ते कामीं । हरीपंत तात्याचे लगामीं । परशुरामपंत त्या मुक्कामीं । स्वामीसेवक बहुत जपले ॥ (चाल) ॥ गलीमास कांहीं नव्हते भेऊन । पराक्रमानें किल्ला घेऊन । अलिबक्षावर निशाण ठेऊन । पुण्यास नानासहीत येऊन । श्रीमंतांनीं वाड्यामधें नेऊन । पंचामृतीं आनंदें जेऊन । बहुमानाचीं वस्त्रें देऊन । बोलविले तयांला ॥ (चाल) ॥ सत्राशें तेरावें वरीस । अवघड गेलें पहिल्यापरीस । करनाटकच्या पहा स्वारीस । टोपीकर मोंगल पडले भरीस । तरी तो टिपू येइना हारीस । त्यावर तात्या गेले परीस । आणुन टिपू खुब जे-

---

१ सन १७८६ चे मे महिन्यांत. २ जरीपटक्याचे हत्तीचें नांव. ३ कर्नाटकावर स्वारी सन १७९० त झाली. तिकडे निकाल होण्यास दोन वर्षें लागलीं. ४ इंग्रज लोक. या स्वारींत हिंदुस्थानचा गवरनर जनरल लार्ड कॉर्नवालिस याणें सैनाधिपत्य घेतलें होतें. ५ हैदराबादवाले निझाम अल्लीचा दुसरा मुलगा शिकंदरजहा हा या स्वारींत होता. ६ प्रथमतः पेशवे यांजकडून परशुरामभाऊ पटवर्धन सैन्यावर मुखत्यार होते. बरेच दिवस झाले तरी टिपू हटेना म्हणून हरिपंत तात्या फडके यांस तिकडे रवाना केलें. ते ३०,००० लोक बरोबर घेऊन सन १७९१ चे प्रथम दिवशींच पुण्याहून निघाले. पुढें पेशवे, मोंगल व इंग्रज यांचे सैन्यांशीं टिपूच्या दोन तीन लढाया झाल्या त्यांत टिपूचा पराभव होऊन त्यास सन १७९२ त तह करावा लागला. नंतर हरिपंत पुण्यास आले.

रीस । साधुनि मतलब हरिपंतांनीं ॥ (चाल पहिली) ॥ नंतर मागें फिरले । दरकुच येउन पुण्यास प्रभुचे चरण मस्तकीं धरिले ॥ दैन्य० ॥ १ ॥

केवढें भाग्य रायाचें । चहुंकडे सेवक यशस्वी होती हें पुण्य त्या पायांचें ॥ करितां स्मरण जयाचें । कांहीं तरि व्हावा लाभ असें बलवत्तर नाम जयाचें ॥ प्रधानपद मूळ याचें । सत्राशें चवदांत मिळालें वजीरपद बाच्छायाचें ॥

---

१ दिल्लीचा पादशहा दुसरा शहा अलम याणें पेशव्यांस "वकील ए मुतालिक" हा किताब सन १७८४ त दिला. तो तीन निरनिराळ्या वेळीं बहाल होऊन सन १७९२ त सवाई माधवराव याणें पुणें मुक्कामीं घेतला. या संबंधानें जी सनद पेशवे यांस आली ती फार्शी भाषेंत लिहिली आहे. ती व तिचें भाषांतर हीं इतिहासांतून लिहिलेलीं दृष्टीस पडत नाहींत म्हणून येथें वाचकांकरितां उतरून घेतों. "अमाइत वे अयालत, मर्तबात हषमत वे षौकत मंजिलत जुबदय विफके षान दौलत खाह उमदय खैर अंदषाने बिला इष्तिबाह वसीरुल इक्तिदार अफिदत दिसार सईफे मसलुले मैदान षुजात रुमदे मसकुले मिजमार जलादत मदार असनाफे अवताफ मोहब्बत अव्वाये अल्ताफ मवरदे इनायत जिल्हे मषमूल अवातिफे जमिल् वकीले मुल्क अमिरुल उमरा मुखतारुल मुमालिक मदारुल मोहम सलतनत उमदय आराकिने खिलाफत यार वफादार सिदह शिलार सआदतमंद बजान् पयवंद फरदंदे खासुलखास मेलाजदेह महाराजाधिराज पंडित परधान सवाई माधवराव नारायण बहादूर फिद्दिये शहाआलम पादषाहे गाजी." याचें भाषांतर—"मानकरीपणा व संपत्ति यांचे अधिकारी, सेना व संपत्ति यांचें स्थान, मित्रतेचे चिन्हानें चिन्हितांतील केवळ सार, राज्याभीष्टचिंतक, निःसंशयपणें कल्याण इच्छकांतील अत्युत्तम, विश्वासवृद्धिकारक, भरंवशाचें चिन्ह आहे ज्यास, रणभूमीवर केवळ नग्न तलवार, रणकंदनांतील महाशूरत्वाचे केवळ तीक्ष्ण धारेचा भालाच, महाश्रेष्ठ, परमविश्वासू, स्नेहभावाचे सुलक्षणाचा आसमंतात् भाग, नानाप्रकारचें कृपापात्र, सर्व कृपा उतरण्याचें स्थान, कृपेचे छायेनें वेष्टित, अति सर्वोत्तम, देशसंबंधी स्वतंत्रपणें काम चालविणार, सर्व अमीरांचे अमीर, सर्व देशाचा स्वसत्तात्मकपणें कारभार चालविणारे, दौलतीचे सर्व कामाचा

(चाल) ॥ मुगुटमणी ते पाटिलबावा । कोठवर त्याचा प्रताप गावा । दर्शनमात्रें तापच जावा । नवस नवसितां फळास यावा । हरहमेशा शत्रुसि दावा । माहित सगळा मराठी कावा । हुशार फौजा लढाई लावा । जिंकून हिंदुस्थान परतले ॥ (चाल) ॥ चवदा वर्षें वहुत भागले । ह्मणून शिरस्ते पाहुन मागले । तरतुदीस कारभारी लागले । उंच उंच पोषाग चांगले । देउन फार मर्जीनें वागले । भेटीसमयीं जंबुर डागले । मग तोफांचे वार शिलगले । सूर्यबिंब अगदींच झांकलें ॥ (चाल) ॥ राव जेव्हां नालकींत बसले । कृष्ण तेव्हां ते जनांस दिसले । अर्जुन पाटिलबावा भासले । पॉयपोस पदरानें पुसले । चरणीं मिठी माराया घुसले । कर प्रभुनीं बगलेंत खुपसले । इमानी चाकर नाहींत असले । धन्य धनी आणि धन्य दास ते ॥ (चाल) ॥ दोन्हीं दळें या सुखांत दंग । त्यावर झाला अमोल रंग । गुलाल आणि अनिवार पतंग । पळसफुलाचा नाहीं प्रसंग । मस्त चालती पुढें मातंग । कोतवाल घोडे करिती ढंग । राज्य प्रभुचें

भरंवसा आहे ज्यांवर, राज्याधाराचे केवळ स्तंभच अशा सर्व कारभारी मंडळींतील अति सर्वोत्तम, स्नेहभाव सिद्धीस नेणारा सुमित्र, सेनापति, सुदैववान्, केवळ जिवलग, सरकारचे केवळ सुनिश्चित पुत्र, उपायसूचक, असे जे महाराजाधिराज सवाईमाधवराव नारायणराव पंडित प्रधान महापराक्रमी हे शहा अलम पादशाहा महायोद्धा याचे सेवक."

१ महादाजी सिंदे हे आपली लीनता दाखविण्याकरितां आपणास 'पाटिल' ह्मणवून घेत असत. २ हत्ती किंवा सांडणी यांजवर नेतां येतील अशा ल्हान तोफा. ३ पादशहाकडून किताबाबरोबर जे नग व पोषाख आले त्यांपैकीं एक 'नालकी' होती. ४ महादाजी शिंदे यांणीं आपली लीनता दाखविण्याकरितां ही युक्ती केली. ही प्रसिद्ध आख्यायिका मध्यहिंदुस्थानचे इतिहासांत लिहिली आहे. तीच गोष्ट येथें गोरवून लिहिली आहे. ५ पादशाहाकडून किताब मिळाला त्याबद्दलचे आनंदप्रदर्शनार्थ हा रंग झाला.

असो अभंग । अहर्निशीं कल्याण चिंतिती ॥ (चाल) ॥ गुलाम सोदे बुडवुन पाजी । पंतप्रधान राखुन राजी । लष्कर दुनया करून ताजी । शके सत्राशें पंधरामाजीं । माघमासीं भली मारुन बाजी । पाटिलबावा सुरमर्द गाजी । अगोदर गेले विष्णुपदा जी । शरीर वानवडीस ठेउनी ॥(चाल)॥ सवाचार महिन्यांचें अंतर । हरिपंत तात्या गेले नंतर । तेथें न चले तंतरमंतर । वर्तमान हें एक अधिकोत्तर । कांहीं न करिती नाना उत्तर । दिलगिर मर्जी सुकलें अंतर । हिरे हरपले राहिले फत्तर । तरी तो पुरुष बहुत धिराचा ॥ (चाल) ॥ दौलतीचे आज खांबच खचले । लाल होते ते कोठेंच पचले । शिपायांचे काय चुडेच पिचले । परंतु नाना नाहीं कचले । कडोविकडीचे विकार सुचले । कलमज्यारीचे घटाव मचले । मोंगलावर मोर्चे रचले । जिकडेतिकडे झाली तयारी ॥ (चाल) ॥ पुकार पडला पृथ्वीवरती । सैन्य समुद्रा आली भरती । आगाऊ खर्चीं मोहरा सुर्ती ॥ रात्रदिवस श्रम नाना करिती । कशी ही मोहिम होईल पुरती । राव निघाले सुदिनमुहूर्तीं । लिंबलोण उतरितात गरती । इडापिडा काढून टाकिती ॥ (चाल) ॥ गारपिराच्या मग रोखांना । तमाम रिघला फैरासखाना[१] । उजव्या बाजूस जांमदारखाना[२] । डावेकडे तो जैंवरखाना[३] । देवढीबराबर सैराफखाना[४] । चकचकीत खुब सिलेखाना[५] । मधें रायाचा तालिमखाना । खळ खळ खळ लेजिमा वाजती ॥ (चाल) ॥ वाड्याबाहेर जिन्नसखाना । पदार्थ भरपुर मोदीखाना । मागें

---

१ तंबू, बिछाइत वगैरे ठेवण्याची जागा. शिबिरशाला. २ पोषाग वगैरे ठेवण्याची जागा. ३ दागदागिने ठेवण्याची जागा. रत्नशाला. ४ तांबूलशाला. ५ चिलखतें व वस्त्रें ठेवण्याची जागा.

उतरला उंष्ट्रखाना । डेऱ्यासंनिध नगारखाना । तऱ्हेतऱ्हेचा शिकारखाना । बाजाराच्या पुढें पिलखाना । दिला बिनी-वर तोफखाना । मोठ्या मोठ्या पलच्याच्या जरबा ॥ (चाल पहिली) ॥ चोंहोंकडे लोक पसरले । नित्य नवे गणतीस लागती एकांडे देशावरले ॥ दैन्य० ॥ २ ॥

बहुत शिंदे जमले । शिलेपोस पलटणें लाविती पठाण जरीचे समले ॥ रणपंडित ते गमले । भले भले पंजाबी ज्वान दक्षणेंत येउन रमले ॥ ज्यांपुढें शत्रु दमले । त्यांणीं शतावधि कोस स्वामिकार्यास्तव लौकर क्रमले ॥ (चाल) ॥ आधींच दौलतरॉव निघाले । काय दैवाचे शिकंदर ताले । फौज सभोंवतीं जमून चाले । खांद्यावरतीं घेउन भाले । सर्व लढावया तयार झाले । जिवबादादा गर्जत आले । हास-नभाई उज्जनीवाले । महाराजांचे केवळ कलिजे ॥ (चाल) ॥ बाळोबांस तर काळिज नाहीं । धीट रणामधें उभाच राही । धोंडिबास जगदंबा साही । जय करण्याची चिंता वाही । सदाशीव मल्हार कांहीं । मागें पुढें तिळमात्र न पाही । देवजी गवळी रिपूस वाही । रणांगणाचा समय साधिती ॥

---

१ उंट बांधण्याची जागा. २ हत्ती बांधण्याची-जागा. गजशाला. ३ चिलखतें. ४ पटके. बंगाली लोक जो एक पटका बांधतात त्यास 'शमला' ह्मणतात. ५ महादजी शिंदे घानवडीस वारल्याचें वर आलेंच आहे. त्यांचे मागून त्यांचा धाकटा पुतण्या आनंदराव ह्मणून होता, त्याचा मुलगा दौलत-राव गादीवर आला. त्या वेळीं त्याचें वय सुमारें १५ वर्षांचें होतें. याची सर्व कर्तबगारी व शौर्य, हीं शेवटले बाजीराव यांचे कारकीर्दींत दृष्टोत्पत्तीस आलीं. ६ जिवबादादा बक्षी हा शूर पुरुष शिंद्याचा कारभारी व सेनापती होता. हा सन १७९६ चे अखेरीस मेला. ७ बाळोबा तात्या हाही शिंद्याचे कारभाऱ्यांपैकीं होता. या पुरुषाचा बाजीरावास गादीवर बसविण्याचे खट-पटींत बराच संबंध होता.

(चाल) ॥ निसंग नारायणराव बक्षी । हटकुन मारी उडता पक्षी । बंदुकीला कटपव्यास नक्षी । फते होई तों गोड न भक्षी । रायाजी पाटिल महत्व रक्षी । नित्य कल्याण धन्याचें लक्षी । पिढीजाद शिंद्याचे पक्षीं । केवळ अंतर रंगजिवाचें ॥ (चाल) ॥ मेरुसाहेब कठीण फिरंगी । कळाकुशलता ज्याचे अंगीं । सामायन किळकाटा जंगी । मुकीरसाहेब भले बहुरंगी । हपिसर पदरीं चंगी भंगी । जीनसाहेबाची समशेर नंगी । दुर्जन साहेब झटे प्रसंगीं । झर झर झर झर बुरुज बांधुनी ॥ (चाल) ॥ शहामतखा सरदार किराणी । बाच्छायजादे थेट इराणी । किती काबूलखंदार दुराणी । मुजफरखाची टोळी खोराणी । कडकडीत सिंगरूपची राणी । तारिफ करिती गोष्ट पुराणी । इतरांची ठेविना शिराणी । पंचविशीमध्यें ज्वान पलटणी ॥ (चाल) ॥ एथुन सरली शिंदेशाई । होळकराची आली आवाई । तुकोजीबोवांना गुरमाई । आधींच बळ स्वारशिपाई । वारगळ बरोबर फणशे जावाई । लांब हात बुळे वाघ सवाई । वाघमारे कुळ धनगरभाई । खेरीज ब्राह्मण नागो जिवाजी ॥ (चाल) ॥ शिवाय होळकर खासे खासे । काशीबाजी तर हुंगुन फांसे ।

---

१ रायाजी पाटील यांचें आडनांव शिंदे. वानवडी या गांवचा हा पाटील. महादजी शिंदे यांचे खात्रीस उतरलेल्या सरदारांपैकीं हा होता. यानें रजपुतांचा पराभव करून जय मिळविला. आग्रा हस्तगत करून घेण्याकरितां यास शिंद्यानें पाठविलें होतें, त्याप्रमाणें तें शहर घेऊन तेथील कांहीं दिवस यानें सुभेदारी केली. २ हा फ्रेंच जातीचा शिंद्यांचा सुभेदार होता. याचें नांव पेरन. ३ हाही शिंद्यांचे पदरचा फ्रेंच सरदार याचें नांव जीन ब्याप्टिस्ट. ४ हा अहिल्याबाईचा दत्तपुत्र. ह्या विख्यात पुरुषाविषयीं विशेष लिहिणें नको. ५ अहिल्याबाईची मुलगी मुक्ताबाई या घराण्यांत दिली होती, ह्मणून 'जांवई' हें नातें. ६ होळकराचे कारभारी.

लढाईचे आणुन नकाशे । स्वस्तपणें करतात तमाशे । बापुसाहेबांना येती उमासे । मल्हारजींनीं देऊन दिलासे । जा जा ह्मणती लोक बगासे । जहांमर्द तरवारकराचे ॥ (चाल) ॥ हरजी विठूजी आनंदराव । स्वतां धनी यशवंतराव । संताजींचें प्रसिद्ध नांव । आंबाजीचा तिखट स्वभाव । दूर मेला साधितात डाव । विचारी मतकर माधवराव । भागवतांनीं सोडून गांव । तावडतोब निघाले ॥ (चाल) ॥ महाशूर पटवर्धन सारे । ठाइं ठाइं त्यांचे फार पसारे । चिंतामणराव[1] शूर कसारे । केवळ एकांगी वीर जसारे । परशुराम[2] रामचंद्र असारे । बहुंकडे ज्याचा पूर्ण ठसारे । आपासाहेब[3] तोही तसारे । थरथर ज्याला शूर कांपती ॥ (चाल) ॥ रास्ते आनंदराव दादा । पानशांची बहु मर्यादा । विंचुरकरांमधिं गांडु एखादा । राजा बहादर पुरुष जवादा । चौपट सर्व दुप्पट आदा । पुरंधऱ्यांची कदीम इरादा । तत्पर पेठे मोगल बादा । ओढेकरही येऊन भेटले ॥ (चाल पहिली) ॥ बामोरकर सांवरले । आंबेकर आणि बारामतीकर प्रसंगास अनुसरले ॥ दैन्य० ॥ ३ ॥

खास पतक नानाचे । निवडक माणुस त्यांत पुरातन सु-

---

१ चिंतामणराव पटवर्धन हे सांगली संस्थानाचे मालक. हा पुरुष फार शूर होता. धोंडिया वाघाचा पाठलाग करण्यामध्यें हे होते. हे, सवाई-माधवराव, व शेवटले बाजीराव असे तिघे एका वर्षी, एका दिवशीं व एका वेळेस जन्मले असें जुन्या लोकांचे तोंडून ऐकिलें आहे. २ परशुरामभाऊ तासगांवसंस्थानाचे मालक. हा शूर पुरुष पेशवे यांचा सेनापति होता. मराठ्यांचा इतिहास याच्या शूरत्वाच्या कृत्यांनीं भरला आहे. ३ अप्पासाहेब हा परशुरामभाऊंचा मुलगा. हा वडिलांप्रमाणेंच शूर होता. सवाईमाधवरावाचे वेळीं टिपूवर ज्या स्वाऱ्या झाल्या त्यांत हा होता. पुढें हा बाजीरावाचे वेळींही पेशव्यांचे कामीं पडला.

वक संधानाचें ॥ पद देउनि मानाचें । खुष करून वावास
काम मग सांगुन सुलतानाचें ॥ बळ विशेष यवनांचें । हें
ऐकुनि लोकांनीं सोडिलें पाणी शरीरसदनाचें ॥ (चाल) ॥
आपा बळवंतराव सुबुद्ध । बिनीवाले पुरुषार्थी प्रबुद्ध । प-
ारांत मर्दानें शुद्ध । वाढविती भापकर विरुद्ध । केवढ्यांना
पुष्कव्रत युद्ध । काढिती हांडे रणीं अशुद्ध । धायगुंडे निर्बाणी
सुबुद्ध । शेखमिरा फौजेंत मिसळले ॥ (चाल) ॥ पराक्रमी
हिंमतीचे दरेकर । तसेच जाधव बुरुजवाडीकर । अमीरसिंग
जाधव माळेगांवकर । सुजाण गोपाळराव तळेगांवकर । जा-
नराव नाइक नठ निंबाळकर । शेकर सोयरे बाळो वडाळ-
कर । करारी डफळे अनंतपुरकर । आढोळ्याचे लोक इ-
मानी ॥ (चाल) ॥ कामरगांवकर मग बोलवले । प्रतिनि-
धीला किती गौरविले । हर्ष वाहले पुढें सरसावले । रणनवरे
दरकुच धांवले । समाधान राउत पावले । बन्या बापु जसे
नवरे मिरवले । शहर पुणें रक्षणार्थ ठेविले । माधवराव रा-
मचंद्र कानडे ॥ (चाल) ॥ सरमजामी सरदार संपले । शिले-
दार मागें नाहीं लपले । धाराशिवकर लेले खपले । जमेत-
सुद्धां ते आपआपले । गोट गणतिला तमाम जपले । सानप
ढोंगे निगडे टपले । खुळे वाघ आणि बावर सुपले । भगत
ओडे डोबाले दिपले । जाधव काळे माळशिकारे ॥ (चाल) ॥
बाजीराव गोविंद वर्वे । लाड शिरोळे धायबर सुर्वे । दाभा-
ड्याचा हात न धरवे । भगवंतसिंग बैसे बेपर्वे । वझरक-

---

१ बाबाफडके यांसच बाबूराव फडके असें ह्मणतात. हा हरिपंत तात्यांचा मुलगा. या लढाईंत हा हुजरातीवर मुख्य होता. जरीपटकाही ह्याचेच स्वाधीन होता. २ आपा बळवंत मेहेंदळे हा बळवंतराव मेहेंदळे जे पाणिपत येथील लढाईंत पडले यांचा मुलगा. थोरले माधवरावाचे वेळीं यास बरोबर सैन्य देऊन हैदरावर त्रिंबकराव मामा गेले होते त्यांचे मदतीस पाठविलें होतें.

राचा लौकिक मिरवे । खंडाळ्याचे पोषाग हिरवे । नलगे
भोपते सुंदर सर्व । सखाराम हरी बापुराव ते ॥(चाल)॥ क-
डकडीत हुजुरात हुजुरची । वीस सहस्र जूट पदरची । रा-
उत घोडा बंदुक बरची । केवळ आगच उतरे बरची । एक
एक पागा अमोल घरची । दाद न देती देशांतरची । काय
कथा त्या भागानगरची । रणांगणीं काळास जिंकिती ॥
(चाल)॥ दिधे फडतरे वावरकाठे । तळापीर मानसिंग
खलाटे । मारिती पुढें समोर सपाटे । निलाम कवडे जाले
खपाटे । देवकाल्याचे फार हाकाटे । मुळेगांवढे करिती ग-
ल्हाटे । जगतापाचे महत्तर भोपटे । भले मुर्तुजा महात थ-
ड्याचे ॥(चाल)॥ गणेश गंगाधर थोरात। नीळकंठ रामचंद्र
भरात । आयतुळे मान्य सकळ शूरांत । वेहरे मांजरे योग्य
वीरांत । राघो बापुजी रणधीरांत । येसोजी हरी सैन्यपु-
रांत । दारकोजीबाबा निंबाळकरांत । वीरश्रींत तो धुंद स-
ग्यावा ॥ (चाल) ॥ कृष्णसिंग हैबतसिंग तारे । तसेच ल-
क्ष्मणसिंग वारे । दावलबावा महात सारे । मिळाले भापकर
ते परभारे । भैराळजी पायघुडे विचारे । इंदापुरकर नव्हत
बिचारे । गणेश विठ्ठल वाघमारे । विडकर खुर्देकर आटीचे ॥
(चाल) ॥ गिरजोजी वर्गे फार दमाचे । बहादर बारगिर
ते कदमाचे । आठवले तर बहुकामाचे । दुर्जनसिंग राठोड
श्रमाचे । टिळे कपाळीं रामनामाचे । बिनीबरोबर ते ने-
माचे । श्रीमंतस्मरणें काळ क्रमाचे । जसे दूत सांबाचे प्र-
तापी ॥ (चाल पहिली) ॥ प्रपंच वैद्य विसरले । चिलखत
बदत्तर शिलेटोप मल्हारराव पांघरले ॥ दैन्य० ॥ ४ ॥
लष्कर सगळें गुर्के । जरीपटक्याभोंताले घालिती गरक
मानकरी गर्के । सुंदर गोरे भुर्के । घोरपडे पाटणकर महाडिक
खानवीलकर शिर्के ॥ मुंगी मधें ना फिर्के । चव्हाण मोहिते

ुजर घाडगे निंबाळकर दे चकें ॥ (चाल) ॥ पुढें पसरले
रिसालदार । मुसामुत्रीम नामदार । सय्यद अहमद जमा-
दार । अमीर आबास नव्हे नादार । शहामीरखां ते डौल-
दार । इतक्यांवर ते हुकूमदार । राघोपंत ते दौलतदार ।
असे काशिवा बल्लाळ रानडे ॥ (चाल) ॥ गोरा मुसाबास अ-
मोल । मुसानारद तो समतोल । विनायकपंताचा गलोल[१] ।
भावा काळे गुणीच डोल । टोपकराचे बोलति बोल । पा-
यदळाचा बांधुनि गोल । तंबुर तासे वाजति ढोल । उठा-
वल्या बोरखा निशाणें ॥ (चाल) ॥ संस्थानी याविरहित राजे ।
सेनासाहिब[२] किताब साजे । राघोजीबावा नांव विराजे । बा-
णांचा भडिमार माजे । सरखेलांचा लौकिक गाजे । समशेर
बहादर गरीब नवाजे । अकलकोटी लोक ताजे । दुर्जनसिंग
रजपूत हडोदी ॥ (चाल) ॥ दक्षण उत्तर पश्चिम भागीं । प-
सरून तोफा जागोजागीं । तमाम गारदी त्याचे मागीं ।
स्वार सैन्य त्यामागें झगागी । जरीपटका तो दुरून धगागी ।
कोणीच नव्हता त्यांत अभागी । त्वरित बक्षिस पावे बि-
रागी । जासुद सांडणीस्वार धांवती ॥ (चाल) ॥ काय पल-
टणच्या फैरा झडती । पर्जन्यापरी गोळ्या पडती । शिरक-
मळें कंदुकवत् उडती । छिन्नभिन्न किती होऊन रडती ।
कितीक पाण्याविण तडफडती । कितीक प्रेतामधेंच दडती ।
धीर विरांशीं निसंग भिडती । सतीसारिखे विडे उचलती ॥
(चाल) ॥ पाउल पाउल पुढें सरकती । घाव चुकाउन शूर
धडकती । सपुत वाघापरी गुरकती । हत्यार लाउन मागें मु-

१ दगड ज्यानें फेंकतां येईल असें धनुष्य. २ हा किताब आंग्रे यांस
होता. यांचा पूर्ण किताब 'सेना सरखेल' असा होता. पेशवाईंत गायकवाड
यांचा किताब 'सेना खासखेल' व नागपुरकर भोंसल्यांचा 'सेनासाहेब सुभा'
असा होता.

रकती। खुणेनें शत्रुवर्म तरकती। मोंगलवच्चे मागें सरकती। जिवबा दादा मनीं चरकती । अररररर शाबास बापांनो ॥ (चाल)॥ सुटती तोफा धुंद दणादण । गुंगत गोळे येती छणाछण । सों सों करिती बाण सणासण । खाल्रेल घोडे उडती टणाटण । टपा हाणिती दुरुन ठणाठण । वाजति पट्टे खांडे खणाखण । नौबती झांजा झडती झणाझण । एकच गर्दी झाली धुराची ॥ (चाल)॥ थोर मांडली रणधुमाळी । अगदींच बसली मग कांठाळी। फौज पसरली रानोमाळीं । लाखोलाख तरवार झळाळी । होळकराची फिरती पाळी । जिंवबाची मर्दुमकी निराळी । मोंगलाची केली टवाळी । सबळ पुण्य श्रीमंत प्रभूचें ॥ (चाल)॥ अठरा घटका लाही फुटली । तोफ हजारों हजार सुटली । मिरजकरांची मंडळी झटली । भाउबरोबर निसंग सुटली । मोंगलसेना मागें हटली । त्यासमयीं कैकांची उपटली । पेंढान्यांनीं दौलत लुटली । गबर झाले एका दिसांत ॥ (चाल)॥ शके सत्राशें सोळा भरतां । आनंद संवत्सरही सरतां । दहा दिवस शिमग्याचे उरतां । वद्य पंचमी सुवेळ ठरतां । तीन प्रहरांचा अंमल फिरतां । मोंगलाशीं प्रसंग करतां । पळाले

---

१ रुंदपाती, दोधारी शेवटीं वाटोळी व सरळ"अशी तरवार. २ या लढाईत परशुरामभाऊंस वार लागून ते व्याकुळ झाले. त्यानंतर त्यांजवर वार करणाऱ्या पठाणाचें शीर भाऊंचे वडील पुत्र हरिपंत यांनीं उडविलें. पुढें पठाण लोकांनीं हल्ला करण्याचें चालविलें. तेव्हां पेशवे यांचें सैन्य पळावयास लागलें. जरीपटक्याचे अधिकारी बाबा फडके यांनींही मागें पाय काढण्याचा विचार केला. हें पाहून जिवबादादा पुढें सरले व बाबा फडके यांस 'नामर्द आहां,' अशा आशयाचें पुष्कळ बोलून त्यांस सांगितलें कीं 'तुह्मास भय वाटत असेल तर शिंद्यांचे लष्काराचे पाठीं पडा.' पुढें ते पठाणांवर चाल करून गेले, व त्यांचा त्यांनीं पराभव केला. या गोष्टीला अनुलक्षून वरची उक्ति असावी.

मोंगल धीर न धरतां । चंद्रउदयीं खड्यांत कोंडिले ॥ (चाल पहिली) ॥ गढींत खासे शिरले । मराठे मोंगल पठाण पुर्भे इतर घरोघर भरले ॥ दैन्य० ५ ॥

बहुत खरावी जहाली । मोहोन्यावरची फौज सैनिकांसहित रस्ते नाहाली ॥ त्यांत उन्हाची काहाली । रुपयाचें दिडशेर पाणी अशी कठीण वेळा वाहाली ॥ ती सर्व जनांनीं पाहीली । जिवबादादा परशुरामपंताची दिसंदिस वहाली ॥ (चाल) ॥ निजाम अलीखान नव्हे सामान्य । बाच्छाई सुलतानांत मान्य । जुनाट पुरुषांत राजमान्य । अपार पदरीं मण धनधान्य । कोण बरोबरी करील अंन्य । दैव धन्याचें मुळीं प्राधान्य । तशांत झालें अनुकुळ दैन्य । नाहीं तर घेते खबर पुण्याची ॥ (चाल) ॥ जेव्हां मारती यवन मुसंडी । तेव्हांच होई ती फौज दुखंडी । साठ सहस्त्र पठाण बुंडी । तिनशें तोफा थोर अखंडी । पंचरशी आणि बिडी लोखंडी । तयार दारु तिनशें खंडी । असें असुनीया दवली लंडी । धरून मश्रुल्मुल्ूख[1] आणिला ॥ (चाल) ॥

---

१ मशीर उल्मुल्क याचें नांव गुलाम सय्यदखान. हा सन १७३४ त एलिचपूर येथें जन्मला. निझाम उल्मुल्क यांजबराबर जे कांहीं उत्तरेंतून लोक आले त्यांपैकीं याचा आजा होता. निझामाचे पदरीं प्रथमतः पन्नास रुपये दरमहाच्ये चाकरीवर हा राहिला. पुढें सलाबत जंगाचा धाकटा भाऊ निझामअल्ली याचा पक्ष याणें स्वीकारला. हैदराबादचे दरबारांत फ्रेंच लोकांचें वजन फार होतें. तें निझाम अल्लीस रुचत नव्हतें. त्यांचा पाय त्या दरबारांतून ज्या उपायानें निघेल तो उपाय करण्यास तो टपत असे. त्यानें फ्रेंच सरदार बुसी याचा वकील हैदरजंग यास मारिलें. त्यांत मशीर उल्मुल्क सामील होता. यामुळें निझाम अल्लीची याचेवर विशेष मेहेरबानी झाली. हें त्या दरबारांतील कांहीं मुत्सद्यांस खपलें नाहीं. त्यांनीं यास कांहीं दिवस हैदराबादचे हद्दीपार केलें होतें. पुढें सन १७८३ त हा प्रधानमंडळांत प्रविष्ट झाला. सन १७९१ सालीं टिपूवर मराठे व इंग्रज यांणीं स्वारी

संकटीं मोंगल अति पडियेला । देश होता जो तोडीस नेला । तो तेहतीस लक्षांचा गेला । तीन कोटींचा करार केला । पण नानांनीं सिद्धिस नेला । फिरला मोंगलाचा ढपेला । नक्षत्रापरी आला तजेला । त्यामधें माधव चंद्र उदेला ॥ (चाल) ॥ स्वारी नव्हे हें स्वयंवर झालें । श्रीमंतांस ऐश्वर्य मिळालें । अपेश अटकेपार पळालें । यादवसैन्य हरीभोंतालें । तसेंच लष्कर पुण्यास आलें । पहावया जन सर्व निघाले । दर्शन होतां शरीर निवालें । घरोघरीं आनंद माइना ॥ (चाल) ॥ पाहुन पूर्वापार शिरस्ते । भवानी पेठेपासुन रस्ते । दीपोत्सव शोभती दुरस्ते । श्रृंगारुन गज तुरंग वेस्ते । शहरामाजीं पदार्प

केली तेव्हां शिकंदरशहाबरोबर हाही गेला होता. पुढें ज्या लढाईविषयीं हा पवाडा आहे तिचे अखेरीस तह झाला, त्यांत मशीर उल्मुल्क यास ओलीस ह्मणून पेशवे यांणीं मागून घेतलें. यासच घेण्याचें कारण हा पेशव्यांचा वकील गोविंदराव काळे याजवळ नानाफडनविसाचा उपमर्द होईल अशा तऱ्हेनें बोलला होता. पुढें पुणें मुक्कामीं असतां यानें बाजीरावास गादीवर बसविण्याचे खटपटींत पडून आपली मुक्तता करून घेतली व निझामअलीची तहाचे बिकट कचाटींतून सोडवणूक करून घेतली. हा हैदराबादेस सन १७९४ चे जून महिन्यांत परत गेला. नंतर हा पुनः दिवाणाचें काम पाहूं लागला. हा सन १८०४ त मृत्यु पावला. यानें इंग्लिशांचा पक्ष धरून त्यांचें फार साह्याय्य केलें. त्या दरबारांतून फ्रेंच लोकांचें समूळ उच्चाटन करविण्यास हाच कारण झाला. या व इतर कामगिरी बद्दल यास वर्षाचें लाख रुपयांचें पेनशन लार्ड वेलस्ली यानें सन १८०० त करून दिलें. यास मशीर–उल्मुल्क, अतफ जहा व अझीम–उल्–उमराव असे तीन किताब होते.

१ बकरे. छत्रपतीची किंवा पेशवे यांची स्वारी निघाली ह्मणजे जो क्रम असे तोच क्रम प्रभाकरानें येथें धरला आहे असें नाहीं, परंतु बहुतेक सर्वांची नांवें मागें पुढें कोठें तरी दिलीं आहेत. स्वारीचा क्रम कसा असे याची

सस्ते । पहिलवान आणि जेठी मस्ते । खुराक त्यांना ब-दाम पिस्ते । सदा धुंद जिलीबेंत चालती ॥ (चाल) ॥ [2]भांड भाट भालदार [3]भवय्ये । सुस्वर गाती [4]धाडी गवय्ये शिरा-पुरीचे सदा खवय्ये । मिठाई देती नित्य हलवय्ये ॥ लोक सभोंवते किती-लढवय्ये । नानासारिखे वीर संगवय्ये । ब-लाढ्य शत्रु पराभवय्ये । धनी राव राजेंद्र कन्हय्ये ॥(चाल)॥ [6]लगी वाण बोथाट्या दाट । विनाइव्याचा खळखळाट । अं-बाऱ्यांचा मागें थाट । त्या मागें हुजरॅात अचाट । सत्तर हस्ती पुढें जुनाट । मधून फुटेना मुंगीस वाट । झुगारिल्या जरी दुरून ताट । तरी तें खालीं कधीं पडेना ॥ (चाल) ॥ सत्राशें सत्रामधिं स्वारी । राक्षस संवत्सरीं स्वनगरीं । उल-टुनि आली घरीं माघारी । संवत् वैशाखाची बहारी । शुद्ध

याद देतों, कारण पूर्वीचे राजे नाहींत तेव्हां स्वाऱ्याही नाहींत. यांतील अंशतः स्वारीचा क्रम कांहीं संस्थानांतून दृष्टीस पडतो.—“ (१) जरीपटक्याचे हत्ती दोन. (२) सर्व फौजेंतील निशाणें. पागा करवल लोक. लढाईंत सेनाधुरंधरपदाचे अधिकारी व सेनासाहेब सुभापदाचे अधिकारी धिनी रक्षणास. (३) तोफखाना, गाड्या, रथ (४) शूर सरदार हत्ती व घोडे यांवर. (५) पायदळ लोक, पटेकरी विटेकरी, सांग, बरची, बाणेकरी, खासबारदार, बंदुकीचे लोक. (६) रणवाद्यें, तासे मर्फे, हलग्या, वाजंत्री शिंगाडे, करणे. (७) कोतवाल हत्ती, सांडणी, बाणाच्या कैचा. (८) खासे घोडे कोतवाल. (९) मंगल-वाद्यें शहाजाने, काल्लूसनया, घोड्यावर नगारखाना. (१०) भाट, वंदीजन. (११) लग्या, निशाणें, बाणदार, भाले, बोथाट्या, चोपदार, भालदार, वेत्रधारी. (१२) जेठी व मल्ल शूर लोक पायदळाचे. (१३) अंबारींत खासे स्वारी व उजवे व डावे बाजूस मागून योग्यतेचे मानकरी.”

१ परिवार. २ हिंदुस्थानांतील स्त्रीवेश घेऊन एरवींच जे नाचतात गातात ते. हे खुषमस्करे असतात. ३ गुजराथेंतील नट व नर्तक. ४ मुसलमान जातीचे गवई. हे स्वारींत चालत राजाचें यश गातात. ५ साहाय्य करणारा, मंत्री. ६ पताका. ७ खासगी पागा.

त्रयोदशी शुक्रवारीं । दहा घटका रात्रीच्या सुमारीं । गुढ्या उभारुन राजद्वारीं । गृहप्रवेश केला प्रभुनीं ॥ (चाल) ॥ न्यिहाल[1] केलें सरदारांना । दिला चौघडा मिरजकरांना । खेरीज जहागिर विंचुरकरांना । कडीं कंठ्या देऊन शूरांना । गौरवुनी नानानीं वीरांना । निरोप दिधले मग अमिरांना । गेले कृष्णाभीमातिरांना कुटुंबसुद्धां स्वस्थ नांदती ॥ (चाल) ॥ गंगुहैबती शाईर मोठे । कवनीं ज्यांच्या वंदवनोटे । महादेवाचे सवाई सोटे । गुणीराजाचे शब्द शिघोटे । जसे गोडिला घिवर चिरोटे । इतर कवीश्वर केवळ गोटे । अर्थ प्रास लावितात खोटे । पगड्या फिरवुन डौल मिरविती ॥ (चाल) ॥ कैक प्रसंगीं हरले । विनडाकिल दागिने अमोलिक प्रभाकराचे ठरले ॥ दैन्य० ॥ ६ ॥

---

१२. त्याच विषयावर दुसरा पोवाडा.

हा दुसरा पोवाडा आपा यशवंत नांवाच्या कवीनें केला आहे. याच्या आह्मांस चार प्रती मिळाल्या. एक ज्ञानप्रसारक मासिक पुस्तकांत छापलेली, दुसरी विविधज्ञानविस्तार, पु० ३ पृष्ठें १७४ व १९२ येथें छापलेली, तिसरी एका गोंधळ्याकडून ह्मणवून घेतलेली, व चवथी एका जुन्या बाडांत सांपडलेली. या सर्व प्रती ताडून हा पोवाडा छापला आहे.

तलवार पुण्यावर धरून, मोंगल आला चढाई करून ॥ ध्रुवपद ॥

होणारासारिखें निजामअलीला पुढें आठवलें । एकांतीं अष्टउमराव मसूर[2] बैसूनी खलबत मिटविलें ॥ ठायींठायीं सुभ्यांशीं पत्रें लिहुन सांडणीस्वार पाठविले । औंदांची पु-

---

१ उच्छ्वास पावविले. २ सरळ.

ण्यावर मोहीम निजामअलीनें जहान[1] उठविले ॥(चाल)॥ ठा-
यिंठायीं जमाव बंदीचे । चाललें कलम फौजेचें । राऊत पाय-
दळाचे । शेरें[2] झटति लोक लोकांचे ॥ (चाल) ॥ धरिला पु-
ण्याचा लुमार । बेदर सोडुनियां मोहरे । मुहूर्तानें[3] ठोकिले
डेरे । तोफा ओढल्या बाहेर ॥ (चाल)॥ मुख्यशहर[4] दक्षिणे-
वरती मोहीम झाली । बांधोनियां पुण्यावर कंनर दाली ।
हिंदुपद घेईन ह्मणतो निजाम अली ॥ (चाल पहिली) ॥
कुचावर कुच रे कुचावर कूच पाहिना फिरून। तलवार० ॥
पुण्यावर ॥ १ ॥

येणार पुण्यावर मोंगल ही बातमी अगोदर होती । डां[5]-
किनें डांक पत्रें नानाशीं येऊन पोहोंचती ॥ ब्राह्मणी
राज्य कैदवार एकापेक्षां एक मसलती । वाड्यांत सुभ्यांची
खलबत श्रीमंतांची चढती रती ॥ (चाल) ॥ रात्रीचा मन-
सुबा केला । हें वर्तमान अवघ्यांला । कारखाने ज्याचे
त्याला । जरिपटका हरिपंताला ॥ (चाल) ॥ नेमणूक हुज-
रातीची । मराठी नेकनोकेची । तलवार विश्वासाची । त्या
परशुराम भाऊची ॥ (चाल) ॥ पानसे, पुरंदरे, रास्ते आ-
णिक ढमढेरे । दिलि जागा पाहून मैदान पुण्याबाहेर । दिले
गारपिरावर दलबादल[6] डेरे ॥ (चाल पहिली) ॥ निघाले बा-
हेर रे, निघाले बाहेर कधिंना फिरून । तलवार० ॥ २ ॥

राव रंभा, कायेत, पांढरे, डफळे मानकरी । जाधव,
चवाण, घोरपडे, घाटगे, लग्या भडकती जरी ॥ रणनवरे
गायकवाड, बासडे, वर झेंडे बनगरी । हे सुभे मोंगलांकडचे

१ जमाव, फौज. २ पगाराची नेमणूक. ३ 'मुलतानी' पा०. ४ 'मुदाम' पा०. ५ 'दरकुचमुक्काम डांकीनें डाक' पा०. ६ एका जातीचे मोठे तंबू. ७ लढाईच्या वेतानें फौज उभी करणें. ८ 'मागें सरून' पा०.

उभे आपुलाल्या बाजूंवरी ॥ (चाल) ॥ इतमाम ज्याच्या त्याला । मराठे मुसलमानांला । चालती कोरबंदीला । दाटती मांड मांडीला ॥ (चाल) ॥ मारती तीस हजार । संगें पठाणांची तलवार । लष्कर सोडुनियां मोहोरे । चालिलें लुटित पेंढार ॥ (चाल) ॥ गारदी, आरब, सिद्दि शिक पायदळ । बाणाच्या उंटावर कैच्या दारूगोळे । दर तोफेसंगें हत्ती, छकड्यांची माळ ॥ दहशत पडली रे, दहशत पडली भासतो दुरून । तलवार० ॥ ३ ॥

बावन पागा हुजरात छबीना डेऱ्याभोंवता उभा । शिंद्यांची सातशें तोफ, बरोबर कंपू सवता सुभा ॥ आल्या नागपुराहून फौजा भोंसल्याच्या बाणांची तबा । पेंढार बासडेवाला होळकर शत्रूला दबदबा ॥ (चाल) ॥ उमराव बलावुनी अवघे हुद्दे ज्याच्या त्याच्या मागें । पायदळ तोफांसंगें टाकिलें पिछाडिस बुणगें ॥ (चाल) ॥ बिनि दौलतराव शिंद्याला । कुच करोनि मोहोरे गेला । सिमेवरता तळ दिला । मग जिवबादादा आला ॥ (चाल) ॥ तिन लाख मिळाली जेलन पेशवेशाई । प्रतिनिधीबरोबर माधवराव सवाई । ही कृपा शाहु राजाची ब्रह्म बाच्छाई ॥ (चाल पहिली) ॥ लढाई मारूं रे लढाई मारूं एकदां ठरून । तलवार ॥ ४ ॥

होते बकिल मोंगलाकडिल पत्र पाठविलें तपशिल लिहून । नानाचा अवघा खेळ बरोबर श्रीमंतांला घेऊन ॥ तिन लाख सैन्य हिंदूंचें उतरलें सीमेवर तळ देऊन । शाण्णव कुळिंचे भूपाळ, चढले भगव्या ढाला देऊन ॥ (चाल) ॥ नानानें हुकूम केला । तोफांचा बांधा किला । ह्मणे परशुराम पंतांला । सांभाळा श्रीमंतांला ॥ (चाल) ॥

१ 'तीन लाखजाण हिंदूंचा पडला सीमेवरता येऊन' पा०. २ 'भगवा झेंडा घेऊन' पा०.

एकदां झुंज मारावें । मोगल मागें सारावे । गादिचें नाव राखावें । अवघ्यांनीं यश हें घ्यावें ॥ (चाल) ॥ श्रीमंतांची पहिली चढती स्वारी । चाकरी हुजुर बक्षिसी करा तलवारी । तारील या समयांतून विठ्ठल हरी ॥ (चाल पहिली) ॥ प्रसंग बाईटरे, प्रसंग बाईट जाईल हरून । तलवार० ॥ ५ ॥

केलें कुच निजाम अलीनें पुढें खर्ड्यावर चालुन आला ॥ दिल्या ढाला मैदानांत परांड्या किल्ल्याच्या बाजुला ॥ [3]झाले मोंगल तयार, तोंड लागलें प्रहर दिवसाला । आपा बळवंत, बाबा फडके, जखमा परशुराम भाऊला ॥ (चाल) ॥ पठाणांनीं गर्दी केली । मग चढला निजामअली । सांडणी बातमी आली । लष्करांत गलबल झाली ॥ (चाल) ॥ मग नानांनीं हुकूम केला । त्या दौलतराव शिंद्याला । भोंसला नागपुरवाला । मग होळकर तयार झाला ॥ (चाल) ॥ बावन पागा हुजरांत खासगीवाले । डंक्यावर टिपरी पडतां हुशार झाले । पेंढार घांट रोखून उभे भोंवताले ॥ (चाल पहिली) ॥ उठा नानाच्या रे, उठा नानाच्या हुकुमावरून । तरवार० ॥ ६ ॥

झाला हुकूम तोफखान्याला किली जिवबादादाचे हातीं । कंपुची झडती लईन गोळ्या जणुं गाराशा वर्षती ॥ भोंसला शर्थ बाणांची केली, गर्दी लावून बती । टाकिली फौज भाजून मोंगल येतो काकूळती ॥ (चाल) ॥ नानाचा हुकूम झाला । तोफांवर घोडे घाला । चहूंकडून उठला हला । एकदांच हरहर केला ॥ (चाल) ॥ गर्दी पाहून घाबरला । मग नवाब मागें सरला । खर्ड्याचा सुमार धरला । जाऊन किल्ल्यांत

---

१ 'या होमांतून तारी भव विठ्ठल तारी' पा०. २ 'दिले डेट' पा०. ३ 'झाली तयारी मोंगलाकडील' पा०. ४ 'भोंसल्यानें केली कैदी लावुनं बाणांची सरबत्ती' पा०.

शिरला ॥ (चाल) ॥ बेजार मार मारून मोंगल केले । पेंढार पळा देइना उभे भोंवताले । घेतील लुटून मारतील धपाधप भाले ॥ लागले पाठीं तोफा भरून । तलवार० ॥ ७ ॥

दौलत केली खराव मोंगल खर्ड्यांमधिं घातला । सभों-वताल्या लाविल्या तोफा जिवबादादा अप्रिक भोंसला ॥ कंपूचा पहारा खडा गोलिशा पेंढाऱ्यानें दिला । नानाशीं धाडलीं पत्रें जीत धरितों निजामअल्लीला ॥ (चाल) ॥ केली गर्दी मराठ्यांनीं । बुडवितात मुसलमानी ॥ जासूद पिटिले नानांनीं । नको देऊं तिळमात्र कोंडापाणी ॥(चाल)॥ पत्रा-मधिं नाना बोले । जें व्हायाचें तें झालें । शत्रूला कैद केलें । हें यश आह्मांला आलें ॥ (चाल) ॥ जय अपेक्ष परस्वाधीन बसेल घसरा । हा मोंगल अजिक्य वीर प्रतापी खरा । द-क्षिणेंत केवळ असामी नाहीं दुसरा ॥ (चाल पहिली) ॥ आब राखावा, आब राखावा कीं जावें मरून । तलवार० ॥ ८ ॥

कडवा दाणा बंद कोंडिलें पाणी कहर बर्पला । झाले मोंगल बेजार मरूं लागले, आले कौलाला ॥ दरम्यान मजूर घेऊन करा भरपाई सोडा आह्मांला । नानाला धाडिलें पत्र घ्यावी खंडणी होऊंदे सल्ला ॥ (चाल) ॥ याप्रमाणें करार झाला । मग दिवाण हवालीं केला । आले घेऊन मुक्का-माला । सोडिला निजामअल्लीला ॥ (चाल) ॥ फौजेचा ब-ठविला बेडा । सोडून खर्ड्याचा वाडा । आले बाहेर सुटला घोडा । मग पळता जीव थोडा (चाल) ॥ हिंदुंनीं उतरला चिरा घेतली ढाली । धरली बेदरची वाट, रेवडी झाली । दरकुचानें कुच करून पळतो निजामअल्ली ॥ (चाल पहिली) ॥

---

१ 'गोळा पेंढरानें साधिला' पा०. २ 'दक्षिणेंत ह्मणाया केवळ आसला आसरा मोंगल प्रतापी वीर ह्मणाया दुसरा' पा०. ३ आर्जवाला. ४ 'पळता जीव झाला थोडा पायांतील सुटला खोडा' पा०.

ताब हिंदुंनीं रे, ताब हिंदुंनीं घेतला हिरून । तलवार पुण्यावर० ॥ ९ ॥

आलें यश रावसाहेबाला लौकिक नानाचा चहूंकडे । दक्षिणेंत झाले महशूर जरब नानाचा डंखा झडे ॥ आले जेर करूनी मोंगल निशाण जरिपटका चाले पुढें । काळू कर्णे वाजे होती नौबत हत्तीवर चौघडे ॥ (चाल) ॥ शत्रूवर बोलबाला । आले करून शहरपुण्याला । यशवंत तलवारीला । चालती भिऊन गादीला ॥ (चाल) ॥ ज्यांनीं ज्यांनीं समशेर केली । बक्षिसी तयांला झाली । खुप लुटला निजाम अली । कैकांचीं दरिद्रें हरलीं ॥ (चाल) ॥ [1]गेली रंगबाजित नोकित गातो शोकी । कवि आपा यशवंताची धरितो बाकी । कवि हसेन कलगीवाल्यावर लावी नोकी ॥ शिरीं शिरताज रे शिरीं शिरताज गातो भरून । तलवार० ॥ १० ॥

---

१३. त्याच विषयावर तिसरा पोवाडा.

हा पोवाडा बाळा लक्ष्मण नांवाच्या कवीनें केला आहे. ह्याच्या आह्मांस तीन प्रती मिळाल्या. एक वि. ज्ञा. वि. पु. ८ पृ. ७९ येथें छापलेली, दुसरी एका गोंधळ्याकडून ह्मणवून घेतलेली, आणि तिसरी एका जुन्या बाडांत मिळालेली. ह्या सर्व प्रती ताडून हा पोवाडा छापला आहे.

श्रीमंत महाराज पेशवे अमोलीक सुरती मोती । सवाई माधवराव सवारी निघाली नबाबावरती ॥ ध्रुवपद ॥

[2]मिळून फौजा ऐकून घ्याव्या नामी नामी सरदार । रघुजि भोंसले दौलतराव शिंदे तुकोजी होळकर ॥ प्रथम दिवशीं

---

१ 'राव तुकींत रंगबाजी' पा०. २ 'मिळविल्या फौजा श्रीमंती' पा०.

सशे आपाजी बळवंतराव मुजमदार। सखाराम पानशे परशुराम भाऊ भले हैत झुंजणार ॥ रास्ते लक्षुमण ऐका बाबा फडके बिनीवर । गणपतराव शिंवदिन भेरी आवा होते शालुकर । मानकरी मराठे लोक ऐका त्यांचा विस्तार । मालोजी घोरपडे आदी नाइक राजे निंबाळकर॥सोनवळे सरकले वाघमारे सयाजी भापकर । गोविंदराव चवाण हेवतराव नांदुरकर ॥ मालवणीचे दाजीसाहेब चौराज्यामधिं महशूर । श्रीमंतांच्या बावन पागा त्यामधिं बावन.सरदार ॥ शिंद्यांचे सरदार जिवबादादा एक वीर भारती । पन्नास हजार फौज फिरंगी तिन कंपू संगें जाती ॥ श्रीमंत० ॥ १ ॥

भोंसल्याचे विठ्ठलपंडित आणिक खासा पठाण । मर्द शिपाई जाउनि भिडती व्याघ्र जसे पंचानन॥ पन्नास हजार फौज सातशें कैची उंटावर बाण। शंभर हत्ती स्वारींत झुलतो आणिक भोंसल्याचा मान ॥ गाजविली तलवार रणामधिं भले शिपाई ब्राह्मण। गणपतराव शिवदिन भेरी पंधरा हजार तिघेजण ॥ रावसाहेब फडणीस नाना पन्नास हजार सैन्य । याशिवाय मराठे लोक बरोबर फिरंगी दहा पल्टण ॥ हपशियान आरबी परदेशिक कइएक जाती । सवाई माधवराव पेशवे बसुनि नित्य मुजरा घेती ॥ श्रीमंत०.॥ २ ॥

---

१ 'जिवा' पा०. २ 'हे' पा०. ३ 'रास्ते बाबा फडके पुढें दिले बिनीवर' पा०. ४ 'सवती भेरी आणि खांबाशीं शालूकद' पा०. ५ 'मालवाडीचे भवानराव घाडगे पाटणकर। माळेगांवचा अमरसिंग पागे जाधव दरेकर' पा०. ६ 'गोविंदराव कोकाटे चव्हाण हैमतराव नांदूरकर । मोहितन करंडे वाघ मोडस आणि भापकर । सोनवळे सरकाळे पांढरे आणिक शिरके गुजर' पा०. ७ 'भले मर्द शिपाई रणामधिं भिडे जैसे' पा०. ८ तुकोजी होळकराचें संतान' पा०. ९ 'पंची चालला' पा०. १० 'रोहिले आरब गारदी आणिक खासा पठाण । परदेशी रजपूत तयांची कोण करिती पहा गणती' पा०. ११ 'श्रीमंत महाराज बसुनि तयाची' पा०.

पहिली श्रीमंतांची स्वारी पाहुन चागला मुहूर्त । निघाली बाहेर तमाशा पहाती मग जणुं लोक ॥ सफेत पोशाक घालून अंगावर गहिना ह्या जडित । दंडिं पाचरत्नांच्या पेव्या सोन्याचीं कडिं हातांत ॥ सोन्याचें पडदळें गळ्यामधिं शिपाइबाणा शोभत । सजवुन हत्ती बहु खुश होती राव बसले अंबारींत ॥ बैसूनशानी दाजी फडके वरती चौरी उडवीत । चोपेदार छडिदार पुकारी 'नका बोलूं' ललकारीत ॥ दोहीं बाजूंनीं उभे शिपाई रामराम मुजरा घेत । ऐशी फौज चालली दर्यामधिं सागर हालवीत ॥ बारा कोस लांबी रुंदी ज्या फौजेचे तळ पडती । दरमजली दरकुच चालून आले नागलवाडीवरती ॥ श्रीमंत० ॥ ३ ॥

मंगळवारीं नवाबांनीं पुढें धाडिलें सेनेस । कळलें श्रीमंताला बोहून नेले आपल्या सरदारास ॥ कशी करावी मसलत नवाब जाईन ह्मणतो पुणियास । परशुराम भाऊ ह्मणे किं मारूं मरूं जरी या समयास ॥ नाना फडणिस सखारामबापू पुसती जिवबादादास । जिवबा बोले गर्जुन मोंगल काय आणिला जिन्नस ॥ उडविन बाविस टोप्या झेंडे नेऊन लाविन आकाशास । केलीं वस्त्रें पांचजणांशीं दिली आज्ञा झुंजायास ॥ पेंढाऱ्याच्या लष्करावरी जाऊन ताकिद करिती । ज्याची लुट त्याला मुबा कुणी कुणाची नाघेती ॥ श्रीमंत० ॥ ४ ॥

मोडल्या पालख्या हत्ती येऊन पलायन करिती । कुणी

१ 'रावसाहेबांची पा०. २ 'निघाली कीं पुण्याबाहेर नगरलोक तमाशा पहात' पा०. ३ 'शिरीपेंच मोत्यांचा तुरा कानीं चौकडा शोभत । पाचूचा कंठा गळ्यामधिं हृदयीं पदक झळकत। पवित्र मुद्या बोटामधिं हिरकण्या लखलखीत' पा०. ४ 'मागें बैसले' पा०. ५ 'चोपदार जमेदार महालदार पुढें नकीब ललकारीत' पा०. ६ 'चालला दलबादल जैसा गड सागर हलवत' पा०.

करीना त्याची गणती कुणी कुणाला ना पुसती ॥ बाराशें तोफेचे गोळे चवदाशें बाण सुटती । तलवारीनें कइक मेले कइक घायाळ तिथें घुमती ॥ पडली गांठ पेंढाऱ्यांची ते हिसकुन घेऊन जाती । श्रीमंतांनीं नबाबाला खर्ड्यावर केली जशी ॥ कइक झाले अमर कइकांच्या तोंडीं पडली माती । रुपयाचें तांब्याभर पाणी त्यामध्यें अर्धी माती ॥ दाहा पांच सरदार मिळून नवाबास आर्जव करिती । नाना भाऊंनीं चालवलें तें चालावें कोण्या रीती ॥ बाळा लक्ष्मण गातो पवाडा हमेश बसुनियां एकांतीं । उलटले वकील कागद नवाबास वाचून दाविती ॥ बासष्ट लाखांची जहागीर मश्रुउल्मुल्क् घावा हातीं ॥ श्रीमंत० ॥ ५ ॥

मोंगलाचे उजवे बाजुला जिवबादादाचें लष्कर । भरून तोफा तयार मागें लाऊन दिलें पेंढार । आघाडीला परशुरामभाऊ शेक त्याची तलवार । सीतर पहाड पहा जिवबादादा कंवरक्यांत सोडी बार । धडाधडा तोफेचे बार लागतां पडती स्वार । घ्या घ्या म्हणुन पाय घालती रक्ताचे वहाती पूर । पळाया कोठें रीघ दिसेना मध्यें शिरलें पेंढार । भाल्यानें टोचून पाडिती लुटुन घेतलें लष्कर । भामलसे शेनखान बसुन हौद्यांतून मारीती तीर । आले हाणार त्या दोघांवर चालविले वार । त्यावरले मग रावरंभानें भली गाजविली तलवार । चारपांचशें लोक पाडले भले शिपाई रणशूर । परशुरामभाऊचे पुतणे बळवंतराव झाले ठार । चार प्रहर झुंज झाली साहा घटका चढली रात्र । तरी तोफेचे गोळे राहीना नबाब झाला मग जार । नबाब कहे रावरंभाकु "क्या हुवा मुजेपर कहर । बचाव जान आब तो मेरी

---

१ हीं इतकीं अधिक कडवीं दुसऱ्या एका प्रतींत आह्मांस आढळलीं आहेत. २ शिंद्यांचा सरदार. ३ हे पेशव्यांचे सेनापती होत.

वल जलदी तो खरडेपर" । बाचवला नवाब बाजी न आले
रतुन खर्ड्यावर । जळती चंद्रजोती । नबाब गेला निघुन
खुन फौजा भोंताल्या पळती ॥ श्रीमंत० ॥ ६ ॥

मोडल्या पालख्या पडले उंट हत्ती सरदार किती । कोण
करीत गणीत याची कोण कोणाला ना पुसती । बाराशें
तोफेचे गोळे चौदाशें बाण सुटती । तोफांच्या धोधाट्या-
खालीं गाई बैल घोडे पळती । गांवगांवचे आले लुटारी तीं
धरून घेऊन जाती । पडली गांठ जर पेंढाऱ्यांची धन तेही
स्वता नेती । कैक झाले गबर कैकांच्या तोंडीं पडली माती ।
लुटला दारूगोळा खजिना हत्यारांस नाहीं गणती । ख-
र्ड्यावर नबाबाभोंवती श्रीमंतांची झाली जप्ती । रसत पाणी
बंद केली रुपया शेर दाणे विकती । रुपयाचें तांब्याभर पाणी
त्यामध्यें अर्धी माती । तानवार झाला येकच कहर फौजा
तटातटा मरती । दहापांच सरदार मिळुन नबाबास अर्जी क-
रीती। करा सल्ला नाहीं तर पाण्याविना फौजा मरती। उमजला
नबाब वकील पाठविले रावसाहेबाप्रती । गेले वकील राव-
साहेबापुढें जाऊन मुजरे करीती । टाकिले कागद साके ह्मत
लिहून पुढें लिहून ठेविती । जें मागाल तें देऊं साहेब सांप-
डले तुमचे हातीं । नाना भाऊनें चालवलें तुह्मी चालवा
तेच रीती । रावसाहेब नानाफडनवीस मग बसून मुनसुबा
लिहिती । पांसष्ट लाखांची जहागीर मश्रुल्मुलुख दे ह्मणती।
आले परतुन वकील कागद नबाबास वाचून दाखवती ।
नबाव ह्मणे बरें झालें मश्रुल्मुलुख दे हातीं ॥ श्रीमंत०॥७॥

सोडला नबाब रावसाहेबाचा झाला लौकीक । पांसष्ट

---

१ सवाई माधवराव पेशवे. २ बाळाजी बाजीराव ऊर्फ नानासाहेब.
३ सदाशिवराव भाऊ.

लाखांची जहागीर दिला घाडून मख्मुल्मुलुख । शिवाला मोंगल भागानगराचा[1] धरला रोख । दरकुच दरमजलीनें श्रीमंतांचें चाललें कटक[2] । झाले दाखल पुण्यावर मुजरे करिती पाहुन जन लोक । यशवंत महाराज सवाई माधवराव झाले अधिक । केल्या मेजवान्या सरदारां दिले पोषाख । जरी झोंक कडीं तोडे कंठी चौंकडे दिले हत्ती घोडे मुलुख । शालिवाहान शके १७१६ चा शिमगा ऐक । आन प्रसरी हुर लाख सरज्यावर गोगुल्स । गुरुदत्तात्रय माहुरगडी शिष्याशीं दिली भाक । चिमणराव रंगनाथ हरीचरणीं ठेवूनीयां मस्तक । गांव पाडुंदे बीड प्रमाणें पाजरच्या तडाका । दुस्मानावर कमच्या उडतां त्याला पडला धाक । राणुगुदाजी गदाजी गडगा वनहार दासीबाजा अरी झोंक । खंडु फकीरा फुलनाथ गोसांवी डफ घेऊन हातीं । साहेबखाने गातो बानीवर गावया पळोन जाती ॥ श्रीमंत० ॥ ८ ॥

---

१४. त्याच विषयावर चवथा पोवाडा.

हा पोवाडा अनंतफंदीकृत आहे. अनंतफंदी हा संगमनेरचा राहणारा असून, जातीनें यजुर्वेदी देशस्थ ब्राह्मण होता. त्याची कविता प्रायः कटिबंध व लावणी ह्या छंदांत आहे. पुणें, बडोदें, महेश्वर, ग्वाल्हेर, सांगली, मिरज इत्यादि राजधान्या, शहरें, व पुण्यक्षेत्रें हिंडून व तेथील अपूर्व माहिती मिळवून निरनिराळ्या विषयांवर त्यानें पुष्कळ कविता केली आहे. त्यांत सवाई माधवराव पेशव्यावर रचिलेला माधवकाव्य नांवाचा ग्रंथ फार सुरस आहे. हा ग्रंथ फार मोठा असल्यामुळें ह्या पुस्तकांत त्याचा समावेश केला नाहीं. ह्या कवीची बाकीची ऐतिहासिक कविता बहुतेक ह्यांत घेतली आहे.

---

१ हैदराबाद. २ सैन्य.

चाल-'श्रीकृष्णानें सुदामजीला सोन्याची नगरी दीधली.'—अमृतराय.

सवाई माधवराव सवाई भाग्योदय ज्याचे पदरीं। यश-
वंत श्रीमंत पेशवे अपेश तेथें पाणी भरी ॥ ध्रुवपद ॥

श्रीमंत सवाई नांव पावले। दिव्य तनु जशी चित्रबाहुलें।
विचित्रपुण्य जरी समावलें। नाना ते राज्याचे आवले। वि-
धात्यानें नेमून ठेविले। बसल्याजागीं कैक छपविले। उन्मत्त
झाले तेच खपविले। अतिरथि कूल दोरींत ओविले। जग-
तायाचे तेच जगविले। मग तमाम शत्रु नागविले। तपसा-
मध्यें अपेश लपविलें। दिल्ली आग्रावर झेंडे रोविले। अटक
करनाटकांत भवले। जिकडे पहावें तिकडे उदवले। माधव-
राय पुण्याचीं पाऊलें। टिपूसारिखे मुठींत धावले। मेणाप-
रीस मृदु वांकविले। सवाई तेजापुढें धाकले। पुण्य सबळ
उत्कृष्ट फांकलें। नानापुढें बुद्धीवान् चकले। कैक त्याची
तालीम शिकले। तरी ते अपक्क नाहीं पिकले। ज्यांणीं दा-
हावीस वर्षें स्वराज्य हांकिलें। श्रीमंतांचें तक्त राखिलें।
अक्कलवंत कोठेंही न थकले। श्रीमंत गर्भीं असतां एकले।
नानांनीं राज्य ठोकून हांकिलें। माझे करून महामाव केले।
जहाज बुद्धिबळें जवकलें। यावतकाळ पावेतों टिकलें। श्री-
मंत पाहून धनवर छकले। छोटेखानी कैक दबकले। जे
स्वामीचरणास लुबकले। ते तरले वरकड अंतरले। मीप-
णांत जे गर्वें भरले। ते नानांनीं हस्तकीं न धरले। ते साहेब
सेवेंत घसरले। मग त्यांचे पुण्योदय सरले। न जन्मले माते
उदरीं। घाशिराम कोतवाल त्यावर उलथून पडली ब्रह्म-
पुरी ॥ सवाई माधवराव सवाई भाग्योदय ज्याचे पदरीं
यशवंत श्रीमंत पेशवे अपेश तेथें पाणी भरी ॥ १ ॥

श्रीमंतांचें पुण्य सबळ कीं। न्यून पडेना पदार्थ एकही।

महान्न झाले भिन्नमनोमय खिन्न करूनीयां शत्रुच्या शकले। मधें मधें एक चिन्ह उद्बलें। नबाब झाला सिद्ध करें ह्मणे राज्य आपण पृथ्वीचें सारें। गरिबाचे मोडून पसारे। वकील धाडूनियां परभारें। हळूच लावले सारे दोरे। ह्मणे युद्ध करा धरा हत्यारें। त्यामुळें विरश्रीच्या मारें। शहर पुण्याच्या बाहेर डेरे। गारपिरावर दिधले डेरे। श्रीमंतांला जैजैकारें। होळकरास धाडिलें बोलावून। छोटे मोठे समग्र येऊन। वडिलपणानें जय संपादा। पाटील गेले ते विष्णुपदा। जबर त्यांची सबसे ज्यादा। गादीवर दवलतराव शिंदा। बहुत शिपायांचा पोशिंदा। त्याच्या नांवें करूनी सनदा। लष्करी एकही नाहीं अजुरदा[1]। त्याचे पदरचे जिवबादादासुद्धां। आणविले परशुरामभाऊ मिरजवाले। नागपुराकडून आले भोंसले बाबा[2]फडके आपा[3]बळवंत। बजाबाबापू शिलोळकर माधवरावरास्ते। राजबहादर गोविंदराव पिंगळे। विठ्ठलसिंग आणिक देवरंगराव वढेकर। गोडबोले राघोपंत जयवंत पानशे। मालोजीराजे घोरपडे। दाजीबा पाटणकर। अष्टप्रधानांतील प्रतिनिधि। फाकडे मानाजी मागून आले। चक्रदेव नारोपंत भले। दाभाडे निंबाळकर हे उभेच ठेले। रामराव दरेकर चमकले। वकील रामजी पाटील झुकले। मग याशिवाय चुकले मुकले कोण पाह्याला गेले आपले। तमाम पागेपतके बेरोजगारी घेऊनी कुतके। अचाट फौजा मिळून आले। वळून गेले जुळून संगम झाला। तीन लक्षांचा एकच ठेला। त्यामधीं नाना ते कुलकल्ला। होणारी शंकर नाना बंदुखानी तोफा कर्णाला। वाद्यें रणभेरी कर्णाला। गणिता नाहीं श्यामकर्णाला। मर-

---

१ दुःखी. २ हरीपंत फडक्याचे हे चिरंजीव. ३ मेहेंदळे.

णाला ना भीत। घोडे पुढें धडकावूनी नाना सहवर्तमान पुण्यांत आले राउत। तमाम दुनिया आली पाह्याला। कन्हया माधवराव फुलांचा झेला। पेशव्यांनीं कुच केला। सर्वेचि मोंगलही सावध झाला। याचा त्याचा पाण्यावरूनी तंटा झाला। तो तंटा नित्यानींच वाढला। श्रीमंतांनीं करूनी हल्ला। घ्या घ्या ह्मणून कैक धुडावून दिले लुंढावून मोंगल गोगलगाय। करूनियां पृथ्वी देईना ठाय मोकली धाय करीत हाय हाय। तेव्हां लेंकरा विसरली माय। कैक जरबानें खालीं पाहे कीं सर्पासन्नीध उंदीर गाय। असा मृदु मोंगल केला। शरण आला मग मरण कसें चितावें त्याला। उभयतां पक्षीं सल्ला झाला। पुढें मग महाल मुलुख कांहीं घेतो देतो श्रीमंताला। ते आपल्याला कोण सांगतो आतां पुढें जे उडेल मांतु[1]। तेव्हां कळेल कीं अमके महाल अमके धांतु[2]। पडली पांतु[3] नबाबाला। रहस्य राखून रंग मारला। पुढें ठेविली[4] अस्ता। रस्ता धरून पुण्याचा थाट दुरस्ता। नबावावर करवस्ता। फिरून आले वळून एक एक नानापरीच्या धस्ता। सस्ता दाणापाणी वाद्यांसहवर्तमान मश्रुल्मुलुख कैद करूनियां श्रीमंतांनीं कारागृहीं ठेविला। एथूनी पवाडा समाप्त जहाला। सबशहरीं संगमनेरीं। फंदी अनंत कटिबंद छंद ललकारी। श्रीमंतांचे दरबारीं॥ सवाई माधवरावसवाई भाग्योदय ज्याचे पदरीं। यशवंत श्रीमंत पेशवे अपेश तेथें पाणी भरी॥ २॥

---

१९. त्याच विषयावर पांचवा पोवाडा.

हा पोवाडा होनाजी बाळ कविकृत आहे. होनाजी बाळ जातीचा

---

१ बातमी. २ नाणें. ३ दक्षिणा. ४ हा पोवाडा लढाई समाप्त होतांच केला असावा.

गवळी असून, पेशवाईचे अखेरीस पुण्यास राहात होता. त्याची कविता सरळ आणि गोड म्हणून नांवाजलेली आहे. "घनश्याम सुंदरा श्रीधरा अरुणोदय झाला" ह्या प्रसिद्ध व लोकप्रिय भूपाळी-वरून ह्याच्या कवितेची योग्यता वाचकांच्या लक्षांत येईल.

चाल—वसंतीं बघुन मेनकेला । गाधिज मुनि०—किर्लोस्कर.

त्रेतायुगीं शूर पाही । परशुराम विख्यात, कलित माधवरावसवाई ॥ ध्रुवपद ॥

एकवीस वेळां धरत्री । फरशधरें अति पराक्रमें क्षुभिनी केली निःक्षेत्री । माघ शुभनक्षत्रीं । पुरंदरीं जन्मसा दक्षिणेमध्यें राज्य एकछत्री । नाना प्रधान मंत्री । श्रीमंत गर्भीं असतां राज्य रक्षिलें आराधुन यंत्री ॥ चाल ॥ कितीं दिगंतरीं मिरवे । जे महा महा दळ दक्षण उरवे । कळस धुंडाई वर्तती गर्वें । अजिंक शत्रु जिंकुनि सर्वें । त्यांच्या मुळें पर-विलें वर्वें । श्रीमंतां सन्मुख युद्ध न करवे । स्वकरें युद्धीं शस्त्र न धरवे ॥ (चाल) ॥ नाना ज्ञानगभस्ती आला । करी स्वराज्य न्यून न दिसतां । मुलखामध्यें चौथाई शिरस्ता । शहर पुण्याशीं येती रस्ता । जयजय धर्मराज इंद्रप्रस्ता । तैसे श्रीमंत तक्तीं बैसतां । संनिध नाना द्विपिच्या वस्ता । मोंगलावर कंवरबस्ता । युद्धीं गवस्ता काय अवस्था । ते कथन बुध श्रवणीं वरसतां । वाटे प्रजेशीं सौख्य समस्तां । ऐकुनि हे व्यवस्था सारी ॥ (चाल) ॥ आहारे आवडे भूप तयारी । पर्वतीस जाते जंव स्वारी । गजपृष्ठीं आदर्शअंबारी । चोपदार ललकारी भारी । हारोहारी रयत व्यापारीं । सावकारीं मुजरे होता मग मान तया साहेब दरबारीं ॥ (चाल) ॥ नानाची चतुराई धन्य तयाचें करणें दुसरी उपमा नाहीं ॥ त्रेतायुगीं० ॥ १ ॥

अमृत वेळ सुमुहूर्तीं । गारपिरावर डेरे दिधले शत्रुशीं बांधुन शर्ती । रणीं पण केल्या अर्थीं । नानाचें शौर्य तेज जें अर्जुन जैद्रथ वधार्थीं । दळ तीन लक्षांची भरती । व्हावयास नानाचीं धाडिलीं पत्रें देशावरती ॥ (चाल) ॥ कोण कोण सरदार ते न कळे । प्रळयकाळ शत्रुशीं तमले । वैकुंठीं यशाचे इमले । बांधुन मग सुरवंशीं जन्मले । तें श्रवण करा कथनीं न कळे । जरीपटक्याचे सवें नेमिले । बावाफडके हुजरातींतले । मानकरी शत्रुशीं तमले । शिरीं समले लाउन निकरानें ॥ (चाल) ॥ धायगुंडे पाटणकर मानें । जाधव यादव रणाभिमानें । घोरपडे केवढे मर्दानें । निंबाळकर पांढरे स्फुराणे । दमढेरे बरे सत्रानें । उभे आपआपल्या बाजुनें । हुजरातींतले नामाभिधानें । किंचित कथलीं यथामतीनें । मध्यम पतकीं हिंदुस्थानें । विंचुरकर पवार धिरानें । उभे सडे फौजेंत भरानें ॥ (चाल) ॥ राजे बाहादर रंगराव होळकर स्वतां आदी उमराव । तयाचें जाहीर पृथ्वीवर नांव । प्रतापि शिंदे दौलतराव । सैन्य समुदाव समंधी ॥ (चाल) ॥ जिवबादादा ते रणफंदी । काबीज हिंदुस्थान सिबंदी । करुन आले दक्षिण संधी । मिरजवाले भोंसले सुबुद्धी । आपा बळवंतराव निशाधी । ते परशुरामपंत प्रतिनिधी । बजाबाबापु ते स्थीरबुद्धी । फिरंगाणी हापसाणी सिद्धी । फराशीस आरबस्तानी सिंधी । चंदीचंदावर बुंदी । कोठ्याचे नृपाळ असंख्य सवें शूरांची मांदी । धनी माधवराव त्यामधीं । प्रवर्तले मग मोंगल युद्धीं । राज्य अविंधी । बुडउन होतां किंचित अवधि । परागंदा शत्रुशीं करूं ह्मणती । द्वादश कोस तळाची गणती । महा महा मागिल युद्धांतीं । सैन्य न कळे तें पैवस्ती । वडिल वृद्ध आश्चर्य सांगती । ध-

न्यधन्य नानाच्या युक्ती ॥ (चाल) ॥ असो शत्रुच्या पराजयालागीं वेळ होती । मजलोमजलीं चढाई करुन चालले सैन्य पुढें नेमुन सन्मुख लढाई । परशुराम० ॥ २ ॥

युद्धप्रसंगकाळीं । मोंगल दळरण गुंक्तीशीं सादर श्रीमंत सैन्य मुऱ्हाळी । होतां रणखंदाळी । यंत्राचे भडिमार न दिसे धूम्रें सुर्य निराळीं । मोकलितां शरजाळीं । भयाभीत गज अश्व शूर शत्रुसैन्य माळोमाळीं ॥ (चाल) ॥ येकच रणवाद्याची घाई । वीरश्रीची घुमराई । अचळप्राय मत्तकुंजर शाई । चक्राकार उभे शूर पाई । दळ अशिलता धरुन करा पाई ॥ (चाल) ॥ ठाईं ठाईं रथ शोभिवंत मग दाही दिशा चवताळती वारू । असी वादा असीवार तोंठाईं । थाट पुढें शत्रुचा देखोन हाट करुनीयां साठ तुरंगा । जाणउन मग गांठ घालिती । प्राणाशीं दुजार्यांच्या दाउन ऊर्ध्व वाट माघारे फिरती । दाट पराक्रम तुमचा साहेब अफाट कीर्ती । वडला वडली भार असे जव पडती । चढती कळा धन्याची जाणुन वीर असे भीडती । तेथें चढती मारुन अडती कैनरमुंडे पडती । झडती घे यासीं येक येकाशीं उलटे । किंवा काळच परसैन्यावर उलटे । पापभार शत्रु निवटले फुटलें परदळ लुटलें । अवघें चिटलें । मोंगल मल युद्धासीं उठले । मागें इतक्यांत यशस्वी । श्रीमंत वीर प्रगटले । बळें लगटले । खटलेखोर तो मश्रुल्मुलुख । त्यास विगटले । घाबरलें दळ त्यांचें पळाया । पुढें वीर सरले । गांगरले परिवारासहित हरिले । अवघे पराक्रम भुवनत्रयीं भरले । जें शत्रुचें भीपण हरलें । कारागृहीं ठेवावें ठरलें । सब सैन्य जयवंतराव साहेबांचें फिरलें ॥ (चाल) ॥

१ मुक्तीशीं ? २ आकाशांत. ३ भिडले.

विरलें जिकडे तिकडे सारें। विनहत्यारें येती शरण तृपेचे भारें । पाणी पाजुन प्राण वांचवा । ह्मणती हे परभारें वार्ता। ऐकुन कानीं श्रीमंतांनीं। आज्ञा दिधली नाहीं मनाई। कोणाशीं पाणी द्या सर्वांशीं । इकडे आज्ञा वकिलाशीं। चवथाई आणखी माहाल मुलुख पूर्वींचा होता तो मागुन घ्या त्याशीं। श्रीमंत आज्ञेनें नबाबाशीं मग वकिल भेटले। चवथाई मुलुखाचें निवेदन श्रुत केलें । मग वकिल आदरें गौरविले। त्या करें त्वरें मग। तें कबुलायतपत्र दिधलें। वाचितांच श्रीमंत हर्षकृत मनीं झाले । जय संपादुन शहर पुण्याशीं येउन आदरले ॥ (चाल) ॥ करुन नगांची राई । जयवाद्यें वाजवीत परतली श्रीमंतांची शाई ॥ त्रेतायुगीं० ॥ ३ ॥

शृंगारुन गजातें। आदर्श अंबारींत। करिती शूर मुजरे पिटुन भुजातें। उभवुन यश ध्वजातें । पुणें मार्गीं लागले हें ऐकुन श्रवणीं सौख्य प्रजातें । आनंदरूप द्विजांतें। ठेवूनियां श्रीराम आले भेटायाला भरतानुजातें । स्नेहसद्गदीत नंदीग्रामीं । तैसे श्रीमंत थेऊर मुक्कामीं । स्वामी देखुन स्वसेवका सुख अंतरयामीं। व्योमींहून सुरपुष्पवृष्टि करिताती सकळिका। सरंजामी ते सरदार तैनामी । स्वामी संनिध शोभताती। अती सव्यवामीं। कामीं पडले रणसंग्रामीं। मुहूर्त शुभ पाहुन स्वधामीं । यावयास जमावले। ताकीद शहरांतील रस्ते झाडा ऐसें ऐकतां दूत धांवले। निर्मळ रस्ते करुन दुतर्फा दीप लावले । नगर लोक पहावया धांवले। पाहुन मन विश्रांती पावलें। ते समयीं कोणाचे

---

१ तृषेच्या व्यथेनें. २ पर्वताची राई केली ह्मणजे पर्वतासारखा जो मोठा मोंगल त्यास जिंकून राईसारखें लघुत्व आणिलें. ३ स्वर्गाहून. ४ उजव्या डाव्या बाजूस.

कसें जिवीं भासलें । पूर्व तपश्चर्येचें फळ आज उद्भवलें । कीं श्रीमंत रुप या दृष्टीमाजी समावलें । सर्वांनीं धन्याशीं पोहोंचविलें । वाड्यांत आनंदें बैसविलें । गादीवर साहेब । मग मुजरे करून सकळ शूरांनीं । त्वरेनें निरोपावारे घेतले स्वनगरासीं ज़ाया इच्छिलें । येथुन मोंगलयुद्ध संपलें । श्रेष्ठ भाग्य रायाचें केवढें । शके सोळाशें शहाण्णवांतील जन्म । धन्य तेधींपासून या दिवसोंदिवशीं । राज्याचीं चिन्हें दाखविली लिला । अद्भुत हे कितीं गाजती । सर करुनियां सर्व ही सृष्टी । शके सतराशें सत्तर राक्षसनाम संवत्सरीं । शुक्लपक्ष अश्विनी पौर्णिमा । ते दिवशीं सायंकाळीं मग संपविला अवतार आपला । श्रीशांत (?) सिद्ध कृपावरें । होनाजी बाळा करीं कवन रसिक जें जनांसीं प्रिय या । श्रीमंत राज्यामधीं प्रजेला सुखापार; ऋषी महान महान कल्याण वांच्छिती । गादीचा अधिकार ज्याला लक्ष श्रीमंता पायीं । लावुनी रामा अंदु निशिदिनीं रसिक कवनरस गाई ॥ त्रेतायुगीं शूरपाही परशुराम विख्यात कलींत० ॥ ४ ॥

---

१६. त्याच विषयावर सहावा पोवाडा.

हा पोवाडा रामचंद्रकविकृत आहे.

हिंदुस्थान गुजराथ सोडून शिंदा दक्खनेंत आला ॥ हुकूम केला बादशाहानें त्याला ॥ ध्रुवपद ॥

मजल दरमजल नर्मदा उतरून आले पार । धरला दक्खनचा सुमार । बेगुबेग येऊनि पाणि घेतलें गंगोतीर । फौज होती चालिस हजार । मनीं मनसुवा करुनी चढले बालेघाटावर । धरला व्यंकाजी तस्कर । मग कित्येकांस

---

१ तेव्हांपासून. २ अंदु हें उपनांव असावें असें वाटतें. ३ शिंदे दक्षणेंत स० १७९२ मध्यें आले. ४ गंगा=गोदावरी.

जरब पोंचली मरुन झाले चूर । पळाले पुंड पाळेकर । ते-थून जलदिनें कूच करूनी दाखल तुळजापूर । आले दक्खनांत झाले जाहिर । दक्खनदेशीं अंबा भवानी दैवत अनिवार । देवीस केला नमस्कार ॥ (चाल) ॥ दिलें तुळजापूर सोडूनी, । गेले चंद्रभागा उतरूनी । खबर ऐकिली श्रीमंतांनीं । दोन कोस आले चालुनी । भेंटले हाडपसराच्या रानीं । नेमिली पुण्याची छावणी । जवळ पेठ आहे भवानी । मुक्काम वानवडीवर केला ॥ हिंदुस्थान० ॥ १ ॥

सहा चार महिने तिथें गुजरले पुण्यास येऊनी । मनसुबा बहु सबळ करुनी । नबाबांस पत्र लिहिलें फार फार अर्जिनीं । खर्चि द्या आह्मांस पाठवुनी । जासुद जोड्या केल्या रवाना पोंचल्या जाऊनी । पत्र टाकिलें मुजरे करुनी । नबाब, बाहादर मश्रूलमुलुख एक मसलत करुनी । पत्र पाहिलें त्यांनीं । वाचून परगण्यावर चिठ्या नेमिल्या समय सम पाहुनी । नगदी ऐवज दिला लावुनी । पांसष्ट लाख रुपये पोंचले नाहीं भरलें मनीं । दक्खनचा हिशोब घेऊं भरुनी ॥ (चाल) ॥ ऐसें करणें भगवंताला । हिंदुस्थान ज्यानें काबिज केला । परतुन दक्खनमधिं आला । पुणें शहरीं कोळ झाला । खबर कळली नबाबाला । नबाब बेदरावरी आला । खरें खोटें भासें लोकांला । तर्फी दवलतराव स्थापिला । हुकूम केला बादशाहानें त्याला ॥ हिंदुस्थान० ॥ २ ॥

नबाबानें पत्र लिहिलें श्रीमंत नानाशीं । शिवाय दवलतराव बापूशीं । पांसष्ट लाख रुपये आह्मीं कर्ज दिलें शिंद्याशीं । लवकर द्या आमचे आह्मांशी । आटोकाट सरदार मिळोनी बसले मनसुब्याशीं । क्रोध आला दवलतरा-

---

१ ता० १२ फेब्रुआरी स० १७९४ रोजीं वानवडी येथें.

वाशीं । तुह्मी वसुन रहा पुणें शहरीं हुकुम करा आह्मासीं । पाहुन घेतों नबाबाशीं । तमाम फौजा मिळोनि दिले रोजमुरे त्यांशीं । बोलाविलें जिवबादादाशीं । तिथें डेरत असलां तर इथें या तुह्मी पाणी पियाशी । घेऊनि देवजी गवळ्याशीं ॥ (चाल) ॥ येऊनि लवकर पोंचले । श्रीमंत पुण्याबाहेर निघाले । मुळामुठावर डेरे दिले । बावन उमराव मिळाले । एकंदर बसुनि मनसुबे केले । भोंसले तेहि लवकर आले । शिंदे अघाडीस घातले । येऊन सिनेवर शह दिला ॥ हिंदुस्थान० ॥ ३ ॥

बेदर सोडुन नबाब लवकर बाहेर निघाले । अमीर उमराव संगें घेतले । चला चला ह्मणून लवकर घाटावर आले । पुण्याकडे झेंडे फिरविले । तेथुन जलदिनें कूच करूनी वांजरानदीवर आले । फिरंगी अघाडीस घातले । शेकसलाची[1] करूं कंदुरी[2] मशीरन बोलले । पेशवे थरथरां कांपूं लागले । पांसष्ट लाखांचा मुलुख मागतां तेही विसरून गेले । स्वप्नीं नबाब दिसूं लागले । सांडणीवरती सांडी फिरती डांकवाले बसविले । वरच्यावर बातमी आणूं लागले ॥ (चाल) ॥ घाट उतरले मोहोरीचा । मार्ग धरिला पुण्याचा । एकच गट करुनि फौजेचा । माळ धरले नायगांवाचा । तकवा आला तिकडुन पेशव्यांचा । निश्चय केला यांनीं झुंजायाचा । धडाधड बार सुटे तोफेचा । मुसा[3] रहिमुनचा मोर्चा तुडवीला ॥ हिंदुस्थान० ॥ ४ ॥

नबाबानें मोर्चा तुडविला कळलें श्रीमंताला । अंदुरदे जाले बहु मनाला । अमीर सारे बोलावुनी आणिले डे-

---

१ पुण्यांतील शेकसल्लास. २ महंमदाची मुलगी फतिमा इच्या नांवानें मुसलमान उत्सव करितात तो. ३ मुसा रहिमान हा पेशव्यांचा आरब सरदार होता. ४ खट्टू, खिन्न.

त्याला। वक्त हा बुडायाचा आला। नानाफडनवीस एक मसूदी[1] तर्क त्यानें काढिला। बोलाविलें जिवबादादाला। तुह्मीं अघाडीस असतां मनसुबा कसा नाहिं कळला। नबाब गफलतीनें आला। तीच विरश्री धरून सड्या फौजा अघाडीला। चुरस लागली तेव्हां शिंद्याला। भिंवराव[2] पानसे तोफखाना त्यांचे हवालीं केला। फिरंगी लोक तैनातीला॥ (चाल)॥ पेशव्यांनीं विंचरणा रोंखून। सड्या फौजा पुढें देऊन। रास्त्यांनीं एक अॅलंग[3] धरून। फडक्यांनीं तवाफरा[4] बांधुन। राजे बहादर नाम निशाण। फौजा नानाच्या ओंध्यान। तेथें मिळाले अष्टप्रधान। हौद्याशीं हौदा भिडुनी गेला॥ हिंदुस्थान०॥ ५॥

करून स्वारी तयार नवाब जरदा अंबारींत। बेगंन्यापुढें[6] हुजुरात। त्यांची उमेदवारी पेशवे सर करूं सहजांत। बांधली रांडांनीं हिंमत। मश्रुलमुलुख त्याचे मसूदी[7] राजा नेमिवंत। झाडुन फौजा त्याच्या अंकित। रोशनाखा परविनीवाले नबाबाच्या हुकुमांत। भरअमल दोन्ही दळांत माहीत। इस्मालखा पठाण गारदी त्यांचे संगत। नाभी करबळ[8] आहे हुजुरांत। फाजलखा रोहिले खांसि बारा हजार जमात। जंबुरे जोडुन उंटावरत। (चाल)। नबाबानें हल्ला केली। फौज लोणिचा माळ चढली। दोन्ही दळें उभीं ठाकलीं। नामीसरदार आसदअली। तोफखा-

---

१ मुत्सदी. एक मसूदी=अद्वितीय राजकारणी पुरुष. २ पुणें येथील शुक्रवारांतील पानसे यांचे पूर्वज. ३ लांब ओळ, बाजू. ४ तवातोबरा ? पूर्वी प्रत्येक घोडेस्वारानें मुल्खगिरीवर जातेवेळीं एक तवा व एक तोबरा इतकी सामुग्री तरी जवळ बाळगावी असा प्रघात असे. त्यावरून तवातोबरा ह्मणजे मुल्खगिरीवर लागणाऱ्या वस्तु असा अर्थ झाला. ५ सभोंतीं ? ६ बेगम्या? नवाबाचा जनानखाना बरोबर हत्तीवर चालत असे. ७ मुत्सदी. ८ बंदुकीस्वार.

त्याला शिलक दिली । देवडी मार जेव्हां बसविली । पेशव्यांची फौज मागें हटविली । फिरुन खरनदीवर मुक्काम केला ॥ हिंदुस्थान० ॥ ६ ॥

रातोरात आणून तोफखाना जोडिला जिवबादादांनीं । लोणीगारमाळ पसरुनी । एकापरीस एक शिपाई रांगडा हिंदुस्थानी । दोन कंपू फिरंगाणी । मन्याबापू भोंसले परशुरामभाऊ आज्ञा घेऊनी । एक मोर्चा त्यांनीं रोंखुनी । भवानराव प्रतिनिधी आले अनुपान भोगुनी । एक मोर्चा त्यांनीं रोंखुनी । चौकोसांची लांबण पडली कोणांत नाहीं कोणी । बहिऱ्यामधीं फौज गेली मिसळुनी ॥ (चाल) ॥ तोफेचा एकच वर्षला कहर । गगनीं लागुनी गेला धूर । मायेशीं पारखले लेंकुर । नबाबाशीं कळुन आला फितूर । मजल काय सुटेल तोफेचा वार । पांचजण निवडले रणशूर । मुसा रहिमुनचें बुडविलें लष्कर । रमणा बहुत तिथें मातला ॥ हिंदुस्थान० ॥ ७ ॥

लालखान वजीरखान ह्यांनीं रणांत घोडीं घातलीं । परशुरामभाऊशीं जखम चढविली । दाजी साहेब येथें शामजंगास स्वारी केली । पठाणी लोक संग हाटेली । कटाव करीत चालले जेव्हां तिराचे मार बसविली ॥ भोंसल्यानें गर्द बाण उडविली । वजिरखानाशीं बाण लागतां हौद्यांत जान सोडिली । लालखांची सुद नाहीं लागली । बाळासाहेब ठार जहाले वैस्त सैन्य पडली । खना खना लव्हागर्द उडाली । भले भले सरदार ह्यांनीं बहिरीत तोंडें घातलीं । अंबारी नबाबानें फिरविली ॥ (चाल) ॥ लोक लोक

---

१ सरबत्ती. २ ! ३ तोफांच्या आवाजामुळें बहिरपणा आला होता. ४ पारखलें=परकें झालें; त्याची ओळख बुझाली. ५ तुमुल युद्ध, हातघाईची लढाई, गर्दी. ६ जीव. ७ मस्तसेना !

झाले चंथत। नबाब मश्रुल्मुलुक हाँद्यांत । आनंदराव किल्ला ठेवा नजरेंत। हाबाई लाविली किल्ल्यांत । नबाब दाखल सुलतान दुर्गांत । बुणगे आले शिवपट्टणा भोंवत । वेढा काय शिंद्याचा पडला । हुकुम केला बादशाहानें त्याला ॥ हिंदुस्थान० ॥ ८ ॥

खरनदीवर दिले मोर्चे किल्ल्याशीं रोंखून । फौज नबाबाची घेरून । जिवबादादा श्रीमंतांशीं बोले अर्ज करून नबाबास क्षणांत घेईन लुटून । लुटल्यावांचून कारण नाहीं बसा शह देऊन । नाना करील तेंच प्रमाण । बेंदड्यासी हुकुम टाका रस्ते बंद करून । रुपया शेर तेव्हां मिळेना अन्न । पाण्यावांचुनी फौज तेरसली नबाबानें ऐकून। सल्ल्यास धाडिले गोविंद किसन ॥ (चाल) ॥ गोविंद किसन आले परतून । नबाबाशीं वर्त्तमान सुचवून । मश्रूलमुलुख दिले पाठवून । पेशव्यांनीं टाकिलें कैद करून । जसा सांपळ्यांत व्याघ्र कोंडून । नबाबांशीं नानाचें वचन । खातरजमा झाली येथून । अवघा चित्तिचा विकल्प उडाला । हुकुम केला बादशाहानें त्याला ॥ हिंदुस्थान० ॥ ९ ॥

शके सत्राशें सोळा आनंदनाम संवत्सर । फाल्गुन वद्य षष्ठी बुधवार । किल्ल्यामधिं येऊनि नबाबासीं आठवला विचार। द्यावी निंबाळकराशीं जाहागीर । नबाब बोलतां हजर विश्वासराव बापू सुपेकर । आणविले आपासाहेब निंबाळकर । भेट घेऊनियां करा कुचाचा विचार । किल्ल्यामधिं सदरज्याहा बाहादर । शके सत्राशें सत्रा राक्षसनाम संवत्सर । चैत्र पौर्णिमा शुक्रवार । दळभार घेऊन नबाब वांजरानदीच्या वर । संगें होते निंबाळकर ॥ (चाल) ॥

---

१ पेंढाऱ्याशीं । २ त्रासली.

करुनियां अखेर त्याचेळेस । नबाव गेले भागानगरास । श्रीमंत पोंचले थेट पुण्यास । गैबिचें देणें भुजंग आपास । कादरभाई चाकरु दिले बिनीस । त्यांनीं जाऊनि गांठिलें हारदास । रामचंद्र गातो मजलशीला । हिंदुस्थान गुज-राथ सोडुनी शिंदा दक्खनेंत आला । हुकूम केला बाद-शाहानें त्याला ॥ १० ॥

---

१७. त्याच विषयावर सातवा पोवाडा.

श्रीमंत धनी महाराज माधवराव । गोकुळीं उभारल्या गुढ्या जन्मला देव ॥ ध्रुवपद ॥

तो पांडवांचा अर्जुन यशश्वरी । ती पहिली निघाली स्वारी मोंगलावरी । त्यांनीं डेरे दिले गारपीरावरी । तो मोंगलाचा वकील विनंत्या करी । ते दवलतराव शिंदे अमा-डीबिनीवरी । त्या होळकराची फौज घासत भारी । त्या बाबा फडक्याची कोरबंदी न्यारी । त्या जरीपटक्याखालीं हुजुरात चाले सारी ॥ (चाल) ॥ राव माने मानकरी । घाडगे पाटणकर । यादव निंबाळकर ॥ (चाल) ॥ ते अंड-गर बंडगर न्यारे आणिक पांढरे पट्याची धार । ते धारु-कर भोंसले कीं सुपेकर स्वारी बरोबर ।-मोहिते न शिरके येऊन मिळाले रणाचे वर । ते गणेशपंत ढमढेरे आले ब-हादरकि सवते दूर । ते मानाजी फाकडे भले रणशूर मारी तरवार ॥ (चाल) ॥ चालतांना स्वारी शोभती । को-रबंदी जपुन चालती । अशा सरदाराच्या गती । कालुकर्णे वाजे होती । आपलाल्या बिनीवर हत्ती । पुढें सांडणी-स्वार धांवती । दळाची खबर आणिती ॥ (चाल पहिली) ॥ घोडदळ पायदळ कुठवर पाहूं ॥ श्रीमंत धनी० ॥ १ ॥

तो पहिला शहाणा नाना नांव साजे । त्यानें श्रीमंताचें

भलें राखिलें राज्य । अशी पुण्यपवित्र खलबतें होती रोज । ते पंतप्रतिनिधी जसे सुर्याचें तेज । ते आपाजी बळवंतराव भुजेशीं भुज । ते भवानराव घाटगे नांव साजे । त्या पानस्यावर रावसाहेबाची रीझ । त्या रास्त्याचा हमेश डंका वाजे ॥ (चाल) ॥ अशी गडबड झाली फार शिलेदारा घोडें मिळेना । दोशांचें घोडें चौशांला अशा खाशाला कोणी देईना । विसाचें तट्टु साठाला अशा दाटीला कुठें मिळेना । भीवरेवर पडला तळ रयत तळमळे नजर थांबेना । दाण्याचें झालें हातरुण खुशाल पाहुन कोणी घेईना । बायकोचें काढलें मोतीं घेतलें हातीं गुजर ठेविना । टक्क्याचें रुकें पायलीला दळणवालीला दळुन देईना ॥ (चाल) ॥ तीनलक्ष मिळालें दळ । आपुलाले धरती विल । लष्करांत पडली भुल । मोठे मोठे कीं समलेवाले ॥ (चाल पहिली) ॥ ते विठ्ठल शिवदेव नारो शंकरभाऊ ॥ श्रीमंत धनी० ॥ २ ॥

गेले कागद नागपुरा कीं भोंसल्याला । दरकुच येऊन शिनेवरतीं मिळाला । तो जिवबादादा बक्षी अलबेला । ते वेळे काय बोलला रावसाहेबाला । तो कसला कसा मोंगल आहे पाहुंद्या मजला । तो डीवांय फिरंगी गोळा मारनेवाला । फौजेंत केली ताकीद सडे स्वारीला । त्या गणेशपंत भेऱ्याला बाबा फडक्याला । त्या परशुराम भाऊला जिवबा दादाला । तुह्मीं मिळुनशेनी जावें झुंजायाला ॥ (चाल) ॥ मोंगलानें गलिम पाहिला घोडा उठविला कीं त्या रंगणांत । भले भले माईचे पूत सुरई हातांत मारिती हात । तो रावरंभा सरदार बसुन हौद्यांत तिरंदाजींत । ते मश्रुल्मुलुक हत्तीच्या हौद्यांत बसुन हणा हणा ह्मणवीत । बहु कोस मागें सारिला । मार पडली हुजरातिला त्या परशुराम भाऊला

बाबा फडक्याला । जखमा चढल्या मरद्दांला । अशा कैक एकांड्यांला ॥ (चाल पहिली)॥ रणसांबरोबिला मुक्काम घोडेगांव ॥ श्रीमंत धनी० ॥ ३ ॥

आला मोंगल देशावरी कळाल्या खबरी । मांजानगांव ओस पडलीं सारीं । ही पुण्यप्रतापी रावसाहेबाची स्वारी । त्या शाहुराजाचा हात पुरता शिरीं । त्या बुधवारच्या दिवशीं तिसऱ्या प्रहरीं । त्या जिवबादादानें तोफा लाविल्या दोही । त्या भोंसल्याच्या बाणाच्या भरारी । त्या हनुमंतानें लंका जाळिली सारी । तैंवि सवाई माधवराव यशस्वरी । हणा हणा ह्मणुन निशाणें उठलीं सारीं ॥ (चाल)॥ मोंगलानें गलीम पाहिला पळ काढिला पीर कोपला । पाहुण्यांनीं दिल्या मुंडाळ्या ओढिती तट करिती अल्ला अल्ला । मर्दांनीं दिल्या डुया घेतल्या लुटी रात्री समयाला । खर्ड्यास नेऊन घातला नबाबसाहेबाला । पाण्याचा झाला कहर दाणा शेर भर आला कवलाला ॥ (चाल) ॥ राव देतों मी खंडणी । द्या मुलुख तुह्मी लिहुनी । मशिरुल्ला देतो धनी । तेव्हां परशुराम भाऊनीं । रावसाहेब नाना फडणीसांनीं । मनसुबी केली बैसुनी । दिलीं निशाणें सोडुनी । आले पुण्याशीं निघुनी । यश घेतलें पांडवांनीं । बहुरंग्याची लावणी । पवाडा केला मर्दांनी । त्या गुरुरायाचें वदन नित्य पाहावें ॥ श्रीमंत धनी० ॥ ४ ॥

---

१८. त्याच विषयावर आठवा पोवाडा.

वाटावा पान राखावा सुभा । शिपाई मारी तलवारा ॥ ध्रुवपद ॥

गोविंदराव बापूनीं जाऊनि जाबसाल लाविला । बाकीचा पैसा द्यावा ह्मणून कज्या केला । मश्गुलमुलुख धा-

डीन ह्मणे काशीला ॥ (चाल) ॥ वकिलास क्रोध आला । त्यानें पत्र पाठविलें धन्याला । खबर पाठविली पुण्याला ॥ (चाल) ॥ तेव्हां नाना पत्र वाची लवकर । श्रीमंतास राग आला थोर । बोलाविले पाटणकर आगीचे धार । शिंद्याशीं पत्र पाठविलें नर्मदापार ॥ शिपाई० ॥ १ ॥

पाटील बोवाची तयारी झाली आले राव दक्खनवर । नर्मदा उतरून पोंचले आले राव घाटावर ॥ श्रीमंताची भेट घेतली जिलिबी चाले मोहरें ॥ धन्याशीं नालकी दिली पत्र नबावाशीं धाडलें ॥ राव एकदांची घ्यावी टक्कर । आह्मी पाहूं ह्मणतो वेधड । त्या पाटील बोवाची आस्ता नाहीं पुरली । इतक्यांत भगवंताची आज्ञा झाली । त्या दवलतराव शिंद्यानें वस्त्रें केलीं । सारे सेनेमधें द्वाही त्याची फिरली । .... ॥ शिपाई० ॥ २ ॥

नबाव साहेब आले कचेरीस बोलाविले हंबीर । अस्तानजी खानाशीं आज्ञा चला अघाडीवर । रुस्तुमखान भले पठाण डावे बाजूवर ॥ (चाल) ॥ मश्रुल आघाडीला । भला अमल पिछाडीला । सेनेचा झोंक चालला ॥ (चाल) ॥ पोल्हादजंग बहादर घेऊन बरोबर । रावरंभा लिंबाळकर केवळ रणशूर । खर्ड्याशीं जाऊन पोंचलें नाहीं उशीर ॥ मिळालें दळ तीनलाख झुरा ॥ शिपाई० ॥ ३ ॥

श्रीमंत महाराज निघाले पुण्यांतून बाहेर । दाजीबा फडक्याला नेऊन सांगितलें बाजूवर ॥ (चाल) ॥ लष्करची तयारी झाली । हुजरात फौज चांगली । मानकऱ्यानें कोर धरली ॥ (चाल) ॥ भिरभिर उडति तलवारा निशंग होतात। त्याला नाहीं जिवाची पर्वा ते का भितात । रणशूर शिपाई रणीं उभे राहतात । तीन कोस हटविल्या फौजा उभ्या पळतात । जाहला मोड जरा दम धरा ॥ शिपाई० ॥ ४ ॥

१९. सवाई माधवरावांच्या मृत्यूवर पोवाडा.

हा पोवाडा प्रभाकरकविकृत आहे.

चाल—दोदिवसाची तनु हे साची सुरतरसाची करून मजा—रामजोशी.

कमि नव्हते पृथ्वींत[1] अवांतर प्राणी न्यायाला। औक्ष कसें कमि झालें सवाई माधवरायाला ॥ ध्रुवपद ॥

प्रभु नारायणराव धुरंधर दक्षिणचे नृपती । प्रसन्नवदनें करुनि जयाला सकळ प्रजा जपती ॥ पतिव्रता किती धनाढ्य गंगाबाईभोंवत्या खपती । सुशील सति सौभाग्यवतीपुढें रूपवत्या लपंती ॥ सवाई माधवराव प्रसवली कुळदीपक दिपती । पुरंदरीं रक्षणार्थ मंत्री रात्रंदिवस जपती ॥ (चाल) ॥ शके सोळाशें शहाण्णवाच्या मुळ जय संवत्सरीं। अधिक होता वैशाख शुद्ध सप्तमी चंद्रवासरीं । पुनर्वसू नक्षत्र कडकडित दुपारचे अवसरीं ॥ (चाल) ॥ झाला जन्म हा दैदीप्यमान पूतळा । जणुं सूर्य उगवला प्रकाश करी भूतळा । दिलें द्रव्य कंचुक्या नाहीं गणती पातळा ॥ (चाल पहिली) ॥ महोत्साह घरोघरीं लागले लोक करायाला । परशुराम प्रत्यक्ष आले काय छत्र[2] धरायाला ॥ कमि० ॥ १ ॥

पुरंदराहुन पुण्यास आणिले राव पंचमवर्षी । गुढ्या तोरणें उभवुन केली मुंज प्रथमसरशी ॥ विवाहकार्या भूप मिळविले अति हर्षोहर्षीं । देति धाडुन करभार ढिगाचे ढिग कोरे फरशी[3] ॥ स्वाऱ्या करून सरदार बुडविती रिपु चुरसाचुरशी[5] । थरथर किति कांपती बयस्कर[4] उभे टाकुन खुरशी[6] ॥ (चाल) ॥ प्रतापमहिमा थोर जळामधिं परि जळचर अडविला । नवि मोहिम दरसाल देउनि शाह टिपू तुडविला[7] ।

१ 'सृष्टींत' पा०. २ रक्षण करायाला; 'शत्रु हटायाला' पा०. ३ फरशी रुपये. ४ शत्रूंचा द्वेष. ५ 'परस्पर' पा०. ६ 'डुरशी' पा०. ७ 'टिपु बहादर बुडविला' पा०.

अपार सेना लढवुनि मोंगल खड्र्योवर बेडविला ॥ (चाल)॥ एकेक पदरचा सेवक साहेब सुभा । समरांगणिं सन्मुख कोणि न राहे उभा । ज्या दिशेस ज्याचा रोख ति त्याला मुभा ॥ (चाल पहिली) ॥ बिजेपासूनि करि प्रभा चंद्र तारांगणठायाला । प्रौढ होतां संपूर्ण लोक आले खरेच उदयाला ॥ कमि० ॥ २ ॥

कांहीं दिवस भयरहित सदोदित स्वराज्य चालविलें । दरिद्र अटकेपार जनांचें ज्यानें घालविलें ॥ तीर्थरुपांहुन सकल भूमंडळ बसून हालविलें । रीतभात इनसाफ लवण नाहिं दुधांत कालविलें ॥ क्षिरसागरिं कृष्णास मुदत भरतांक्षणिं बोलविलें । तसें रावसाहेबांस अकल्पित वरून पालविलें ॥ (चाल) ॥ उदास झालें चित्त परोपरि त्या दिवसापासुनी । विनचुक बोलती शब्द घडोघडि हृदयांतरिं त्रासुनी । बाजिराव साहेबांस आणा जा गुज सांगा निरसुनी॥ (चाल) ॥ शिक्के दउत पट कटार दुसरी करा । आवडलें मनांतुनी विधिविष्णूशंकरा । ठेवुं नका निराळें दादाच्या लेंकरा ॥ (चाल पहिली) ॥ तुह्मि सेवक ते धनी होउनि एक आवरा राज्याला । अशानें तरले जाल चिरंजिव रहाल पहायाला ॥ कमि० ॥ ३ ॥

वर्तमान कळतांच असें आली गोष्ट ती निकरास । नये नानाचे मनास जाहलें विपरित इतरांस ॥ झिडकारुनि एकांतीं वदती नित्य सरकारास । स्वस्थ असावें आपण जेऊन पंचामृत सुग्रास ॥ बहुत हट्ट जरि कराल तरि तुह्मि मुकाल प्राणांस । त्यांचि अवस्था तिच तुमची पुढें येईल आकारास ॥ (चाल) ॥ शब्दशरें ताडितां लोचनीं जळबिंदू वाहती । दुसऱ्याचे दिशिं अंबारींतून उडि घालूं पाहती ॥

१ 'चढविला' पा०. २ समजावुनी.

धरि आपा बळवंत झगा दृढ दडपुन आपुले हातीं ॥ (चाल) ॥ फिरविलीं निशाणें नाहिं सोनें लूटलें । शहरांत सैन्य चहुं रस्त्यांनीं लोटलें । पुढें भेंट घ्यावया किति माणुस दाटलें ॥ (चाल पहिली) ॥ झालि न झाली नजर उठले एवढ्यांतच जायाला । नवल नविन वाटलें तेथें सकळ समुदायाला ॥ कमि० ॥ ४ ॥

प्रवेशतां महालांत अडखळुन पडले सांवाला । त्वरित उतारे करुन देति लोह उडीद डोंबाला ॥ खरी खबर कळतांच एकांतीं बाईसाहेबांला। धांव धांव धावण्यास ह्मणती विनवुन सांवाला ॥ घेरांत राहू ग्रासुं पाहतो चंद्रबिंबाला। गोत्रपुरुष किड कठिण लागली मुळ कुळकोंबाला ॥ (चाल) ॥ करिं घेउनि पंचारति प्रभुला धनभर ओंवाळुनी । समाचार फुंदफुंदन पुसती निर नेत्रीं ढाळुनी । पहा पहा निट मग राव बोलती मुख आमचें न्याहाळुनी ॥ (चाल) ॥ तुम्हि आमुची भेट हीच सगुण सुंदरी । रहा खुशाल आपल्या सुखत राजमंदिरीं । द्वाहीलेख तुझी जन वंदितील आदरीं ॥ (चाल पहिली) ॥ जड पडल्या करि स्मरण सदोदित संकट समयाला । अशापरी निरसून धरिति कंटाळुन हृदयाला ॥ कमि० ॥ ५ ॥

प्रतिउत्तर परिसोन विश्वमाउलि मनिं गहिंवरली । नेउन रंगमहालीं सख्यांनीं चहुंकडून सांवरली । विरक्त झाले श्रीमंत हिकडिल स्नेह ममता सरली । स्नानदानदेवपूजा गलबलित अगदिंच अंतरली ॥ एकादशिची रात्र बऱ्यांमधिं सहज मात्र सरली ॥ उजाडतां द्वादशीस कुणिकुन कुबुद्धि संचरली ॥ (चाल) ॥ तिसरे मजल्यावरून घातली उडि का-

---

१ 'नजर कराया' पा०. २ 'निघाले इतक्यांतच' पा०. ३ 'प्रताप पाहून' पा०.

रंज्यावरी । एकाकीं हालचाल न होता गेलि वार्ता दुरवरी। सेवकजन सर्वांग विकळ कडेखांद्यांवर आंवरी ॥ (चाल) ॥ शके सत्राशें भर सत्राच्या अवसरीं । दक्षिणायनामधिं राक्षस संवत्सरीं । आश्विन शुद्ध पौर्णिमा भौमवासरीं ॥ (चाल पहिली) ॥ रवि मावळतां वरी मरण झडकरी आलें सखयाला । इथुन आतां प्रारंभ दिसदिस अद्भुत प्रळयाला ॥ कमि० ॥ ६ ॥

हाहाकार जाहला प्रगटतां पुकार शहरांत । बंद पडलिं[1] भणभणित दुकानें भर बाजारांत ॥ वृद्ध तरुण नरनारि बुडाल्या आकांत कहरांत । कुंकु गंध किति सुज्ञ पुसुन धुळ बांधिति पदरांत ॥ स्वयंभुदीप विझतांच विवशी[2] व्यापलि दरबारांत । ठायिं ठायिं थिजले लोक शोक संचारतां अंधेरांत ॥ (चाल) ॥ बंदोबस्त कडिकोट करुनियां शनिवारांतुन अर्धी । अखंड[3] स्वारि रायाचि निघाली चौथिच्या अमलामधीं । दुर्लभ दर्शन ज्याचें प्रभु तो नदींत निजायचा कधीं ॥ (चाल) ॥ पसरुनी तुळशी कर्पुर बेल चंदन । रचियलें सरण त्या शेवटचा स्यंदन[4] । आरुढले वीरवर[5] नारायणनंदन ॥ (चाल पहिली) ॥ अनेक[6] रिपूंचें करुनी कंदन दवडुनि विलयाला । दर्भासन घातलें विष्णुलोकास वसायाला ॥ कमि० ॥ ७ ॥

बाईसाहेब कल्पांत जिवाचा तळतळून करिती । कां ग कुळस्वामिणी कोपलिस आजी मजवरती ॥ पतिपूर्वी सौभाग्यवत्या ज्या पुत्रवत्या मरती । इहलोकीं परलोकीं धन्य त्या कुळास उद्धरती ॥ कसें माझें दुर्दैव उपजल्यें चांडा-

---

१ 'भुल पडली' पा०. २ विपत्ती देवता. ३ 'अखेर' पा०. ४ 'रचियलें कर्पूर गौर चंदन चर्चिला शेवटचा चंदन' पा०. ५ 'विमानीं' पा०. ६ 'असंख्य' पा०.

ळिण पुरती । ह्मणुनि श्रीमंत प्रभुची मजला अंतरली मूर्ती ॥ (चाल) ॥ निरोगी सात सहस्त्र उंट न पार स्वामीचे । वीस सहस्त्र तुरग निवडक भीमथडी[1] ग्रामींचे । सबल दोनशें नव्वद कुंजर विशाल हरकामींचे ॥ (चाल) ॥ खासी दोन सहस्त्र कटिदार वाणीच्या । सह्रा सहस्त्र गाई. फारस .... । कांहीं सफेत कपिला व्याघ्रांवर खाणिच्या ॥ (चाल पहिली) ॥ बैल बारा सहस्त्र एवढ्या जिवास खायाला । कोण श्रीमंतांवांचूनी ह्यांना समर्थ द्यायाला ॥ कमि० ॥ ८ ॥

शिकार चित्ते व्याघ्र पटाइत वृक सांबर हरणें । जंबुक चितळे ससे हि भेंकर कुरवाळुन धरणें ॥ रीस येडके गेंडे सशांना बनात पांघुरणें । आपण खावें तें त्यांस पुत्रवत् किति माया करणें ॥ सुंदर रूप रायाचें नाहिं कुणावर रागें भरणें । कलगितुरा शिरपेंच पाचुचीं पडत होतिं किरणें ॥ (चाल) ॥ सदयहृदय साक्षात पितांबर परिधानाचा प्रभु । कृष्ण कुळीं दैदीप्य जसा .... । तसा करुन दिग्विजय शेवटीं अवघड रचिला विभू ॥ (चाल) ॥ पाहुंद्या मला तें एकवेळ श्रीमुख । जन्म तों अतां ह्या जिवास होईल दुःख । भोगिलें रेमाबाईनें कांहीं तरि सुख ॥ (चाल पहिली) ॥ हरी जाहला विन्मुख विसरल्यें सांग पुजायाला । प्रयागिं जावें उडुन वाटतें समाधि घ्यायाला ॥ कमि ॥ ९ ॥

अश्व आवडते कुंजर धेनु मृग मैना रडती । मोर खबुतरें तितिर सांबरें मूर्च्छागत पडती ॥ स्वर मंजुळ कोकिळ पक्षी ते पिंजऱ्यामधिं तडफडती । पोपट भारद्वाज चाप पर दुःखानें खुडती ॥ भुंलांप उलुका भालु रीत घन विजया

---

१ भीमथडी येथील घोडे चांगले असतात अशी प्रसिद्धी आहे. २ थोरल्या माधवरावांची पत्नी रमाबाई नवऱ्या बरोबर सती गेली. ३ 'ससाणे' पा०. ४ 'पडती' पा०. ५ 'भुकंप' पा०.

कडकडती । असंख्य तुटती तारे नभमंडळिं किरणें पडती । (चाल) ॥ ग्रामसिंह दिवसास भयंकर सन्नद भुंकारिती । सवत्स नित अपरात्रिस गाई कितीक हंबरती । भुतें पिशाचें खविस डाखिणी काय हाका मारिती ॥ (चाल) ॥ दोहों द्वारीं बसुनी लक्ष्मी पिंपळावरी । करि दीर्घ रुदन मध्यान्ह होतां शनवारीं । नाहीं रहात अतां होईल आकाशवाणी वरी ॥ (चाल पहिली) ॥ शक्ति घेउन श्रीहरी निघुन जातां मुळ ठायाला । सव्यसाचि सारखे लागले मागें पहायाला ॥ कमि० ॥ १० ॥

धन्य वंश एकेक पुरुष कल्पवृक्ष पिकले । शत वर्षें द्विज पक्षि आनंदें त्या तरुवर टिकले ॥ जलचर हैदर नबाब सन्मुख रण करितां थकले । ज्यांनीं पुण्याकडे विलोकिलें ते संपतिला मुकले ॥ असे प्रभु कसे अमर कराया ब्रह्मदेव चुकले । गहन गती कर्माचि सर्वजण पूर्वी फळ विकलें ॥ (चाल) ॥ संपविला अवतार धन्यांनीं ह्मणे गंगूहैबती । ध्वज पडले उलथुनी थडकल्या सुरु साहेब नौबती । कोण करिल प्रतिपाळ तुर्त मुलखास लागली बती ॥ (चाल) ॥ महादेव गुणीराज श्रुति गादिचे । नवे नुतन नव्हती शाइर जदिपवादिचे ॥ पीळ पेच अर्थ अक्षरांत वस्तादिचे ॥ (चाल पहिली) ॥ प्रभाकराचें कवन प्रतिष्ठित सभेंत गायाला । अशा कवीची बुज नाहीं कोणि करायाला ॥ कमि० ॥ ११ ॥

---

२०. शेवटल्या बाजीरावाच्या कारकीर्दींतील बंड व दुष्काळ यांवर पोवाडा.

सन १८०३–४ ह्या वर्षी पुणें शहरांत व आसपासच्या प्रदेशांत मोठा भयंकर दुष्काळ पडला होता. हा दुष्काळ पडण्यास दोन का-

---

१ 'टोळमंडपिं किरणें दडती' पा०. २ कुत्रे. 'ग्रामव्याघ्र' पा०.

रणें झालीं; पहिलें कारण यशवंतराव होळकर व त्याच्या सातमा-ळचे पेंढारी ह्यांनीं त्या प्रदेशांत चालविलेलें बंड व लुटालूट, आणि दु-सरें कारण अनावृष्टी. सन १८०३ आणि १८०४ या दोन्ही व-र्षांत दक्षिणेंत पाऊस अगदीं पडला नाहीं, व त्यामुळें इतकी महर्गता झाली होती कीं रुपयास दोन अडीच शेर देखील धान्य मिळत नसे. लार्ड व्ह्यालेन्शिया ह्या नांवाचे इंग्रेज प्रवासी ह्या वर्षी मुंबईहून पुण्यास आले होते. ते ह्मणतात कीं खंडाळ्याजवळ एका तळ्यावर दुष्का-ळानें मेलेल्या माणसांचीं सुमारें १०० प्रेतें गिधाड व कुत्रे त्यांनीं खातांना त्यानीं पाहिलीं. प्रत्येक खेड्यांत, प्रत्येक शहरांत व प्र-त्येक घरांत दुष्काळाचीं चिन्हें दृष्टीस पडत. दुष्काळानें पीडलेल्या लोकांच्या साह्यार्थ मुंबई शहरांत ४०००० रुपये जमा झाले होते. त्या द्रव्यांतून इंग्रजांचे रेसिडेन्ट कर्नल क्लोज हे पुणें शहरांत प्रत्यहीं ५००० माणसांस पैसे वांटीत. बाजीराव पेशवे हेही ह्या प्रसंगीं बराच दानधर्म करीत. परंतु त्यांच्या दानधर्मापासून फक्त ब्राह्मणां-सच लाभ होई. ह्या दुष्काळाचें व त्या वेळच्या लोकस्थितीचें वर्णन ह्या पोवाड्यांत केलें आहे. हा पोवाडा रामजोशीकविकृत आहे.

चाल.—नरजन्मामधिं नरा करुनि घे नरनारायण गडी.—रामजोशी.

उगा भ्रमसि वाउगा कशाला युगांत[1] खळ हा कली ।
कली मातला सारा धनदारा इच्छी राज्यासहि हाकली ॥
ध्रुवपद ॥

कुणा न कुणि धनि मना येइल तसें जनांसि अन्न चारिती ।
धनानिमित्तें मरति किति गरति धरुनि यवन अन्न चारिती ॥
आठां दिसांमधिं पठाण तिनदां लुटावया धांवती । उठाय-
याला तकवा[2] नाहीं बकव्या[3] सारा धनिच्याकर झुंजती ॥ दार
वित्त घरदार दिलें तरी मार चुकेना रैंती[4] । फार वदूं मी

---

१ कलियुगांत. २ सामर्थ्य, शक्ती. ३ स्त्री. ४ रती इतका.

काई वधिल्याहो गाई बाटविल्या द्विजसती ॥ फंद मातले धुंद झालि बेबंद बुडाली क्षिती । मंद करिती मसलतीला मग फसली तिला नाथरितां फळ भोगिती ॥ पुंड घरोघरीं बंड कुणावर बंड कोण बांधिती । खंड कुणाचा गावा कुणि ध्यावा खावा कुणि कुणाला किती ॥ असा न कोणी पुसायाला कसा काळ कशि मती । वसावया नंच जागा मग पागा गजरथ बागा कुठें राहती ॥ चिका आंत ज्या निका पढविल्या पिकाशिं गळ लाविती । विकावया त्या नेल्या किति मेल्या अबला उरल्या जन चुंबिती ॥ फांस गळ्यामधिं वांस पाठिवर लोहहडा लाविती । मास विप्रलोकांचें तोकांचें विचिती सांडस घेउनि हातीं ॥ धीर वीर कां हंवीरें होउनी फकीर भिक मागती । चीर नसे हो आंगा किति सांगावा तो ताप जिवा लागती ॥ ह्रातिं धरुनि देवता फोडिल्या लताराम भंगिती । गतायुं किति झाले किति प्याले विष किति उरले सुख सेविती ॥ (चाल) ॥ किति सागरउदकें कुटुंबसह वाहले । किति दैवगतीनें काशीसहि पावले । किति कर्नाटक देशांत धानिक धांवले । किति अभ्रूचे जन तेथचि भांबावले । कैकांनीं हिरे वचनाग कैफ चावले । किति उठाउठी भयभीत मरण पावले । किति ब्राह्मणगालहि यवनांनीं चावले । कावले जन करितील कां गावले । अति सात्विक ते दुष्कर्मी सरसावले । किति फंद करिति ते बंदांतचि घातले ॥ (चाल पहिली) ॥ काय समय हा लया रुद्र करि दया दृष्टि झांकली । भयानका क्षिति झाली घरघाली रुद्र विंशति जगिं फांकली ॥ १ ॥

रुसा न कलिवर पुसा मनाला कसा काळ हा तरी ।

---

१ ब्राह्मण स्त्रिया. २ शूर, प्रतापी. ३ मरण पावले.

असा जनक्षय कांहो कुणि पाहो संशय कथितों याचे वरी ॥
धराधीश कुणि परास ह्मणती करा पातकें वरीं । सराय
जन निजकर्में करिती अधर्म राजाची अफर्तरी ॥ बाप त-
याला ताप वृद्धपणिं पापपुत्र हा करी । शाप देतसे तोही
ह्मणे नोहे माझा वीर्यज हा तरि जरी ॥ माय टाकिली पाय
बांधुनी वायकोशिं घे शिरीं । होय कशाचा बेटा तो पेटाच्यां-
तुनि साप काढिला वरी ॥ सून बहिण सासू जे ह्मणति
तिशिं सुरतवासना धरी । भवन बुडे. पापानें मधुपानें मा-
तुनि माय सुताला वरी ॥ मनीं धरुनि कामिनी मठामधिं
मुनी विनयचातुरी । जगीं दाविती बावा परि आंतुनि कावा.
भोंदुनि खाती पुरी ॥ लेश नसे उपदेश आपुला देश टा-
कुनी दुरी । केशवार्चन करती वरती परि आंतुनि कर्में ना-
नापरी ॥ असे धूर्त जे तूर्त जगामधिं मूर्त पाप बाव धरी ।
पूर्ती मखादिक याचिं व त्याचीं कर्में ह्मणूं नको हा खरी ॥
वित्त हरिति निरनिमित्त ठेवुनि चित्त अर्थ यावरी । मस
धन्याशीं चोरी करिती अधिकारी दया कुडुन भूसुरीं ॥
सती ह्मणति निजपती त्यजुनि नांदती पराचे घरीं । जिवें
मारिती भर्ते त्या वरते दुसरे करिति कितिक सुंदरी ॥ (चाल)॥
किति कन्या हयविक्रयें परमपातकी । एकाची वृत्ती एकास
करी घातकी । किति दुर्मतिनें गुरुपत्नीला हाटकी । किती
जारण मारण उच्चाटण नाटकी । कितिकांची बाणी मृषा
वदुनि हालकी । धनियास पालखी चाकरास नालकी ।
कुणि विधवा ठेविती घरामधें पाणकी । मित्रास वंचिती
मग कोठुन भावकी । अशिं कितिएक पापें जगीं कुणा ठा-

---

१ कारकीर्द १ २ दारू पिण्यानें. ३ मूर्तिमंत. ४ राक्षसांना. ५ खोटें.
६ बंधुत्व, भाऊपणा.

उकीं ॥ (चाल पहिली) ॥ जराक यास्तव करावया स्तव जरा मतिस जाकली । करा श्रवण होयाचें व्हायाचें ऐशी विधिवाणी भाकली ॥ २ ॥

चिन्ह वाटतें भिन्न पुढतिं जें खिन्न जाहलें मनीं । भिन्नदेह किति करति किति भरति पोटें स्नानाहि कंटाळती ॥ पहा कितिक जन महागाईनें दाही दिशा धुंडुनी । अहो शेवटीं मेले किती गेले यमलोकाशि गणावे कुणीं ॥ भणाण सारा दणाण झाला" कणा न पावति सणीं । कुणास न मिळे भाजी कुणि राजी करडी मिळो आमंडी जुनी ॥ मुरक चढती कुणी भूक ह्मणति द्विज आधुक तशा ब्राह्मणी। कुकरी शाल शाला कुणि त्याला उभे राहुं न देति आंगणीं ॥ कढी ह्मणति कुणि वडी घालिती उडी अन्न पाहुनी। रडवितात किति पोरें किति ढोरें तैशीं ओढिति दारांतुनी ॥ पाक हो न हो हाक मारिती भाकर द्या ह्मणवुनी । टाक मुखामधिं कांहीं मज नाहीं ह्मणती अन्न पंधरा दिनीं ॥ जळा पिउनि किति नळांत फुगले पळांत वपु[१] त्यागुनी । गळां पडुनि किति रडाति किति मरति बालकमुडदे कंवटाळुनी ॥ क्षुद्र इतर जे शूद्र तयांवरि रुद्र[२] कोण या क्षणीं । मुद्रस कैंचा त्याला भलत्याला भाकर मागति मुख पसरुनी ॥ चणा अगर नाचणा एकादा धणा मिळे त्यांतुनी । उणा दिवाळी दसरा किति दुष्काळाचा घसरा घ्या पाहुनी ॥ पीठ डाळकुट मीठ ढिगावरी नीट पडति जाउनी । धीट सोडिती कांठीं परि पाठी सोडित नच मेल्यावांचुनी ॥ (चाल) ॥ करितील कायहो अन्नाविण गांजली । ही दुनया सारी जठराग्नित भाजली । नच माधुकरीला कोणि तदा

१ देह. २ भयंकर प्रसंग, संकट.

लाजली । वैंचिती शितें चिखलांत राड माजली । धनिकाची दौलत आपणांस सामावली । शेवटीं विके पडली विवेलावणी वाजली । यावरी येउनियां देवा कां गांजली । कैकांनीं कुटुंबें विष पाजुनि निजविलीं । ही दुष्काळाची वरी नौबत वाजली । वर्णावी ह्मणुनियां कविमतिच्या डाजली ॥ (चाल पहिली) ॥ काळ कठिण दुष्काळ उडाला काळरीति ठाकली । बाळवृद्ध लोकांत कुठें कांहीं तरी मर्यादा राहिली ॥ ३ ॥

सुधी ह्मणति निरवधी काळ त्यामधें दीडपायली । कधीं ऐकिलीं चिपटीं कधीं निपटीं कोळवीं चोळवीं कधीं पाहिलीं ॥ जुना जिन्नस वरी उणा वाट कुकटें कुणाची पत राहिली । मणास रुपये तेरा तेलाला बारा तुपा शपथ वाहिली ॥ गूळ असो तोळाभर आहे कीं मूळ मिळा चाखली । खूळ लवंगा पैशाच्या सवंगा मिरची पांच दिधली ॥ हुजूर वाणी रुजू तराजू खजूरी ती एकली । खिजून घेती पैसा देतिल हो कैसा माखली नच जीभली ॥ गहूं ह्मणति जे बहु सवंग ते नउ चिपटीं जाहलीं । नवे मऊ जे दाणे बेदाणे झाले अशी दशा साहिली ॥ मका रांड ही आका हुटा परि शिका कोठडी केली । नको ह्मोड एरंडी हे रंडी आठा चिपटीं कधीं ऐकिली ॥ दुकाळ त्यामधिं वकाल मंडळी ठकापरिस ठक भली । दुकान घालुनी बसती वरी दिसती निर्मळ घातुकता वाढली ॥ निंतळ सोनिया पितळ ह्मणति निज पितळ पुतळि आटली । कुतळ बुडविले सारे ही वारे वेळची सराफाइला दिली ॥ सार हिऱ्याला गार ह्मणति सोनार देत पावली । चार शेर तांब्याला कां ब्याली ह्मणे

---

१ शहाणे. २ अमर्याद. ३ शुद्ध.

कांसार देत आधेली ॥ पुरे काळ हा नुरे योग्यता विरे निघुनि चालली । अहो शालुच्या फरदा चवलिचा खुरदा काय गोष्ट चांगली ॥ (चाल) ॥ हें राहो भाजींत बागवान जोडका । पैशाचा एकची मुळा एक दोडका । पैशास मक्याचा कंद एक मोडका । हा कांदा दो पैशांस एक बोडका । जळणास रुपयाला एक लहान खोडका । घोड्यास शिपाई काय करिल बोडका । काळानें देश यापरि केला रोडका । मग हत्याराचा उपाय काय थोडका । खाउनी नावद ह्मणों नये गोड कां ॥ (चाल पहिली) ॥ अजातरिपु हे प्रजा इतःपर मजा वृष्टि शिरकली । दुजी आस न कविरायाची कृति येथुनि उरकली ॥ ४ ॥

---

२१. शेवटले बाजीराव पेशवे यांवर पोवाडा.

हा पोवाडा प्रभाकरकविकृत आहे.

यशस्वी झाले श्रीमंत पहिले सवें लढायाला । आतांच आलें अपेश कोठुन बाजीरायाला ॥ ध्रुवपद ॥

दादासाहेब पुण्यप्रतापी निस्सीम शिवभक्त । स्वारी करून दरसाल हालविलें दिल्लीचें तक्त ॥ आनंदीबाई सुशीलशिरोमणी सुगुणसंयुक्त । पतीभजनीं सादर घडोघडी अखंड आसक्त ॥ बाजीरावसाहेब सदोदित जो जीवन्मुक्त। जन्मांतरीं तप केलें निराहारीं राहुन एकभुक्त ॥ (चाल) ॥ शके सोळाशें शाहाण्णवीं अतिउत्तम जयसंवत्सरीं । पौष शुद्ध दशमीस भरणीनक्षत्र भौमवासरीं ॥ ठीक पहिल्या प्रहरांत जन्मले रात्रींच्या अवसरीं ॥ (चाल) ॥ पहा बाईसाहेब धारमुक्कामीं[1] राहुनी । कंठीला काळ कांहीं दिवस दुःख

---

१ राघोबा दादा पळत असतां आनंदीबाईस धारेस ठेविलें होतें त्या वेळीं बाजीरावाचा जन्म झाला.

साहुनी केलें तेथुन कुच सुपुत्रमुख पाहुनी ॥ (चाल पहिली)॥ गंगातिरीं येऊन राहिली अपूर्व ठायाला । कचेश्वर शुक्रेश्वर सन्निध दर्शन घ्यायाला ॥ १ ॥

समाधान सर्वांस वाटलें कोपरगांवास[1] । स्वारी शिकारीस बरोबर जाती कथा उत्सवास ॥ जें करणें तें पुसून करती अमृतरावास । एकास नख लागल्या दुःख होई त्रिवर्ग भावांस ॥ असें असुन नानांनीं मांडिला अति सासुरवास । हळुच नेऊन जुनरास ठेविलें श्रीमंतरावांस ॥(चाल)॥ इतक्या संधींत सवाई माधवराव मरण पावले । तेव्हांपासून नानांनीं राक्षसी कपट डौल दाविले । परशुराम रामचंद्र निरोपुन मग वाटेस लाविले ॥ (चाल) ॥ आले खडकी पुलावर श्रीमंतांस घेउनी । दर्शनास नाना परिवारें येउनी । दाखविली याद एकांतीं राव नेउनी ॥ (चाल पहिली) ॥ भय मानुनि शिंद्याचें निघाले वांइस जायाला । सातान्यांत राहून लागले भेद करायाला ॥ २ ॥

आपण बाळोबा होउन एक केली खचीत मसलत । चिमाप्पास धनी करून राखिली जुनाट दौलत ॥ करारांत दोघांच्या झाली कांहीं किंचित गफलत[2] ॥ म्हणुनि फिरून नानांनीं उलटी मारून केली गलतें । सूत्रधारी जो पुरुष ज्याच्या गुणास जग भुलत । हातांत सगळे दोर पतंगापरी फौजा हालत ॥(चाल)॥ परशुराम रामचंद्र आणि बाळोबास ठाउक रण । राज्यकारणी नव्हेत एक केसरी एक वारण ॥ कठिण गांठ नानांशीं न चाले तेथें जारणमारण ॥ (चाल)॥ महाडास बसुनि नानांनीं बेत ठरविले । बाळोबास शिंद्याकडून कैद करविलें । शिवनेरी गडावर पटवर्धन धरविले ॥

---

१ कोपरगांवीं. २ गडबड.

(चाल पहिली) ॥ रास्ते झाले जामीन प्रसंगीं अवघड समयाला । असा गुजरला वक्त नेले मांडवगण पहायाला ॥३॥

घडी बसवून महाडाहून नाना त्वरितच उलटले । द्वेषबुद्धि विसरून संशय सर्वांचे फिटले ॥ शिंदे भोंसले होळकर मश्रुलमुल्क एकवटले । दलबादल डेऱ्यांत श्रीमंतासन्निध संगटले ॥ बाजीराव राज्यावर बसतां आनंदें जन नटले। तोफांचे भडिमार हजारों बार तेव्हां सुटले ॥ (चाल)॥ नंतर नाना एकविसांमधिं समाधिस्त झाले । महालमुलुख शिंद्यांनीं बेविसांमधि आपले पाहिले । यशवंतराव होळकर लढाई समजुन उभे राहिले ॥ (चाल) ॥ शिंद्यांनीं करून माळव्यांत खातरजमा । केली फौज गंगेच्या रोखावर खुप जमा । सोडीना कंबर कधिं काढिना पायजमा ॥ (चाल पहिली) ॥ कुच मुक्काम दररोज बनेना पलंगीं निजायाला। घेई जोडाशीं पचंग समरीं कोण जिंकील याला ॥ ४ ॥

दिला मार दळणास जातिनें पुण्यास येउनियां । शहर सभोंतें वेढून बसले चौक्या ठेवुनियां ॥ खंडेराव रास्त्यांनीं प्रभुला वसईस नेउनियां ।सुखांत होते स्वस्थ सतत पंचामृत जेवुनियां ॥ इंग्रजास कुमकेस प्रसंगीं बरोबर घेउनियां । सरंजाम अलिबहादरपैकीं तयास देउनियां ॥ (चाल) ॥ अगोदर सोजर तुरुक धांवले मघाशीं दक्षणी । त्या भयानें होळकर परतले नाहीं कोणी संरक्षणी । भरधोंशानें श्रीमंत त्यावर पुण्यास येतांक्षणीं ॥ (चाल) ॥ मग झाला बंदोबस्त पहिल्या सारिखा । परि घरांत शिरला सबळ शत्रु पारखा लाल शरीर टोपी आंगीं आठप्रहर आंगरखा ॥ (चाल पहिली) ॥ धर्म कर्म ना जातपात स्थल नाहीं बसायाला । असें असून संपूर्ण व्यापला प्राण हरायाला ॥ ५ ॥

फार दिवस आधिं जपत होते या इंग्रज राज्याला । अनायासें झालें निमित्त पंढरपुरास कज्जाला ॥ संकट पडलें कांहीं सुचेना प्रधान पुण्याला । रति फिरली सारांश फिकाले लोक अपुण्याला ॥ भयचिंता रोगांनीं ग्रासिलें काळिज मज्जाला । पदर पसरिती उणाख आणखी नीज निर्लज्जाला ॥ (चाल) ॥ परम कठिण वाटलें आठवलें त्रिभुवन रावबाजीला ॥ थोर थोर मध्यस्थ घातले साहेबांचे समजीला । निरुपाय जाणुन हवालीं केलें मग त्रिंबकजीला ॥ (चाल) ॥ ठेविला बंदोबस्तीनें नेऊन साष्टीस । एक वर्ष ठेविल्यानंतर या गोष्टीस ॥ केलें गच्छ भाद्रपद वद्यांतील षष्ठीस ॥ (चाल पहिली) ॥ स्वदेशीं जागा विकट पाहिली मिसुर बसायाला । शोध लाऊन पाठविलें साहेबांनीं धरायाला ॥ ६ ॥

इंग्रजाचा अन्यायी निघाला पाठ पेशव्याची । म्हणून साहेब लोकांनीं आरंभिली आगळिक दाव्याची ॥ वसई प्रांत कल्याण गेली गुजराथ पुराव्याची । रायगड सिंहगड वेलग जागा केवळ विसाव्याची ॥ कर्नाटक दिल्लीहून ठाणीं बैसलीं पेशव्याचीं । कोणास नकळे पुढील इमारत इंग्रजी काव्याची ॥ (चाल) ॥ अश्विनमासीं वद्य एकादशी दोन प्रहर लोटतां । श्रीमंत बापुसाहेब एकांतीं पर्वतीस भेटतां । हुकूम होतांक्षणीं रणांगणीं मग फौजा लोटतां ॥ (चाल) ॥ बैसले राव दुर्बिणींत युद्ध लक्षित । भले भले सरदार सैन्य रक्षित ॥ लागुन गोळी झाले ठार मोरदीक्षित ॥ (चाल पहिली) । तसाच पांडोबानीं केला नाहीं उशीर उठायाला । उडीसरशी तरवार करून गेले लवकर विलयाला ॥ ७ ॥

आला त्रास फार वाटतें ह्यावरून बक्षीस । विन्मुख होऊन श्रीमंत आणिले चहूंकडून स्वामीस ॥ फसले शके स-

त्राशें एकुणचाळिसांत रणभूमीस । ईश्वर संवत्सरांत कार्तिक शुद्ध अष्टमीस ॥ प्रहरदिसा रविवारीं सर्व आले आरब गुरमाईस । खुप मोर्चा बांधून विनविती श्रीमंत स्वामीस ॥ (चाल) ॥ दारुगोळी पुरवावी आह्मी आज हटकून त्याशीं लढूं । गर्दीस मिळवून देउन पलटणें क्षणांत डोंगर चढूं । शिपाइगिरीची शर्थ करून समशेरी सोन्यानें मढूं ॥ (चाल) ॥ लाविलें बापुसाहेबांनीं तोंड जाउनी । दीडप्रहर रात्र होतांच श्रीमंत दम खाउनी । गेली स्वारी मशाला हिलाल मग लावुनी ॥ (चाल प०) ॥ जलदी करुनि साहेबांनीं लाविलें निशाण पुणियाला । खेंचून वाड्याबाहेर काढिलें कदीम शिपायाला ॥ ८ ॥

सकळ शहरचे लोक हजारों हजार हळहळती । सौख्य सरून राज्याचें मीनापरी अखंड तळमळती ॥ रात्रंदिवस श्रीमंत न घेतां उसंत पुढें पळती । यमस्वरूप पळटणें मागें एकदांच खळबळती ॥ धडाक्यानें तोफांच्या वृक्ष आणि पर्वत आदळती । त्यांत संधि साधून एकाएकीं दुरून कोसळती ॥ (चाल) ॥ भणाभण झालें सैन्य सोडिली कितीकांनीं सोबत । कितिक इमानी बरोबर झुकले घर टाकुन चुंबित । कितिक मुक्कामीं अन्न मिळेना गेली साहेब नौबत ॥ (चाल) ॥ कोठें डेरे दांडे कोठें उंठ तट्टें राहिलीं । कोठें होऊन सहज झटपट रक्तें वाहिलीं ॥ कोठें श्रीमंत बाईसाहेब सडी राहिली ॥ (चाल प०) ॥ बहुत कोमावली पहावेना दृष्टीनें भयाला । हरहर नारायण असें कसें केलें सखयाला ॥ ९ ॥

माघ शुद्ध पौर्णिमेस बापुसाहेब रणीं भिडले । जखम

---

१ जनरल स्मीथशीं बापूगोखल्यानें जो शेवटीं सामना केला होता तो येथें दाखविला आहे.

करून जनरलास फिरतां जन म्हणती पळले ॥ [illegible] घोरपड्याचे दोन हात भले झटले । आनंदराव [illegible] [illegible]-मधिं खुप जाऊन गढले ॥ मानाजी शिंदे मागें [illegible] डोइ देऊन अडले । छत्रपती महाराज तळावर समस्त [illegible]-डले ॥ (चाल) ॥ घाबरले श्रीमंत सुचेना मन गेलें [illegible] । बाईसाहेबांना तशीच घोड्यावर पाठीस बांधुनी । नेले का-ढुनियां अमृतराव बळवंत ज्येष्ठ बंधुनीं ॥ (चाल) ॥ दहा प्रहर पुरे पंतप्रधान श्रम पावले । नाहीं आराम शयन नाहीं स्वस्थपणें जेवले । आले आले ऐकतां उठपळ राव धांवले ॥ (चाल पहिली) ॥ गर्भगळित जाहले लागले [illegible] विसा-याला । बाईसाहेबांना फुरसद न पडे बसून [illegible]॥ १० ॥

दिवाळी आणि संक्रांत कंठिला दुःखांत फाल्गुन । राग-रंग नाहीं आनंद ठाऊक रायालागून ॥ सदैव [illegible] शब्द बोलती वैतागून । कर जोडून फौजेस पाहिले [illegible]-घडी सांगून ॥ धैर्य धरून कोणी कसून लढेना [illegible]-गून । कर्म पुढें प्रारब्ध धांवले लगबग मागून ॥ (चाल) ॥ पांढरकवड्यावर रचिविल्या घनगारा अद्भुत । [illegible] लोक उठविले गारपगाऱ्यांनीं भूत । वेफाम [illegible] न-व्हती कांहीं वार्ता संभूत ॥ (चाल) ॥ ओढवलें [illegible] समयीं संचित । कडकडून पडलें गगन जसें अवचित । दुःखाचे झाले डोंगर नाहीं सुख किंचित ॥ (चाल पहिली) ॥ अनुचित घडली गोष्ट दिसेना ठाव लपायाला । कोणे ठि-काणीं नदींत गेलें सैन्य बुडायाला ॥ ११ ॥

जे श्रीमंत सुकुमार बनांतरीं ते भडकत फिरती । कळलें तिकडे भरदिवसास प्रभु कांट्यांमधिं शिरती ॥ आपला घोडा आपण स्वहस्तें चुचकारून धरिती । खालीं पसरून

उपवस्त्र दिलगिरींत वर निद्रा करिती ॥ अस्तमानीं कधिं रात्रीं भात भक्षिती पाटावरती । दरकुच दरमजलीस कृपें-तील सेवक अंतरती ॥ (चाल) ॥ पेशव्यांचे राज्यांत असा नाहीं कहर कोणीं पाहिला । हत्ती घोडे उंट खजीना जे-थील तेथें राहिला । बाजीराव होय धन्य ह्मणून यापरी आकांत साहिला ॥ (चाल) ॥ नर्मदेस शालीवाहन शक संपला । त्याठायीं ठेविला शकपती आपला । भरचंद्र राहु-ग्रहणांत जसा लोपला ॥ (चाल पहिली) ॥ सांब कसा को-पला लागले गलीम लुटायाला । सिद्ध झाले मालकमारु रावराजेंद्र मिटायाला ॥ १२ ॥

समस्त लष्कर दुःखित पाहुन श्रीमंत गहिंवरले । सद्गद झाला कंठ नेत्र दोन्ही पाण्यानीं भरले ॥ आह्मांपुढें जे शत्रु रणांगणीं नाहीं क्षणभर ठरले । ते आमच्या जन्मास दुष्ट चांडाळ पुरुन उरले ॥ केवळ असा विश्वासघात केल्यानें कोण तरले । इंद्र आदि करून आपल्या संकटास अनुस-रले ॥ (चाल) ॥ तुमची आमची हीच भेट आतां राव स-र्वांनां सांगती । कृपा लोभ परिपूर्ण करित जा द्या दर्शन मागुती । ऐसें उत्तर ऐकून शतावधि पायीं सेवक लागती ॥ (चाल) ॥ महाराज उपेक्षून आह्मांस जाऊं नये । दुर ढक-लून शरणागतांस लावूं नये । महा कसाबाचें घर गाईस दावूं नये ॥ (चाल प०) ॥ हिंमत सोडूं नये सर्व पुढें येईल उदयाला । कोण काळ कोण दिवस धन्यांनीं पुसावें हृद-याला ॥ १३ ॥

प्राण असुन शरिरांत बुडालों वियोग लोटांत । बरोबर येतों ह्मणून घालिती किती डोयी पोटांत ॥ निराश जाणून झाली रडारड मराठी गोटांत । निर्दयांनीं लांबिली पालखी

पलटण कोटांत ॥ मालवर लोकांचीं ओझीं चालतात खोटां-त । गरीब करी गुजराण प्रसंगीं एक्या ओटांत ॥ (चाल) ॥ कुंकवावांचून कपाळ मंगळसूत्रावांचून गळा । तसा सैन्य समुदाय उदाशित रंग दिसे वेगळा । धर्म बुडाला अधर्म झाला दुर्नयेमधिं आगळा ॥ (चाल) ॥ कसें प्रभुनीं बजावलें शहर वसविलें । अगदींच पुण्याच्या लोकांला फसविलें । हुरहूर करित कां! उन्हामध्यें बसविलें ॥ (चाल प०) ॥ नाहीं तर तोड पुढें दिसेना जीव जगावयाला । कोणास जावें शरण कोण हरि देईल खायाला ! ॥ १४ ॥

विपरित आला काळ मेरुला गिळिलें मुंग्यांनीं । पंडितांस जिंकिलें सभेमध्यें मदांध भंग्यांनीं ॥ भीमास आणिलें हारी-स रणांगणीं अशक्त लुंग्यांनीं । कुबेरास पळविलें भिकेवन कसें तेलंग्यांनीं ॥ ज़ळीं राघव माशास आडविलें असंख्य जिंग्यांनीं । जर्जर झाला विष्णुवाहन मदकांचे दंग्यांनीं ॥ (चाल) ॥ ईश्वरसत्ता विचित्र सारें दैवानें घडविलें । हरिश्चंद्र आणि रामचंद्र नळ पांडवांस रडविलें । फितुर करून सर्वांनीं असलें राज्य मात्र बुडविलें ॥ (चाल) ॥ म्हणे गंगु हैबती जर पावेल शंकर । तर दृष्टीस पडतील पुढें राव सवकर । महादेव गुणी श्रीमंतांचे चाकर ॥ (चाल पहिली) ॥ प्रभा-कराची जडण घडण कडकडित म्हणायाला । हुकम नारो गोविंद वंदि त्या निशिदिनीं पायांला ॥ १५ ॥

---

२२. खडकीची लढाई.

ही लढाई सन १८१७ च्या नोवेंबर महिन्याच्या पांचव्या तारखेस बाजीराव पेशवे व इंग्रज यांत झाली. पेशव्यांचा मुख्य सरदार बापु गोखले असून त्यांची फौज तेहेतीस हजार होती. इंग्रजांचे फौज़ेंत मुख्य एलफिस्टन साहेब क्यापन फोर्ड व कर्नल बर हे होते.

इंग्रेजांची फौज अठ्ठावीसशें होती. ह्या लढाईत इंग्रेजांचा जय होऊन बाजीरावसाहेब पेशवे साताऱ्यास पळून गेले.

हा पोवाडा सगनभाऊकृत आहे.

दक्षणच्या पेशव्यांशीं घाला कधीं नव्हता आला । गंगाधर शास्त्र्यावरून राज्याचा नाश झाला ॥ ध्रुवपद ॥

गंगाधर शास्त्री मारिले पंढरपुरांत । चोरबातमी गेली इंग्रजांच्या घरांत । तेथुनि रंचिला कळंकि ऐका आश्चर्याची मात । त्रिंबकजी डेंगळे हवालीं करून झाले शांत । दोन दिशीं[2] वाद मिटला ठेविला ठाण्यांत । पुढें[3] व्हायाचें पळून गेले सहाव्या महिन्यांत । इंग्रजांच्या पहाऱ्यांतून असा कोण गेला ॥ गंगाधर० ॥ १ ॥

कोट किल्ले दिले ओलिला त्रिंबकजीसाठीं । एक महिन्याचा वायदा मसलत केली उफराटी ।[4] वसई सुभा[5] दिलारे देवा आड केली ताटीं । कसा तरी जिव वांचो पडल्या दुष्टांच्या गांठी । बावासाहेब गेले पंढरीला विठ्ठलाच्या भेटी । उजवें फूल द्यावें आह्मां माहुलीच्या कांठीं । गोविंदराव काळ्यानें मनसुवा पहा[6] कैसा केला ॥ गंगाधर० ॥२॥

बापुगोखले मुळींच ऐका बेटावर गेले । बेट जाळून निघूनशानें खडकीवर आले । दोघांचे मोर्चे भिडले आकाश कडकडलें । बापुगोखले जाऊनशाने तोफेवर पडले । टोपीवाल्याची फरडी झडली लढाईवान पडला । लहान थोर जन रणभूमीशीं युद्धास आला । दोहों सैन्यांचा बहुतसा चेंदा तो झाला ॥ गंगाधर० ॥ ३ ॥

---

१ "कज्जा झाला" पा०. २ "तंटा मिटवुन" पा०. ३ "वडिल पंत होयाचे" पा०. ४ "देऊं केले" पा०. ५ देऊं केला अडकेल्या" पा० ६ "पक्का नाहीं" पा०.

दोन पलटणी येउन पुण्यावर गारपिरीं भरल्या । युक्ती युक्तीनें उठवून लावितां खडकीवर ठरल्या । आश्विन महिना एकादशी तरवारी झडल्या । तेराव्या दिवशी समाचार ऐकुन घ्या दाखला। सत्राशें एकुणचाळीस ईश्वरी नाम संवत्सराला ॥ गंगाधर० ॥ ४ ॥

लाख फौजेचा जमाव झाला श्रीमंतांपाशीं । रणभूमीवरी येऊन पडल्या तोफांच्या राशी । अल्पिष्टन्साहेब मिलव साहेब आले रागाशीं । सिंधुराच्या टेकडीवर दिल्या तोफांच्या राशी । अल्पिष्टन् साहेबाचा हुकूम तो लढ करडा झाला ॥ गंगाधर० ॥ ५ ॥

करनल बर साहेब होते पलटणींत । आले धांऊन खडकीच्या मैदानांत । लढाई करून बहुत केली मात रेंगुळ बहुत। पाचेचा हिरा दडेना वाटोवाटी चंद्र गगनांत । बापु गोखल्या सकळ सुरवर स्तविती रणांत । तीन लाख फौज पळून गेली बापु गोखला राहिला रणांत । युद्ध केलें सारें युद्ध केलें बहुत । बाबासाहेब विश्वास देऊन माहुलीस गेला । बापुगोखला लढतां सवाप्रहर दिवस आला ॥ गंगाधर० ॥ ६ ॥

दळणासरसें किडे रेंगाडिले रडती नरनारी । लेंकराला माय विसरली कसा ईश्वर तारी । आधीं गेले ते पार पडले पुण्याच्या पारीं । पुण्यावरतीं चढले झेंडे केली मारामारी । जो येतो तो लढतो हातामधिं भाला घेऊनी । सगन भाऊ ह्मणे ऐशी ईश्वराची करणी । विठ्ठल ह्मणे चंद्र सूर्याशीं कलंक लागला ॥ गंगाधर० ॥ ७ ॥

---

१ "दाण्यासंगें" पा०. २ "ती ह्मणती" पा०. ३ "शहरांत लोक आतां रडतात भारी" पा०.

२३. खडकीची व अष्टीची लढाई.
यांवर पोवाडा.

खडकीची लढाई झाल्यापासून बाजीराव पेशवे हे एकसारखे गांवो-गांव पळत होते. त्यांस सन १८१८ चे फेब्रुवारी महिन्यांत जनरल स्मिथ यांनीं पंढरपुरापासून पंधरा मैलांवर अष्टीगांवीं गांठलें. या लढाईत बापु गोखल्यांनीं वर्णनीय शूरत्व दाखविलें. पांचशें लोकां-निशीं इंग्रेजांचे सैन्यावर ते नदी उतरत असतां हल्ला करून त्यांची दाणादाण करून दिली, व मोठ्या शौर्यानें लढत असतां गोळी लागून पडले. गोखले पडतांच पेशव्यांचे फौजेंत अव्यवस्था होऊन ती पराजित झाली, व इंग्रेजांस जय मिळाला.

हा पोवाडा चंद्रभागेच्या कांठीं हनुमंताच्या पारावर बसून रत्नु केरु नांवाच्या कवीनें कटिबंध छंदांत रचिला, असें पोवाड्याच्या शेवटल्या चरणावरून समजतें.

चला करूं पंढरीची वारी । पंढरीराया करा दया हाती-व सूत्र निर्धारीं ॥ ध्रुवपद ॥

शके सत्राशें एकुणचाळीसांत श्रीमंत आले आषाढीला । अंत लागेना फौजेला ॥ चौंफेर दिले डेरे गोविंदपुन्यास-मोर । गोखले आणि विंचुरकर ॥ लोक सरसा अरब खासा श्रीमंताचे बरोबर । उतरले पद्म तळ्यावर ॥ फिरंग गोरा पठाण तेरा गोपाळपुरचे ओढ्यावर । रास्ते पटवर्धन मोहरें ॥ सैन्य जमलें बहू रमले आनंद झाला महाद्वारीं । चला करूं पंढरीची वारी ॥ १ ॥

वेदशास्त्र संतचार कल्पना घेती साधुजन । आज पंढरी दिसती शून्य ॥ गंगाधर शास्त्री पुण्यपवित्र जात होता र-स्त्यानें । केवळ विष्णु भगवान ॥ पुढें मागें लोक संगें मशाला जळती जोड्यानें । शास्त्री हो चाले सोवळ्यानें ॥ कोणी

मसलत केली गफलत ठाईं ठाईं बसले जपून । धांव घेतली कर्मानें ॥ तस्करानें जलदी करून हात मिळविला जाऊन । मशाला पडल्या गळून ॥ पडला वार झाला ठार प्राण गेला वरचेवरी । चला करूं पंढरीची वारी ॥ २ ॥

झाली गर्दी नाकेबंदी कोणी पुसेना कोणाला । लोक वागेना रस्त्याला ॥ मशालजीनें जलदी करुन खबर पोंचविली सेनेला । शास्त्रीबोवा ठार झाला ॥ लोकवळ मायाजाळ घळघळ रडती बाबाला । कसा धैर्यानें घात केला ॥ मानकरी होते पंदरीं पाणी आणिती डोळ्यांला । आमचा पोशिंदा गेला ॥ कारकून पडले शून्य हुजऱ्या स्फुंदत स्फुंदत द्वारीं । कसा कोपला श्रीहरी ॥ चला करूं० ॥ ३ ॥

शिलेदार मर्दशूर ताकीद केली सेनेला । आरबी बाजा फडफडला ॥ कारकून वसुनशान मनसूब रायानें केला । पत्र पाठवा फिरंग्याला ॥ घटका रात्रीं गंगाधर शास्त्री जात होता देवाला । मधीं खपविला रस्त्याला । त्यावेळे झाला काळ उशीर नाहीं घटकेचा झाला । प्रेत जळत तीराला ॥ फिरंग्याला क्रोध आला मुत्सदी कोणीं मारला । हातीं कलम घेऊन पडला ॥ रात्रसमयीं पत्र लिहिलें लखोटा कुंपणीला गेला । अवघा वर्तमान लिहिला ॥ कुंपणीनें पत्र पाहून प्रभुशीं जप्त करा भारी । चला करूं पंढरीची वारी ॥ ४ ॥

सेनेंत झाला बेत घाबरें झालें लष्कर । जीन ठेविलें घोड्यावर ॥ दर मजली फौज शिणली घाट उतरून गेले पार । दाखल झाले पुण्यावर ॥ कुच केलें निघुन गेले मुक्काम केला बेळापुरावर । गस्त फिरंग्याची तुरुकस्वार ॥ चौफेर लाल गोल बाजवी तंबुर बासरी । चला करूं पंढरीची वारी ॥ ५ ॥

शुक्रवारीं प्रहर रात्रीं मनसूबा करती आवघे जण । घावी

चवथाई लिहून ॥ गोखल्याला क्रोध आला लैन काढीन कापून । टोपी झाडाला लावीन ॥ नानाभाऊ दिल्लीस जाऊं जरीपटका सोडीन । बसवूं दिल्लीचें ठाणें ॥ दिल्लीवर सवा प्रहर भाऊनें झेंडे लाविले । बादशाही तक्त फोडीलें ॥ रणीं पडले नांव केलें,वंश क्षेत्र्याचा अभिमान । लढाई घेऊं जातीनें ॥ तह ठरला लढाईला कंवर बांधीली गोखल्यानें । खवळला व्याघ्र पंचानन ॥ स्वार झाला निघुन गेला फिरंगी गारपिरावर । श्रीमंत आले नागझरी ॥ चला करूं० ॥ ६ ॥

आदितवारीं पहिले प्रहरीं घालमेल झाली सैनेची । तयारी दारूगोळ्याची ॥ सुरु तोफा सिपाई बाका पाठीमागें वामनराव पंची । सिस्त मोठी गोलंदाजाची ॥ गोसावी नंग पिऊन भांग हातीं घेउन समसेर कमची । खबर आह्मी घेतों फिरंग्याची ॥ लोक उमदी आरब सिद्दी[१] फौज आली पाटणकराची । हवा काय दिसती अंबारीची ॥ निपाणकर पुणेश्वर फत्ते तलवार गोखल्याची । विकट लढाई कानड्याची॥ फितुर होता ठाव नवता चोर बातमी फिरंग्याची । तयारी झाली लैनेची ॥ पुढें लैन मधीं सैन्य बाजूनें दाटी तोफेची । पिछाडी तुरुकस्वाराची ॥ साहेब गोरा तीनशें बारा काढिलीं कुलुपें मेण्याचीं । दरद नाहीं त्याला मरणाची ॥ दारू प्याला निसंग झाला हातामधिं झमके तरवारी । जसे कांहीं पांडव क्षत्री ॥ चला करूं० ॥ ७ ॥

तोफ सुटली लैन उठली कडाका पहिला आरबाचा । देवडी मार कानड्याचा ॥ गोसाव्यानें लगट करून मार बसवी तीरकमच्याचा । पाडिला खासा लैनीचा ॥ आलपिष्टान जलदी करून वुरुज बांधीला फिरंग्याचा । दुहेरी

---

१ "सिंधी" पा०.

मार तोफांचा ॥ केली हल्ला मर्धी शिरला सोडवी गळा कानड्याचा । चंद कापिला गोसाव्याचा ॥ सात हजार गारदी ठार अंत लागेना आरवाचा । लोक फार पडला गोखल्याचा ॥ गोखल्यानें उलट करून वार टाकिला गोऱ्यावरी । रीघ चालेना फिरली स्वारी ॥ चला करूं० ॥ ८ ॥

रण घुमलें खतल झालें पूर अशुद्धाचा वाहिला । स्वर्गी घंटा वाजला ॥ बाराभाई शिंदेशाई मार्ग त्यांनीं काशीचा धरला । फिरंगी पाठी लागला ॥ दरमजलीं फौज शिणली दाखला पंढरीस आला । मुक्काम त्यानें अष्टीचा केला ॥ अष्टीवर लढाई फार मानकरी थोर थोर पडला । गोखल्या अंतकाल झाला ॥ श्रीमंत भयाभित पळुनी घाटपार झाला । पवाडा कटिबंध केला ॥ रत्नुकेरू नाथबहिरू अखाडा महाशूरानें केला । चंद्रभागेच्या तीराला ॥ छंद झाला बसुन केला हणमंताचे पारावरी । चला करूं पंढरीची वारी ॥ ९ ॥

भाग तिसरा.

मराठे सरदार.

१. नाना फडनवीस ऊर्फ बाळाजीपंत भानु.

यांवर पोवाडा.

नाना फडनवीस ऊर्फ बाळाजीपंत भानु ह्यांचें नांव माहित नाहीं असा पुरुष महाराष्ट्र देशांत विरळाच सांपडेल. पानपतचे लढाईतून नाना फडनवीस परत आल्यावर त्यांजवर नानासाहेब पेशव्यांची मर्जी फारच बसली, व तेव्हांपासून ते कारभार पाहूं लागले. त्यांनीं पांच पुरुषांचा कारभार (कारकीर्द) पाहिला; त्यांतून तिघां पुरुषांचे वेळीं तर सर्व राजसूत्र यांचेच स्वाधीन होतें. या पुष्कळ दिवसांचे अनुभवावरून त्यांस अतिशयीत माहिती होऊन भारीच शहाणपण प्राप्त झालें होतें.

अर्वाचीन काळीं होऊन गेलेल्या साडेतीन शहाण्यांपैकीं हे अर्धे शहाणे होते, असें ह्मणतात. राज्यकारभारांत नाना इतका चतुर साऱ्या हिंदुस्थानांत त्या काळीं दुसरा पुरुष नव्हता असा लौकिक अद्यापपर्यंत आहे. सन १८०० च्या मार्च महिन्यांत पुणेंशहरीं नानांचा काळ झाला आणि त्यांच्याबरोबर पेशव्यांच्या राज्यांतील शहाणपण आणि चातुर्य हीं नष्ट झालीं.

हा पोवाडा बाळा बहिरू नांवाच्या कवीनें केला आहे.

श्रीमंत महाराज सवाई रावसाहेब मोतीदाणा । खुप युक्तीनें[1] राज्य राखिलें यशवंत फडणीस नाना ॥ ध्रुवपद ॥

---

१ "शर्तीनें" पा०.

रतिवंत[१] महाराज पेशवे माधव विष्णू अवतार । हिंदुस्थान कर्नाटक तेलंगण काबिज केलें सारें ॥ घरिं बसल्या घरिं खंडण्या येती वृतांत ऐको[२] साचार । शिंदे होळकर गाइकवाड नामी नामी सरदार ॥ जाट रोहिले पठाण कांपति राजे उदापूरचा राणा । खुप युक्तीनें ,राज्य राखिलें यशवंत फडणीस नाना ॥ १ ॥

जरीपटक्याचें निशाण तात्या हरिपंताला सरदारी । चौ खंडां[३]मधिं धौंशों[४] वाजतो कइकांला दहशत[५] भारी ॥ हुजरातिची जिलीब[६] चालती मानकरी सेना सारी । पाटणकर घोरपडे निंबाळकर तलवारीचे धारकरी ॥ अपाजि बळवंतराव शिपाईशाईमधिं एक दाणा। खुप युक्तीनें राज्य राखिलें यशवंत फडणीस नाना ॥ २ ॥

भले बुद्धीचे सागर नाना ऐसे नाहीं होणार । मर्दानें हो राज्य राखिलें मनसोबीची तलवार ॥ इंग्रेजाला सडे चारिले नाहीं लागुं दिला थारा । दर्यामधीं पिटून घातलें काय सांगूं वारंवार ॥ बदामीचा किल्ला घेतला असा पुरुष नाहीं शहाणा । खुप शर्तीनें राज्य राखिलें यशवंत फडणीस नाना ॥ ३ ॥

भले बुद्धीचे सागर बुद्धीवंत बुद्धीचे सागर । दुष्टाचें निर्दाळण करुनि राज्य राखिलें एकछत्र ॥ श्रीमंताच्या वाड्यामधीं सबनिस अण्णा खेडकर । कुल अखत्यारी बंदोवस्ती बाळाजीपंत ठोसर ॥ नानापरिचे विलास करितो जैसा गोकुळीं हा कहानाँ[७] ॥ खुप शर्तीनें राज्य राखिलें यशवंत फडणीस नाना ॥ ४ ॥

---

१ दैववान. २ "ज्याचा विचार" पा०. ३ "मूलखांमध्यें" पा०. ४ नौबद, कीर्ति. ५ भीति. ६ खासा स्वारीचा इतमाम. ७ कृष्ण.

लक्ष धन्याचे पायीं चित्तापासुनि ह्या ज्याचा भाव । पहा राईचे पर्वत केले वाढविले माधवराव ॥ लग्नासाठीं आणले ज्यानें मोठे मोठे उमराव । जागजागीं दिल्या बैठका अनंत होतो उत्साव ॥ तख्तराया रथ हस्तीचा पुढें वाजे नौबतखाना । खुप युक्तीनें राज्य राखिलें यशवंत फडणीस नाना ॥ ५ ॥

राव बाजीचें पुण्य प्रतापी पुणें शहर केवळ काशी । गोब्राह्मणां प्रतिपाळितो दक्षिणा श्रावणमासीं ॥ तिकून धनया धन्य ह्मणें या पेशव्याच्या वंशाशीं । बाळा बहिरू करी कविता बसूनियां नित्य गासी ॥ सेवक सिताराम ज्यांचा दशनामी भगवा बाणा । खुप युक्तीनें राज्य राखिलें यशवंत फडणीस नाना ॥ ६ ॥

---

२. त्याच विषयावर दुसरा पोवाडा.

हा पोवाडा अनंतफंदीकृत आहे.

सवाई माधवराव सवाई, सवाई डंखा बजाया । फडनीस नानाकी तारिफ अक्कलने तो गजप किया ॥ ध्रुवपद ॥

विनाधारसे राज्य चलाया नाकिसे चक्मक झडी । कैक मुच्छदी सबूगये सबूभये नानाकी तो अक्कल बडी । दिल्ली अटक लाहोर माहोर कर्नाटक बीच पुकार पडी । चारों तरफ तजेला निकला चंदा ऐशी किरत बडी । जिने बैठे राज कमाया दिलके ते खुप दिल दिलासा दिया । साहेब बंदगी करना पुना छोड कहू अया न गया । अजी बडी अकल । सवाई माध० ॥ १ ॥

कैक मुच्छदी हो गये अक्कल नानाकी नयी पाया किसे । निजामाली भगा दिया साहेब जसदे हारा ऊसे । टिपूसरीखे

---

१ मन. २ मोहरी. ३ "पागा दिल्या होत्या त्यापुढें वाजतो" पा०.

डाये बगलमें ज्या पहुंचे दरवाजेसे। पेशवोका निमक अहालम मनी किया वो गाजीसे। क्या नवाबका हुवा सरावा तांवा सब भयि डुबा दिया। तुम हामबी कानोंसे सुनते याजस लेकर कोन गया। कुचबी नाहिं। सवाई माधव०॥ २॥

किया मोगलपर हल्ला उसदीन कयी उमराव संगा चले। शिंदे होलकर और नागपुरवाले भोंसले आन मिले। दाभाडे पाटणकर निंबालकर कट्टे लढनेवाले। पवार जाधव माधवरावके संगात नाना बी निकले। फडके आपाचळवंत रास्ते अभये इसमे कोन रहा। चुका भुला हुवा देखले कहा आपना आखार गया। अजी किसे खबर। सवाई माध०॥ ३॥

सबूमिले हल्ला किया उडा दिया नवाबके धुडके धुडके। मशरमुलुख पकड कैदमें डाल दिया बैठो चुपके। पानी बिगर घोडे उट हत्ती तमाम मरगये नवाबके। रुपयका जल एक कटोरा पानी ऐसी जगा रखे। किसे खबर भयी मेहेरमुलुख नवाबने क्या दिया लिया। फंदी अनंतकु तैसा मालुम सुनते है कुच कबुल किया। सच होयगा। सवाई माधव०॥ ४॥

---

३. जनकोजी शिंदे
यांवर पोवाडा.

जनकोजी शिंदे हे शिंदे घराण्याचे मूळ पुरुष राणोजी ह्यांचे नातू व महादजी शिंद्यांचे पुतणे. हे महादजीप्रमाणेंच मोठे पराक्रमी होते. ह्यांचा अल्प वयांतच काळ झाला. ह्यांच्या गुणांचें वर्णन पुढील पोवाड्यांत केलें आहे.

हा पोवाडा परशुरामकविकृत आहे.

जनकोजीराव महाराज फुलांचे झेले। नित्यरंगराग होती अबिर मोतिवाले॥ ध्रुवपद॥

साक्षात विष्णु अवतार ईश्वरी गादी । यशाची समशेर एकसारखी सद्दी । भर हिंदुस्थान सर करून ठेविला अगदीं । नजराणे देती रोकड आणवून नगदी । सवालक्ष साहेबी सदा सदोदित सरंजाम कडीकोट । पंनास पलटणें उभीं फऱ्यार्शी फरा धरून लखलोट । सत्राशें पसरल्या तोफा भवति अक्षई बांधुन कोट । पुण्याचे पर्वत कर्मशिकंदर ताले । उपेंद्राची संपदा पाहुन मन धालें ॥ जनकोजी० ॥ १ ॥

तीन ताल उंच रंगमहाल गोरखी खाशी । मखमाली पडदे भरजरी झालर त्याशीं । नवरंगी गलासें हारोहारीनें लइशीं । काचेच्या हंड्या दीपक लावुनि सरशी । ठाईं ठाईं लाविले आरसे आंत तसबिरा काढिल्या दाट । नित्य रंगराग करवुन गातसे अप्सरा थाट । जे विश्व कीर्ति वर्णिती बोलती पुढें बंदिजन भाट । सोनेरी खुर्च्या जडाव कोंदण केलें । पाठीशीं उभे हो सेवकजन हुद्देवाले ॥ जनकोजी०॥२॥

रमणीक रम्य(?)अंगबाग विलासिक लावुन । अक्षई राहिला बसंत देहिं जाउन । गुलजरा भ्रमरा करती मुद्रा पाहुन । हरपली ताहान भूक क्षणभर नयनीं पाहुन । जोतीबा देव आहे प्रसन्न ज्याला वडिलावडलिपासून । यशाचा नक्षा एकसारखा हा काल पहिल्यापासून । नागाचीं निशाणें हत्तीवर लावून जरीपटका वर कसून । जिलबींत चालति बालंम पटेवाले । अंबाऱ्या झळकती सूर्य आकाशीं डोले ॥ जनकोजी० ॥ ३ ॥

एक देव पाहावा राव अथवा जन बोले । हें दैव योग हो धन्य पाहिले ताले । कडिकोट स्वारी लखलखाट मंदिरीं आले । गाती छंद करून नामीं विठ्ठल वावीवाले । असे परशुरामाचे तोंड अति गोड रसिक रंग भरून' । वैभवा

सारिखें वर्णन केलें प्रमाण चित्तीं धरून । दिल्हे [illegible] पोशाग ऐकतां मेहर कृपेचा करून । गुणिरामकृष्ण [illegible] जडण सरलें + + । हें पूर्वपुण्य एकदा फळाशीं आलें ॥ जनकोजी० ॥ ४ ॥

---

४. महादजी शिंदे.

यांवर पोवाडा.

अठराव्या शतकांत मराठी राज्यांत नानाफडनवीस हे एक मोठे शहाणे व राजकार्यधुरंधर पुरुष होऊन गेले ह्मणून जशी ख्याति आहे, तशीच महादजी शिंदे हे एक मोठे शूर व अप्रतिम पराक्रमी पुरुष होऊन गेले ह्मणून सर्वत्र प्रसिद्धि आहे. महादजी हे शिंदे घराण्याचे संस्थापक राणोजी ह्यांचे पुत्र. ह्यांनीं सन १७९२ ह्या वर्षीं उत्तर हिंदुस्थानांत स्वारी करून दिल्लीपतीकडून पेशव्यांस वकील-ए-मुतालिक हा किताब व वस्त्रें आणिलीं. पादशाहाकडून किताब मिळाला ह्मणून आनंदप्रदर्शनार्थ पुणें शहरांत रंगाचा उत्साह झाला. त्या प्रसंगास अनुलक्षून हा पोवाडा आहे. हा पोवाडा होनाजी बाळ-कविकृत आहे.

द्वापारीं श्रीमाधवविलास भागवतीं प्रत्यय पहावा । तसे कलीमध्यें रंग खेळले श्रीमंत आणि पाटीलबावा ॥ ध्रुवपद ॥

पुण्यासारखें दुजें शहर या दक्षिणेंत कोठें नाहीं । धर्म-राज श्रीमंत धन्याची त्रैलोक्यामध्यें अवाई । धन्य रणधीर पाटीलबावा पराक्रमी जाणती शाई । नवखंडामध्यें कीर्ति गाजती धनी रावसाहेब सवाई । यशवंत अति श्रेष्ठ तपो-बळी साजती ब्रह्म बादशाई । दिल्लीपतीनें माहिमरात

---

१ द्वापारयुगांत. २ महादजी शिंदे. ३ राजमंडळ. ४ सवाईमाधवराव. ५ ब्राह्मणांची. ६ "माहीमोर्तबें" पा०.

दिली नालकी लवलाही ॥ (चाल) ॥ स्वामी प्रताप अद्भुत वर्णु कुठवरी । सारें हिंदुस्थान पाटीलबावाचे करीं । 'घेविलें असून स्वस्थानीं परात्परी ॥ मी वर्णू कुठवरी हा प्रादुर्भाव स्नेहाचा ऐकावा ॥ द्वापारीं० ॥ १ ॥

शके सतराशें पंधरा चैत्र नाम प्रमादी संवत्सरीं । अत्यादरें हा रंग खेळले उभयपक्षीं हर्ष अंतरीं । बंब भरून रंगाचे ठेविले ठाईं ठाईं शहराभीतरीं । गुलालाचे हौदे भरूनियां खुप कसले हस्तीवरी । तक्तराव्यावर पात्रा नाचती परोपरीं । रंग भरून पिचकाऱ्या घेतल्या सर्वांनीं आपले करीं ॥ (चाल) ॥ एक एकावरी चालले रंग टाकीत । नानांनीं बंब रंगाचे ठेविले जेथें । त्या ठाईं येतां श्रीमंत स्वारी अवचित । सर्व भिजविले तेथें हा कुठवर घोष किर्तीचा वर्णावा ॥ द्वापारीं० ॥ २ ॥

सर्व मुत्सदी मानकरी यांच्या हौद्याचे जमावा निशीं । हस्ती सेवकांसुद्धां सकळही लाल रंग रसी । रविवार पेठेमध्यें पाहा तात्यांचे दरवाज्याशीं । दोन बंब रंगाचे भरून ठेविले होते अति सायाशीं । निट बुधवार पेठेंतून श्रीमंत स्वारी गेली त्या ठायाशीं । खुप गर्दी रंगाची केली तात्यांनीं अति उल्हासीं । ते दिवशीं सफेत असा कोण नाहीं राहिला । रंगाविरहित नाहीं दृष्टीनें पाहिला । लौकिक रंग हा पृथ्वीवर पसरला । पुत्रपौत्राशीं सांगायाशीं जाहला । हा रंग सुवदावा ॥ द्वापारीं ॥ ३ ॥

नानापरी गोकुळीं क्रिडले श्रीमाधवजी कुंजवनीं । तें साक्षांत दृष्टी पाहिलें पुणें नगर पुण्यस्थानीं । नाना परींचे

१ "घेववलीं स्वस्थानें परस्परीं" पा०. २ फडक्यांचे वाड्याशीं. ३ हरीपंततात्या.

हरिचे विलास शास्त्रीं ऐकिल्या श्रवणीं । पुणें ग्राम गोकुळ क्रिडलें त्यांत कृष्ण श्रीमंत धनी । आधीक देह आमचे आह्मांला भासतसे आपले ध्यानीं । स्वामीपद अवलोकुन दैवी उल्हासी होते नित्यानी ॥ (चाल) ॥ होनाजी बाळा पदरचा आहे किंकर । विज्ञप्ती श्रुत करितो जोडून कर । अक्षई असावी कृपा सेवकावर । धनी बक्षीस देणार । रामा अंदु वांछी स्वामी सेवा ॥ द्वापारीं० ॥ ९ ॥

---

८. अहिल्याबाई होळकरीण.

यांवर पोवाडा.

अहिल्याबाई होळकरीण ह्या होळकर घराण्याचे मूळपुरुष मल्हारराव होळकर ह्यांच्या स्नुषा व खंडेराव होळकर ह्यांच्या पत्नी होत. ह्यांचें वय एकवीस वर्षाचें असतांच ह्यांचा भ्रतार निवर्तला. ह्यांस मालिराव नांवाचा पुत्र व मुक्ताबाई नांवाची कन्या अशीं दोन अपत्यें होतीं. अहिल्याबाई ह्या फार सत्वशील, दृढनिश्चयी व उदार होत्या. त्यांस आत्मस्तुति अगदीं आवडत नसे. अहिल्याबाईच्या गुणांचें व सत्कृत्यांचें वर्णन पुढील पोवाड्यांत केलें आहे. हा पोवाडा प्रभाकरकविकृत आहे.

सति धन्यधन्य कलियुगीं अहिल्याबाई । गेली कीर्ति करुनियां भुमंडळाचे ठायीं ॥ ध्रुवपद ॥

महाराज अहिल्याबाई पुण्य प्राणी । संपूर्ण स्त्रियांमधिं श्रेष्ठ रत्नखाणी । दर्शनें मोठ्या पापाची होईल हानी । झडतात रोग पापाची होईल हानी । वर्णिती कीर्ति गातात संत ते गाणीं । झाली दैवदर्शें ती होळकराची राणी ॥(चाल)॥ उद्धार कुळाचा केला । पण आपला सिद्धीस नेला । महेश्वरास जो कुणी गेला ॥ चाल पहिली ॥ राहिला तेथें जो

जाऊन घेऊन बापभाई । संसार चालवी दीन दुबळ्यांची आई ॥ १ ॥

प्रत्यहीं द्यावीं ब्राह्मणांस देशदानें । ऐकावीं पुराणें बहुत आनंदानें । शोभती होमकुंडें द्विजवृंदावनें । टाकिती हजारों नेमांत अश्वदानें । + + + + + + + + + + ॥ (चाल) ॥ कधीं कोटि लिंगें करवावीं । वधूवरें कधीं मिरवावीं । अर्भकां दुधें पुरवावीं ॥ चाल पहिली ॥ पर्वणी पाहुनी दान देतसे गाई । जपमाळ अखंडित हातीं वर्णू काई ॥ २ ॥

जेथें ज्योतिलिंग जेथें तीर्थें महाक्षेत्रें । घांतलीं तेथें नेहमीं अन्नछत्रें । ज्यास आलि जरा झालिं कांहीं विकळ गात्रें । पुरवावीं त्यास औषधें वस्त्रें पात्रें । कितिकांनीं घेतलीं स्मार्त अग्निहोत्रें । दिलीं स्वहस्तें करून त्या भटास क्षणमात्रें । ॥ (चाल) ॥ आधिं इच्छाभोजन द्यावें । उपरांतिक तीर्थ घ्यावें । वाढून ताट वर मग न्यावें ॥ चाल पहिली ॥ जेविल्या सर्व मग आपण अन्नखाई । रघुवीरचरित्रें ती रात्रीस गाई ॥ ३ ॥

यात्राकऱ्यांला वांटी पंचे जोडे । कोणास आंगरखे कोणास धोतरजोडे । कोणास दुशाला कोणास बटूघोडे । गवयास मिळावे सुवर्ण कंठी तोडे । + + + + + + + घाली गिऱ्याशाचे पायांत बेड्या खोडे ॥ (चाल) ॥ बांधिले घांट मठ फार । कुठें शिवास संतत धार । कुठें वनांत पाणी गार ॥ चाल पहिली ॥ त्यासाठीं मुशाफर कायें धांवत जाई । विश्रांत पावती पाहुन आमराई ॥ ४ ॥

किती ग्रहण संधींत तीलतुला त्या केल्या । कधिं कनक

---

१ दहा दानें. २ नवरानवरी. ३ बालकांस. ४ उतरती कळा. ५ मागेल तें भोजन. ६ श्रीरामचंद्र.

रौप्य आणि कधीं गुळाच्या भेल्या । सांभाळ करून काशीस यात्रा नेल्या । कावडी शतावधि रामेश्वरीं गेल्या । संसारीं असुन तिच्या वासना मेल्या । तिजपुढें सहज सर्व मुक्ति उभ्या ठेल्या ॥ (चाल)॥ कवि गंगु हैवती ह्मणती । पुण्याची कोण करील गणती । राज्यास होती पडपणती ॥ चाल पहिली॥ महादेव गुणीचें लक्ष तिचे पाईं । कवनांत प्रभाकर करितसे चतुराई ॥ ५ ॥

---

६. मल्हारराव होळकर.
यांवर पोवाडा.

मल्हारराव होळकर हे तुकोजी होळकरांच्या चार पुत्रांपैकीं एक असून अहिल्याबाईचे पणतू व प्रसिद्ध आणि शूर यशवंतराव होळकराचे बंधु होत हे मोठे पराक्रमी होते. यांनीं लाल्या बारगीर नांवाचा शूर योद्धा आपले पदरीं बाळगिला होता. दौलतराव शिंद्यांचें व यांचें कांहीं कारणावरून वैमनस्य पडलें होतें. त्यावरून मल्हारराव होळकरास जिवंत धरून आणावें ह्मणून दौलतराव शिंद्यानें आपले कारभारी जीवबादादा यांस सांगितलें. जीवबादादा होळकरावर स्वारी करून निघाले, ही बातमी मल्हारराव होळकरास कळली मात्र तोंच ते देवपूजा टाकून लाल्या बारगिरास बरोबर घेऊन लढाईस निघाले. ते जीवबादादाचे हातीं लागेनात. लाल्या बारगीर तर हजारों माणसांत शिरला. जीवबादादास मोठी पंचाइत पडली कीं, यांस जिवंत धरावें कसें? यांचा तर अपराध नाहीं मग शस्त्र तरी कसें टाकावें? इतक्यांत लाल्या बारगिरानें साठ माणसें मारलीं व तोही प्राणास मुकला; मल्हारराव होळकरही घोड्यावर बसून मोठ्या शौर्यानें लढत असतां छातींत गोळी लागून पडले. ही गोष्ट सप्तेंबर महिन्याच्या २४ व्या तारखेस पुणें शहरांत घडली. ह्या प्रसंगास अनुलक्षून पुढील पोवाडा आहे. हा पोवाडा राणू सुतार व राजु ताजुशा फकीर ह्यांनीं केला.

वाहवाजी मल्हार नांव केलें खुप राहिलें दुनियेंत । लक्ष-जीवांचा पालनवाला चंद्र हरपला गगनांत ॥ ध्रुवपद ॥

कुंजपुरांवर करुन लढाई मोठें यश या तलवारीं । गंगथडीहुन आली पुण्याला कांहिं फौज बांकी स्वारी ॥ (चाल) ॥ संगे बाकीन बाकी फौज । नाहीं तूर्त भोगिलें राज्य । दर्यांत बुडालें झाज । पुढें होणार जाणार कळेना लिहिलें याच्या दैवांत । आयुष्याची दोरी तुटली कसे कोपले भगवंत । वाहवाजी मल्हार० ॥ १ ॥

लाख्या बारगीर हिंडुन आला दरबारीं घेउन सारी सेना । लाख रुपये कुठून द्यावे हिय्यां कोणाचा होईना । लाख्या बारगीर ह्मणे मल्हारबा आलों मी तुमच्या दर्शना । मल्हारजी होळकर बोलुं लागला नाहीं लाखाचा परगणा ॥ (चाल) ॥ ज्यानें थोर हिय्या केला । लाख्या बारगीर ठेविला । एक घोडा बसाया दिला । पन्नास माणूस दिमतिला । दहा माणूस सेवेला । किती जेवी त्याच्या पंक्तीला । पांचशें रुपये निवळ मोजून घातले त्याच्या पदरांत । असे रुपये कितीक झाले करा वर्षाचें गणीत । वाहवाजी मल्हार० ॥ २ ॥

मल्हारजी होळकर नेटके करित बसले देवपूजा । एकाएकी झाली गर्दी आग लागली दारूच्या गंजा । लाख्या बारगिर धांवून आला ह्मणे मल्हारबा मनीं समजा । काय बसला निश्चित घडीभर ठेवा गुंडाळून देवपुजा ॥

---

१ दिल्ली. २ "कुंर्चीपुरावर देऊन लढाई यश आलें तलवारी" पा०. ३ "उभे तुडविन बाकी फौज कर्डीस्वारी । तारांगणामध्यें दिसे मल्हारबा सुवर्णांची आवदागिरी" ॥ पा०. ४ "छाती कुणाची" पा०. ५ "बोले माझा नऊ लाखांचा परगणा" पा०. ६ लाख्याबारगीरास मल्हारराव रोज पांचशें रुपये देत असे. ७ "आदितवाराचेदिशीं" पा०.

(चाल) ॥ राव मल्हार उठले आंगें । हातिं घेऊन ढाल फीरंग । हिमत कर मामा अंगें । तो लाख्या बारगिर संगें । तुह्मीं होरे या मी मागें । मल्हाररावाची दासी बोलली वि- नभर बसा डेऱ्यांत । तिला दिलें लवंडून मल्हारबा गेले रागांत ॥ वाह्वाजी मल्हा० ॥ ३ ॥

लाख्या बारगिर, मल्हारजी होळकर रणामधिं बघा नवरा । तिसरा खिजमतदार संगतीं इमानाचा होता पुरा । दारूच्या अमलांत झमाझम उडूं लागल्या तलवारा । मा- णूस पडलें फार शाईमध्यें पाहूं लागलें भिरभिरा ॥ (चाल) ॥ शाईमध्यें माइचा पुत[1] । जोडगोळ्या[2] भरून बारचेत । पाहुनि मारी छातींत[3] । राव मॅल्हार केला चित । मागुन मारिला लाख्या बारगिर प्रेतावर पडलें प्रेत । तिसरा खिज- मतगार, राख मग चौघांची एकच मौत । वाहवाजी मल्हार नांव केलें० ॥ ४ ॥

मोठे मोठे सरदार करिती विचार मनामधिं चकचुरें होती । काय बलावणें झालें मल्हारबा सबती आपली बाजु होती । कांहींच घेणें कांहींच देणें नाहीं आपुलिया हातीं । जें झालें तें बरें झालें द्या रायाला मुठमाती ॥ (चाल) ॥ तुह्मी होळकर बोलवा । तुह्मी करा मातेची [6]सेवा । थ- डग्याला काम तुह्मी लावा । होळकर शाईमधें मल्हारबा होता एकचि पूत । खुप केलीस तलवार सवाई मल्हारी नांव साजत ॥ वाहवा० ॥ ५ ॥

लाख्या बारगिर मल्हारराव रण बहिरी कां मारला ॥

---

१ "एक होता पठाणी पुत्र" पा०. २ "आंगें होता सराईत। जोड गोळ्या घालून बारांत" पा०. ३ "उभा राहिला रस्त्यांत । मल्हारराव आला नीट । गोळी मारी पाहून छातींत" पा०. ४ "घोड्यावरून पाडी प्रेत" पा०. ५ खिज. ६ "राज्याचीं सेवा करा। जेजूरीचें देऊळ बांधा" पा०. ७ "तळ्याशीं" पा०.

(चाल) ॥ लाख्या बारगिर ज्यानें ठेविला । खुप छाती हिंम्या केला । शहाअह्ली बोवा गुरू बोलला । शुरमर्दाचा पोवाडा । थोड्या दिवसांमधिं पंचीं वाजवून गेला चौघडा ॥ (चाल) ॥ पुढें होणार जाणार । तें ब्रह्मयांचें अक्षर । हें कदा नाहीं चुकणार । बोले राणू सुतार । रहिवाशी पुणें शहर । राजुताजुशा फकीर[1] । ठिकाणा राहतो उंदिर गांवांत । त्याची दस्ती नाहीं कोणाला । कजव्याला जोडून हात ॥ वाहवा० ॥ ६ ॥

---

७. यशवंतराव होळकर.

यांवर पोवाडा.

यशवंतराव होळकर हे तुकोजी होळकराचे पुत्र व प्रसिद्ध अहिल्याबाईचे पौत्र होत. हे मोठे धीट व शूर होते. बाजीरावांनीं आपला बंधु विठोजी ह्यास मारिलें त्याबद्दलचा सूड उगविण्यासाठीं सन १८०२ ह्या वर्षी ह्यांनीं पुणें शहर लुटलें. यशवंतराव होळकंरापासून आपला बचाव व्हावा ह्मणून शेवटल्या बाजीरावानें इंग्रजलोकांचा आश्रय केला ही गोष्ट इतिहासप्रसिद्ध आहे. यशवंतराव शूर होते इतकेंच नाहीं तर त्यांनीं फारशी व मराठी भाषांचा उत्तम अभ्यास केला होता. यशवंतरावांस सन १८०८ ह्या वर्षी वेड लागलें, व सन १८११ च्या अक्टोबर महिन्याच्या बेविसाव्या तारखेस त्यांचा काळ झाला.

हा पोवाडा संगमनेरकर आनंदफंदी ह्यांनीं केला आहे.

सुभेदार यशवंत कन्हेया सदा फत्ते करी तलवारी । सवाई यशवंतराव होळकर प्रसन्न मल्हारी हस्त शिरीं ॥ध्रुवपद॥

---

१ पुण्यास कजव्यांत दोन शेकसल्ले आहेत, एक मोटा व एक लहान. राजु ताजुशा हा ह्यांपैकीं एका शेकसल्ल्याचा मुजावर होता.

वडिल नावकर मल्हार ऐका गर्दी झाली त्यावरती । जे सावध होते परंतु सर्वत केली सरतासरती । भाऊ यशवंतराव बहादर ऐकुन घ्याया ह्या कीर्ति । दोन लाख फौजेचा जमाव दों वर्षांमधिं घ्या गणती । बनकस कंपू पठाण कडिये फौजेमधिं नित्य झडती । मान भिडावुन देति लढावुन टोपीवाले नाहीं गणती । नागोपंत सरदार शिपाई अनेक उमराव हे बहिरी ॥ सुभे० ॥ १ ॥

शहर पुण्याशीं यावें ऐसा विचार ठरला फौजेचा । दरकूच घेउनि अघाडी मुकाम केला फलटणचा । मागुन दुसरा गोलपठाणशाह आमदखान मीरखानचा । मार्गी येतां लढाई संग्राम झाला टोपीवाल्याचा । उद्यां लढाई दुसरी नेमिली आला हलकारा लष्करचा । खाशासुद्धां करुनि तयारी मुकाम केला जेजूरिचा । किं मल्हाराचें दर्शन घ्यावें मग निर्दाळावे वैरी ॥ सुभे० ॥ २ ॥

सोमवारच्या दिवशीं प्रातःकाळीं लढाई नेमिली । फत्तेसिंगमानी यांणीं तलख लिहून पाठविली । अशी लढाई करा ह्मणावें मागें मोहरें नाहीं जाहली । टोपीवाले फार हरामी त्यांणीं बहु धुंद केली । सवाई यशवंतराव जाऊन अंगें तरवार चमकविली । दोन लाख फौजेमधिं जाऊन कणसापरि कत्तल केली । तमाम कंपू पळ सुटला चहूंकडे गेले हो पेंढारी ॥ सुभे० ॥ ३ ॥

---

१ यशवंतराव होळकर जेजुरीस गेल्यावर देवाच्या गाभाऱ्यांत जाऊन देवास ह्मणाला "देवा तुह्मीं देवळें पायऱ्या आह्मीं कशाला बांधल्या ? पुजा नगारखाने कशाला चालविले ? त्याचा उपयोग आज व्हावा. नाहीं तर आतां देवा मीं आपला येथें प्राण देतों. तिसरा घंटा वाजतांच शिरच्छेद करून घेईन." असें ह्मणून पूजा बंद केली. पुजाऱ्यास आंत येऊं देईना. दोन घंटे वाजले. तिसरा वाजणार तोंच तरवारीचें म्यान सरकलें. मग यशवंतरावास आनंद होऊन सव्वालाख रुपयांचें खोबरें भंडार उधळिला.

सवाई मल्हार ऐका गर्दी झाली त्यावरती । बेफाम होते परंतु भली केली सरता सरती । सवाई यशवंतराव बहादर ऐकून घ्याव्या या कीर्ति । दोन लाख फौजेचा जमाव दो प्रहरामधिं घ्या गणति । बंक कंपु पठाण कडवे फौजेमधीं नित्य झडती । मान भिडावून देती लुढावून टोपीवाले नाहीं गणती । फत्तेसिंग मान्या कुलअखत्यारी ऐकुनि घ्या या शूर मूर्ति । नागोपंत सरदार शिपाई अनेक उमराव हे वहिरी । जसा कृष्ण अवतार मुरारी गोपिकांवर कृपा-करी । सुभे० ॥ ४ ॥

सुभेदार महाराज प्रतापी नामें ऐका एक मोहोरा । कारभारी ऐकुनि घ्यावे हरनाथाचा कुलकल्ला । शहर पुण्याची नाकेबंदी वागुं देईना पसारा । खाटमार मोठा कठिण नाहिं कुठें ऐकिली तऱ्हा । मार देउनि खंडण्या घेतो चौमुलखामधिं दरारा । वडिला वडिलीं पुरुषार्थ महिमा सवाई यशवंतराव जुरा । आनंदफंदीचे छंद ऐकतां लढाई झाली ही सारी । सुभेदार यशवंत कन्हेया सदा फत्ते करी तलवारी । सवाई यशवंतराव होळकर प्रसन्न मल्हारि हस्त शिरीं ॥ सुभे० ॥ ५ ॥

---

८. फत्तेसिंग गायकवाड.

यांवर पोवाडा.

फत्तेसिंग गायकवाड हे गोविंदराव गाइकवाडाचे चिरंजीव सन १८०६ मध्यें यांस अधिकार मिळाला, व सन १८१८ च्या जूनचे २३ वे तारखेस अल्पवयांत मृत्यु पावले.

हा पोंवाडा आनंदफंदीनें केला आहे. ह्यांत एक विशेष मौज अशी आहे कीं, बडोद्याच्या स्थितीचें आणि पुण्याच्या स्थितीचें साम्य दाखविलें आहे. फंदीबोवा नेहमीं पुण्यास राहत असून पेशवाईची सर्व बा-

रीकसारीक माहिती त्यांस होती, ती त्यांनीं बहुतेक सर्व यांत चतुराईनें मध्यें आणून गोंविली आहे.

पुण्यांत बाजीराय बडोद्यामध्यें फत्तेसिंग महाराज ।
उदार स्वामी सेवक त्यांना कर्णाची उपमा साजे ॥ ध्रु० ॥
इकडे अमृतराय वडिल तिकडे बाके आनंदराव दादा ।
इकडे प्रभु बाजीराय तिकडे फत्तेसिंग साहेब जादा ।
इकडे अप्पासाहेब तिकडे महाराज सयाजी उमदा ।
इकडे पांचे चार वाडे तिकडेही तसाच महाल जुदा ।
इकडे स्वामी चाकरीस पलटणें तिकडे सेवक इंग्रज ।
पुण्यांत० ॥ १ ॥

इकडे स्वार शिपाई तिकडेही तसेच थोडे बहुत ।
इकडे श्रावणमासीं दक्षिणा तिकडेही धर्म होत ।
इकडे आल्यागेल्याचा आदर करितात यथास्थित श्रीमंत ।
तिकडेही जो आला गुणिजन तो नाहीं गेला रिकहस्त ।
इकडे पेशवे तिकडे गायकवाड उभयतां शिरताज ।
पुण्यांत० ॥ २ ॥

इकडे भरगच्ची पांघुरणें तिकडेही याहून चढी ।
इकडे अन्नशांतीचा तडाखा तिकडेही चालू खिचडी ।
इकडे आदितवार बुधवार तिकडे मांडवीत धडमोडी ।
इकडे मुळामुठा तिकडे विश्वामित्रा जोडी जोडी ।
इकडे तैलाब पर्वतीचा तिकडे सुरसागर नांव गाजे ।
पुण्यांत० ॥ ३ ॥

१ अमृतराव; हे राघोबादादांनीं दत्तक घेतले होते. २ चिमणाजी अप्पा. ३ बुधवारचा वाडा, शनवारचा जुना वाडा, विश्रामबागचा वाडा, शुक्रवारांतील वाडा. ४ दुसरा; वेगळा. ५ पुणें ह्या शब्दाबद्दल कवीनें इकडे ह्या शब्दाची योजना केली आहे.

इकडे भूमीवर आंथरूण तिकडे रेतीमुळें घरोघर खाटा ।
इकडे पैका पुष्कळ तिकडेही सुवर्णाच्या लाटा ।
इकडे जुना वाडा तिकडे लहरीपुन्याचा बोभाटा ।
इकडे पुरण वरण तिकडे चुरमा क्वचित वरंटा पाटा ।
इकडे पैठणी लफ्फे तिकडे उशा जवळ अमदावाद ।
पुण्यांत० ॥ ४ ॥

इकडे हत्ती घोडे पालख्या तिकडेही कमती नाहीं ।
इकडे राव बाजी तिकडे फत्तेसिंगाची द्वाही दुराई ।
इकडे जोगेश्वरी तिकडेही दैवत वेचराई ।
इकडे देवस्थानें तिकडेही तशीच सांगूं काई ।
इकडे लोक दक्षिणी तिकडे गुजराथी न्यारी मिजाज ।
पुण्यांत० ॥ ५ ॥

इकडे उत्साह गणपतीचा तिकडे तशीच चंपाषष्ठी ।
इकडे हरदासांच्या विदाग्या तिकडे तशाच भरमुष्टी ।
इकडे मेघडंबरीं तिकडेही तशीच पहा जा दृष्टी ।
इकडे ओंकारेश्वर तिकडे मुक्तेश्वर नवीच सृष्टी ।
इकडे दिग्गज पहिलवान तिकडे जेठी कुस्त्या रोज ।
पुण्यांत० ॥ ६ ॥

इकडे नानाफडणीस तिकडे सिताराम दिवाण गाजी ।
इकडे पंत सदाशिव तिकडे शास्त्री गंगाधर दाजी ।
इकडे बागमळे तिकडेही हरजिन्नस होती भाजी ।
इकडे माती तिकडे रेती, हारफेर जमिनी माजी ।
इकडे हौद पाण्याचे तिकडे कुव्यावर मोठी मौज ।
पुण्यांत० ॥ ७ ॥

इकडे रावबाजी पंढरीस आषाढी यात्रे जातात ।
तिकडे विसा कोशांवर डाकुरजी पंढरीनाथ ।

इकडे गंगाजवळ तिकडेही तसेंच रेवातीर्थ।
इकडे तसाच तिकडे घटाव दोन्ही कडला यथार्थ।
इकडे कडे न तोडेघाले तिकडेही तशीच लहज।
इकडे आनंदफंदी तिकडेही जाऊन आला सहज।
पुण्यांत० ॥ ८ ॥

---

९. दुसरे सयाजीराव गायकवाड.

यांवर पोवाडा.

दुसरे सयाजीराव गायकवाड हे सन १८१९ ह्या वर्षी गादीवर बसले. हे शरीरानें बळकट असून मोठे बुद्धिवान्, शूर व धार्मिक होते. हे आपला राज्यकारभार स्वतः पाहात असत, ह्यामुळें खटपटी-लोकांचें ह्यांच्यापुढें फारसें फावत नसे. सन १८२९ ह्या वर्षी बिशप हेबर नांवाचे एक इंग्रज प्रवासी बडोद्यास गेले होते. त्यांनीं आपल्या प्रवासवर्णनांत सयाजीरावांच्या भेटीचा व बडोद्यास भरलेल्या दरबाराचा वृत्तांत दिला आहे. ते ह्मणतात.—"हल्लींचे गायकवाड (सयाजीमहाराज) हे मोठे बुद्धिवान् पुरुष असून सर्व राज्यव्यवस्था स्वतः पाहातात, व ह्यामुळें त्यांच्या कारभाऱ्यांचें त्यांच्यापुढें कांहींच तेज पडत नाहीं. हे राज्यकारभार नीतीनें व हुशारीनें चालवितात. ह्यांच्यांत एकच व्यंग आहे तें कोणतें ह्मणाल तर द्रव्यलोभ" सयाजीराव हे सन १८४७ त निवर्तले. ह्यांच्या गुणांचें व कारकीर्दीचें वर्णन पुढील पोवाड्यांत आहे. हा पोवाडा गंगू हैबती व प्रभाकर ह्यांनीं केला आहे.

धनी सयाजीमहाराज धुरंधर भाग्यवान भूपती। स्त्रिया पुत्रसहवर्तमान ते भोगितात संपत्ती ॥ ध्रुवपद ॥

प्रौढ प्रतापी शाहू छत्रपति सिंहासनीं सुंदर। सभोंवताली सरदार शूर मध्यें आपण पुरंधर। प्रांत परगणे गांव ज्यांनीं सोडविले गिरिकंदर। सरनाम तें तयास दिधलें जहागीर ए-

कंदर । फौजबंद गायकवाड सेनापती समशेरबहादर । वंश-ध्वज त्या वंशीं जन्मले हे स्वकर्मी सादर ॥ (चाल) ॥ महा-राजसयाजी लालसा । करी प्रकाश कुळीं दिनमणी फारसा । देई चिंतित चिंतामणी पाहा कसा । तसा पुरुष ह्या दिसांत पहातां नाहीं असा अधिपती । सुपुत्र ऐसा प्रसवली धन्य ती जननी धन्य ते पती ॥ १ ॥

निष्कळंक निर्दोष स्वामिनीं करून पूर्वार्चन । प्रसन्न केला असेल मागील जन्मीं भाललोचन । पदोपदीं तो खांब म्ह-णून करी प्रसंगीं भयमोचन । धैर्यवान दृढ पिंड न वधे प-दार्थ होई पाचन । जोड्या जोर कसून खूप केलें बळसं-चन । सहस्रांत सौंदर्य गौरपण पीत जसें कांचन ॥ (चाल) ॥ पगर्से तुरा बांकडा का····जरा······················ गोजरा । कानीं भिकबाळी चौकडा साजरा राजबीज फांकडा सुशो-भित दिसे शरीरसंपत्ती । गळ्यांत कंठ्या हार कडीं करीं ज-डावाचीं तळपती ॥ २ ॥

मर्जी होईल त्यादिशीं स्वारी कुलतमाम शृंगारणें। पूर्व कधीं पश्चिमेस जाती मृग शिकारीकारणें । भर + + फेंकून अडर-गिणत घोडा चुचकारणें । स्वतः सिस्त बांधून गोळी टाकून ठीक मारणें । भील लोक बोथाटी टाकितां वरचेवर वारणें । मागें पुढें बाजूस हूल दावून भाला फेरणें ॥ (चाल) ॥ सु-तिहात तिरंदाजीचा ।········ डाव दुसऱ्यांवर बाजीचा । आणिती अन्याय गरीब गाजीचा । छाणिती खबरदार लि-हिण्यांत कल्पना इतरांची अल्पती०························ ॥ ३ ॥

सर्व गोष्टीचा शोक जातीनें हुशार तर कुस्तीस। दंड भुजा आंटिव उमर रायांची तीस पस्तीस । तूप साखर आणिं क-णिक ऊंस चारून आणुन मस्तीस । साठ मार चहूंकडून

---

१ सूर्य. २ शंकर. ३ संकटाचें निवारण. ४ "पगडीस" पा०.

खिजविती नित्य नव्या हस्तीस । पहिलवान किती जेठी ये-ऊन राहतात तेथें वस्तीस । खुराक उत्तम त्यांस कारकून वर बंदोवस्तीस ॥ (चाल) ॥ हें जाणुन कविसागर धांवति । गुणसभेस नटनागर दाविती । बक्षीस कडी लंगरादिक पावती । ज्यांकडे पाहती कृपादृष्टि तो करतील लाखोपती । सप्त पिढ्यांचें दरिद्र विच्छिन्न होऊन रिपु लोपती ॥ ४ ॥

भक्तजनाचें माहेर देशावर श्रीपंढरपुर । याचकांस हें योग्य वडोदें सर्व क्लेश करी दुर । नित्य उठून वाटितात खिचडी ब्राह्मणही माहामूर । स्त्रिया पुरुष मुली मुलांस-रसकट शेर होतो भरपूर । पुण्यवान गायकवाड जगतीत-ळांत ते महशूर । सर्व कनकमय लोक घरोघर निघे सोन्याचा धूर ॥(चाल)॥ जें देणें दिलें एकदां योजून । तें परत न घेती कदा समजून । कोणी फंद करील जर कदा मानून । दर्शनास तो अयोग्य त्यावर विधि हरिहर कोपती । अशा प्रभूंच्या रक्षणार्थ उडी घाली ह्माळसापती ॥ ५ ॥

अहारे वडोदेंशहर कोट काम मजबूत । चार दरवाजे चार दिशे ज्यांवर शिपाई लालबूत । चोहों रस्त्यांवर दाट हवेल्या काप संगिन शाबूत । मांडवींत मोहोरमांत जमती सर्व तेथें तावुत । अजब शहर वसविलें गिराशे करून नस्तनाबुत । बागबगीचे तलाव साहेब घेति हवा तंबूंत ॥ (चाल) ॥ महा जागृत राजेश्वर पावती । संकटीं नीळकंठेश्वर धांवती । भूत वाटेस पैवतेश्वर लावती । बहुत उग्र नरसिंह समंधाधिक थरथरां कांपती । प्राशन करितां तीर्थ हिमज्वर इतर रोग करपती ॥ ६ ॥

---

१ हीं वडोद्यांतील देवालयांचीं नांवें. ह्यांत बेचराजी, नरसिंह आणि भीमनाथ हीं देवस्थानें फार प्रसिद्ध आहेत, व ह्यांच्या पूजेचा वगैरे खर्च गायकवाड चालवितात.

विठ्ठलमंदिर सुरेख दुसरें देऊळ बालाजीचें । खंडेराव दक्षिणेस उत्तरपंथीं बेचराजीचें । भीमनाथ केदार राममंदिर रंगाभेजीचें । महाकाली मदोंत (?) लक्ष्मी लक्षणीक मुख जीचें । गोजिरवाणी मूर्त नांव नारायण सुंदर जीचें । कांहीं पुढें बाहेर महंम्दवाडींत् घर काजिचें ॥ चाल ॥ किति धर्म हरिभक्तिचा होतसे । लेलु पारख खुष वक्तिचा दिसतसे । सामेळ सौदा नक्तिचा करितसे । दैवशाली गोपाळराव मैराळ ह्यांची अपार संपत्ती । खुशालअंबईदास रत जनीं असे कितिक धनपती ॥ ७ ॥

महाराजांचे आप्त अवांतर धारकरी बरोबर । घोरपडे उमराव एकासारखे एक करती डौल डंबर । घोरपडे उमराव लक्ष्मणराव कसुन कंबर । मागें न फिरती रणांत पडल्या तुटुन जरी अंबर । मानसिंगराव सिर्के आणिक रघुनाथराव.......... । थोर कुळींचे मर्दराजे मंडळींत असे नंबर ॥ (चाल) ॥ मामांची मानमान्यता चांगली । करतील दूर दैन्यता लागली । ही चौघांमध्यें धन्यता वागली । भाऊ पुराणिक पूर्ण कृपेंतिल जें कारण स्थापिती । मान्य पडे तें प्रभू गुरुवर दया करी गोपती ॥ ८ ॥

हस्तमुखें खावंद गादीवर बसुन सो........। रुमाल चौरी धरितात वर भोवते उभे किंकर । नारायणराव दिवाण विठ्ठल भास्कर जोडून कर । सदय हृदय शास्त्रज्ञ मुतालक मुख्य भिमाशंकर । रामचंद्र विश्वनाथ फडणीस येती पुढें लौकर । मुजुमदार ते नारायणराव माधव करंदीकर ॥(चाल)॥ विश्वासुक बक्षी खरे मर्जीचे । किति शब्द सुचविती बरे अर्जीचे । गोपाळपंत गुणी पुरे मर्जीचे । कृपावंत सरकार ह्य-

१ (पृष्ठ २२४ टीप १ पहा.) २ हीं बडोद्यांतील प्रसिद्ध सावकारांचीं नांवें.

णून श्रम सारे हरपती । चहाती उमाशंकरास वारिक काम कोण कोपती ॥ ९ ॥

अशा पतीचें उमाकांत कल्याण सदोदित करो । गाई हस्ती............अपार पागा भरो । पुत्रपौत्रीं राज्यलक्ष्मी अशीच अक्षयीं ठरो । शत्रु पराजय करून प्रतापें राज्यनीति आचरो । दानं दक्षणा धर्मीं निरंतर चित्तवृत्ति अनुसरो । गंगुहैबती शीघ्रकवीची प्रपंच चिंता हरो ॥ (चाल) ॥ दाहा

---

१ दुसरे सयाजीराव गायकवाड ह्यांनीं गोंधळी'व त्यांसारखे पोवाडे रचणारे इतर कवी ह्यांस बराच आश्रय दिला होता ह्मणून लौकिक आहे; आणि ही गोष्ट सयाजीरावाचे पुष्कळ पोवाडे उपलब्ध आहेत ह्यावरून खरी ठरते, परंतु पुढें जे गायकवाड झाले त्यांनीं तसा आश्रय दिला नाहीं. खंडेराव गायकवाड ह्यांनीं ह्या लोकांस थोडाबहुत आश्रय दिला होता ह्मणून ऐकतों. परंतु त्यांच्या वेळीं मागच्यासारखा सुरस व सरळ पोवाडे लिहिणारा कोणी निपजला नाहीं. खंडेरावांच्या वेळचे अलीकडे बरेच पोवाडे आह्मास मिळाले आहेत पण हे मागच्यांशीं तुलना करून पाहिले असतां किती निरस व कृत्रिम आहेत हें पुढील पोवाड्यावरून लक्षांत येईल:—

खंडेराव महाराज गायकवाड यांवर पोवाडा.

पूर्वतपामुळें राज्य तुह्माला हो साही । धन्य खंडेराव महाराज फाकडे सवाई गुणग्राही । पुण्यवान धर्मशीळ राज्य असें दुसरें नाहीं । चौंदेशांमधें तारीफ तुमची फिरत दिशा दाही । जशी गोकुळीं कृष्ण तसे या युगीं प्रभुराई । धन्य खंडेराव महाराज खुशालींत आहे गाइकवाडीशाही ॥ (चाल) ॥ रायीं प्रभात कानीं हिरवा लोलक चमके । कांतीचा सुवास अगंजा सुगंध भमके । शिरीपेंच पगडीवर झमझमाट झमके । धमके भुमींवर चंद्र तसा राजेंद्र करिराज । मोतीवाले अलबेले सवाई नक्षा दूर गाजे । गायकवाड समशेरबहादर हिरे खंडेराव महाराज । नळराजाची पदवी कर्णाची उपमा साजे ॥ १ ॥

स्वरूपवान बुद्धिवान राजे मुर्दावरले ठिकडे । मूर्त चांगली तेज लकाकित जसे नाजुक मुखडे । मेहर झाली कंपनीची दिले चांद मोर्चेलाचे झमके । प्रभुराज महाराज धनी शाहीचे महा छकुडे ॥ (चाल) ॥ छकुडे पुष्पाचे पुरुष अवतारी । होतो लक्ष मनुष्यांचा मुजरा दरबारीं । शहरांत मात कडकडीत

चौकीं काम उठवून संगिन । हरजिनसी य.................रंगीन । गातात गुरु आठवून चंगिन । महादेवाचें कवन कमळवर भ्रमर गुणी झेपती । प्रभाकराची नजर हीच करणी धन्यास विज्ञप्ती ॥ १० ॥

---

१०. नागपुरकर चिमणाजीबापु भोंसले यांवर पोवाडा.

चिमणाबापू हा मुधोजी भोंसल्याचा मुलगा. ह्याचाच भाऊ दुसरा रघुजी ऊर्फ बापूसाहेब नागपुरचा तिसरा राजा होता. हा चिमणाबापू नागपुरचा राजा नव्हता. ज्याप्रमाणें चिमाआपा यांनीं थोरले बाजीराव यांचें सहाय्य केलें तसें चिमणाबापूनें केलें. हा मोठा शूर होता. हा सन १७८९ त मरण पावला. यापूर्वींचीं बारा वर्षें याचे कारकीर्दीचीं असें समजावें. हा पोवाडा सुलतान कवीनें नागपुर शहरीं केला.

शिपाई चाकरी गेले नागपुराला । तेली वाणी उदॅमी दाली बांधूं लागला ॥ ध्रुवपद ॥

राजांनीं मनसुबा केला बंगाल्यावर । पाहिले मोहतुर दिले खासे डेरे । बोलाबून मानकरी कचेरी भर । झाली चिमणाबापूची ताकिद जलदी फार ॥ (चाल) ॥ रावमाने मानकरी घाटगे पाटणकर । यादव निंबाळकर ज्यातक जाधव ढमढेर । ननवरे पठाण सारे । झाली हुजूरात तयार । अगड धों धों बाजे चवघडा बाहेर निघाला । रावबांड निशाण हाय उजव्या बाजुला ॥ शिपाई० ॥ १ ॥

वनीं येळवाच्या[1] जाळ्या वन दारुण । कइकांनीं आवधाकें[2]

निघे स्वारी । दोही रस्त्यानें मुजरे करती सर्वांच्या शिरीं आलें तेज । राजद्वारीं होतो गजर चौघडा अष्टौप्रहर गाजे । गायकवाड समशेरबहादर० ॥ २ ॥

१ वेळूच्या. २ भयानें.

दले प्राण सोडुन। कइकांसीं आलें हिवजाळ धासिनें। केली फौज सोमल वाड्यावर चालुन ॥ (चाल) ॥ मग सोडली निशाणें। हल्ला उठली चहुंकडून। मग सुटती तोफा बाण। झाली लष्करांत सडघाण। भेसूर[1] दिसे रण। जरीपटका गेला चालुन। रावमान्याची लगी हाय उजव्या बाजुला। गेले मारीत खंदकापाशीं मोरच्या दिला ॥ शिपाई० ॥ २ ॥

तेली वाणी उदमी नाहक पडले भरी। कर्जाची घेतली घोडी आले चाकरी। गेले वऱ्हाडांत फिरून माहुरावरी। दरकूच आले कंवडूच्या तळ्यावरी ॥ (चाल) ॥ मनसुबी थोपली सारी। बोलावुन मानकरी। सांगितलें बरवेपरी। आली बंगाल्याची चाकरी। ओलांडुन गेले बारी। गेले चवके बारीवरी। अशी फौज मिळून गेले नकटे बारिला। एक ह्मणती उगाच आलों पस्तावा झाला ॥ शिपाई० ॥ ३ ॥

गेलें लष्कर झाडीमधीं पडलें जाऊन। मधिं पडला फट बुणगे गेले चुकुन। तीनरोज लष्कर गेलें गडबडून। थाटून सांडणी मिळाली फौज येऊन ॥ (चाल) ॥ तेल्या वाण्या उदम्यानें। घोडें आणलें अर्धलिनें। गेले एकाएकी मरून। दिलें जिन खोगीर टाकून। काय जावें देशा कारण। कधीं तोंड दाविना ह्मण। गेलें लष्कर कटकावर जागा पाहीला। तेथें जंबुमाळ्याचा लाल बाग देखिला ॥ शिपाई० ॥ ४ ॥

एक आंबराइमधीं उतरलें लष्कर। किल्ल्याहुन गोळ्यांचा मार निघेना धीर। शिंपी साळी पिंजारी पळती भिऊन माघारें। तेली वाणी उदमी होती पाठमोरे ॥ (चाल) ॥ एकजात शिपाई रणशूर। मारिवले खंदकावर। दाहारोज सोसला मार। शिपायाचें ढाल बकतर। गोळ्या फोडुन

१ भयंकर.

होती पार । गडबडलें सोमलपुर । गडबडला किल्लेदार कबलासीं आला । दिली खंडणी राजाला तिथून शह उठविला ॥ शिपाई० ॥ ५ ॥

एक उडव्या मुलखामधीं गेलें लष्कर । साहामहीने छावणी झाली कटकावर । तिथें बारा भाटिचा किल्ला ऐका थोर । त्या खंदकामधीं सुसरी महाकुंजर ॥ (चाल) ॥ नादान मुलुख फार । नाहीं पैसा तांब्याची तार । कवड्यांची चाल फार । खायासीं भात खापर । नेस लंगोटी वर धोतर । अंगीं कळकट बोतर । झाल्या खुशाल रांडा पाहुन भल्या लोकाला । अवघ्या लष्करामधीं उडव्या मुलुख उठला ॥ शिपाई० ॥ ६ ॥

गेली फौज चालून ढाक्या नाल्यावर । तिथें सोडलीं निशाणें झाले तयार । झाली पहिली हल्ला लोक पडले फार । आली हल्ला फिरून माघारी जयजयकार ॥ (चाल) ॥ भले मर्द शिपाई रणशूर । धावले खंदकावर । लोक जखमी झाले फार । कईकाचीं बुडालीं घरें । रणकंदन अनिवार । लढण्याची हौस फार । गडबडला किल्लेदार । लागले झाडी तोडायाला । देइना खंडणी तसाच पळून गेला ॥ शिपाई० ॥ ७ ॥

पुरीवर लष्कर गेलें महिनाभर । एक श्रावणमास महिना पवितर । तिथें जगन्नाथ एक देव तीर्थ थोर । त्याचें दर्शन घेतां पापें होती दुर ॥ (चाल) ॥ देवाचें शिवालय थोर । लागेना अंतनापार । राम लक्षुमण अवतार । रिद्धी सिद्धीचें घर । एक मडकें विस्तवावर । दहा मडकीं होतीं तयार । वाणी कुणबी ब्राह्मण बसले जेवायाला । एके जागीं जेविती अवघा गोपाळकाला ॥ शिपाई० ॥ ८ ॥

एक बालेसरावर उतरलें लष्कर । तेथें उत्तर पेठ आहे दरयाचे किनार । गजकर्ण दुःख रोग उठले अंगावर । चारी प्रहर वर्षतो काहार निघेना धिर ॥ (चाल) ॥ आला पाऊस सुटला वारा । गारांनीं बसविला मार । गेले उडून राव्हट्या डेर । हत्ती राहिना ठाणावर । गेलीं घोडीं सुटून बाहेर । उंट तट मेलीं फार । देवाची करणी फिरंगी आला । राजाची फत्ते तरवार यश पावला ॥ शिपाई० ॥९॥

भगवंत दिलें वरदान आले फिरुन । एक बंगाल्याची चाकरी झाली कठीण । जो दान पुण्य करील तोचि निधान । रणशूरा दानशूराला देव प्रसन्न ॥ (चाल) ॥ कर दया धर्मनिधान । देव काढील विघ्नांतुन । कवि सुलतान ह्मणे । त्याचं वेळापुर ठिकाण । भानुहयवती सांगेल खुण । बाळा अवघ्यामधीं अज्ञान । नागपुरीं पवाडा केला बसुन गायाला । चार साहेब जादे बसले ऐकायाला ॥ शिपाई० ॥ १० ॥

---

११. नागपुरकर आपासाहेब भोंसले यांवर पोवाडा.

हा पोवाडा सन १७३१ सालानंतर लिहिला असावा असें दिसतें, कारण भोंसल्यांस नागपूरचें राज्य सन १७३१ च्या सुमारास मिळालें. यद्यपि हा पोवाडा आपासाहेबाविषयीं आहे तथापि यांत इतर गोष्टीही सामील केल्या आहेत. यांतील सर्वच गोष्टी इतिहासांत सांपडतात असें नाहीं. हा पोवाडा करणारा बापू नांवाचा मराठा शेतकरी असल्याकारणानें ऐकीव माहितीच्या अनुरोधानें लिहिला आहे.

उमाबाई करी रोदना राजाचे साठीं । कधीं येतील महालाप्रती ॥ ध्रुवपद ॥

---

१ आपासाहेबासाठीं.

शंभर वर्षें राज्य केलें पहा भोंसल्यानें । गुरूकृपेनें ॥ बारा वर्षें राज्य केलें चिमणाबापूनें । एका बुद्धीनें ॥ कर्नाटक बदामी घेतली चिमणाबापूनें । तलवारीनें ॥ गौडदेश बंगाला घेतला चिमणाबापूनें । इभ्रतीनें ॥ पुण्यासारखें तख्त हलविलें चिमणाबापूनें । बसविलें ठाणें ॥ राव पेशवे लोक मराठे चालति कडाख्यानें । भीवरथडीनें ॥ सुंदर चिमणाबापूस रस्ता दिधला नदीनें । त्याचे सत्तेनें ॥ टिपू सुलतान मेला, वाट पडली तधिंपासून । फिरंगी नव्हता मालूम ॥ बाजीराव पेशवे गेले दर्यावसी चालून । फिरंगा आणला त्यानें ॥ बाजीरावानें घर बुडविलें आपल्या हातानें । करणी केलि नबाबानें ॥ दक्षिण मोडून आला फिरंगी पहा तो डंकन । पुण्यामधिं बसविलें ठाणें ॥ तवां तो राजा ह्मणे उद्यां मी पुसीन अवघ्यांशीं । पत्र पाठवा पुण्याशीं ॥ १ ॥

तवां तो गोरा ह्मणे गाविलगडिं गडा पाहीन । जलदी आला चालून ॥ फिरंग्यानें पैन खाईली आपल्या जातीनें । गाविलगड ह्मणे मी घेईन ॥ फितुर केला गोंडानें । रस्ता दाखविला त्यानें । गडावर गेला चालून ॥ नामी होता सरदार बेनिसिंग आपल्या जातीनें । तलवार खुप

---

१ चिमणाबापू हा मुधोजी भोंसल्याचा मुलगा. ह्याचाच भाऊ दुसरा रघोजी ऊर्फ बापूसाहेब नागपूरचा तिसरा राजा होता. २ सन १७७९. ३ टिपू सुलतान हा सन १७९९ चे मे महिन्याचे ४ थे तारखेस मेला. ४ होळकराचे भीतीनें सन १८०२ त वसई मुक्कामीं राव बाजी पळून गेले. ५ सन १८०२ चे अखेरीस रावबाजीनें वसई मुक्कामीं तह केला व त्यामुळें जो अनर्थ झाला त्यास उद्देशून हें लिहिलें आहे. ६ ह्या गोष्टीविषयीं माहिती मिळत नाहीं. ७ डंकन हे कर्नल आर्थर वेल्स्ली (ड्यूक आफ वेलिंग्टन) ह्यांचे सैन्यांतील सरदार असावे. ८ दुसरा रघोजी ऊर्फ बापूसाहेब.

केली त्यानें । वेमिसिंगाच्या सवाइ सपाटा केला जपा त्यानें । फिरंग्याचि केली धुळधाण ॥ जेर केला फिरंगी मरून गेला आपल्या हातानें । निमक राखलें त्यानें ॥ तवां तो गोरा ह्मणे मुल्क हा मोठा तुफान । त्यानेकु नाहिं मिलता आन ॥ तवां तो गोरा ह्मणे नागपुर एकडाव पाहीन । जलदी आला चालून ॥ सीताबर्डीवर मुक्काम केला एका चित्त देउन । बंगला बांधला त्यानें ॥ दोन आणि लिहून दिल्हे बापूसाहेबानें । राज्य करावें भोंसल्यानें ॥ उमाबाई० ॥ २ ॥

चौखुंटांचें राज्य दिधलें आपासाहेबाला । बाळाला तर्फी बसविला ॥ मारुन बाळा राजा, राज्य केलें आपासाहेबानें । नव महिन्यांचें प्रमाण ॥ काशीबाई सती निघाली पाहिलें अवघ्यानें । शाप दिधला सतीनें ॥ धर्माजीनें मुल्क लूटला केलें वैराण । खर्ची खुप केली त्यानें ॥ धर्माजीचे दिवस पूरले, बुद्ध केली त्यानें । मरणा गेला जातीनें ॥ उमाबाई० ॥ ३ ॥

मग मारुन धर्माजीला बातमी कळली बाईला । क्रोधबाईशीं आला ॥ जवळ होता पंडितजी मनसुबा सांगितला

---

१ आनरबल मौंट स्टुअर्ट एल्फिन्स्टन. हे सन १८०४ त नागपुरीं आले. २ हें देवगांवचे तहास अनुलक्षून लिहिलें आहेसें दिसतें. ३ परसोजी हा चवथा राजा. ४ परसोजीची बायको. ५ हा बाकाबाईचे तर्फेचा होता. परसोजी राज्यकारभार चालविण्यास अयोग्य ह्मणून त्याचे मांडीवर कोणास तरी बसवून राज्य चालवावें असा बाकाबाईचा व तिचे अनुयायी यांचा मनोदय होता. तो आपासाहेबास न रुचून त्यानें बाकाबाईस कैद केलें व धर्माजीस ठार मारिलें. आपासाहेबाचे भीतीनें गुजाबादादा प्रयागास पळून गेला. हें सर्व झाल्यावर परसोजीस मारिलें. ६ नारायणराव पंडितजी हा काशीकर्डील राहणारा असून नागपुर मुक्कामीं व्यापार करीत असे. व्यापारी असून हा पुढें मुत्सद्दी बनला.

तीला । कैद करावें राजाला ॥ "कैद करा राजाशीं, राज्य देतों तुह्माशीं " । असें सांगा इंग्रेजाशीं ॥ तसे चौघे चालून गेले सीताबर्डीला । हकिकत सांगती फिरंग्याला ॥ "करा कैद राजाला । राज्य देतों तुह्माला" तेव्हां फिरंगी हांसला ॥ दोन हत्ती रुपये कबूल फिरंगी झाला । पहा, रामचंद्र वाघाला ॥ उमाबाई० ॥ ४ ॥

तैसे चौघे चालून आले पहा त्या महालाला । हकिकत सांगति राजाला ॥ "कां बसलां निश्चिंत गोरा येतो लढाईला" । असा पंडितजी बोलला ॥ यादव माधव पोवार बरकत तो चालुन आला । जमाव फौजेचा झाला ॥ भिकन खान पठाण जमादार तो चालुन आला । मोर्चे लावी किल्ल्याला ॥ गणपतराव सुभेदार आले चालून । संगातीं लोक घेऊन ॥ साडेतीनशें हत्ती राजाचे ज्न पहाति दूरुन । जसें कां मुंग्याचें सैन्य ॥ साठ हजार फौज राजाची उभी नटून । हुकुम मागती अवघेजण ॥ सुरू झाली लढाई ठाउक नाहीं कवणाला । फितुर घरच्यानें केला ॥ उमाबाई० ॥ ५ ॥

तैसे चौघे चालुन आले पारडी महालाला । हकिकत सांगति राजाला ॥ दोन गोष्टींचें काम आहे यावें जातीनें । राज्य घ्यावें समजून ॥ तेव्हां आरब बोलले नको जाऊं भेटीकारण । राजे गेले उठून ॥ ह्मणे राजा निर्मळ वचन ऐकलें त्यानें । वर दिला उमाबाईनें ॥ मला आण पित्याची

१ सर रिचर्ड जेंकिन्स् हे ह्यावेळीं रेसिडंट होते. २ रामचंद्र वाघ, नागो पंडित, नारायणराव पंडित व चवथ्याचें नांव माहित नाहीं. ३ हीं नांवें अप्रसिद्ध आहेत. ४ हें नागपुरचे पश्चिमेस दोन कोसांवर गांव आहे. येथें राजाची छावणी असे. तेथें एक राजाचा वाडाही असे. प्रस्तुत पूर्वीपैकीं कांहींएक नाहीं.

गाईचें पुच्छ धरून । क्रिया केली ब्राह्मणानें[1] ॥ जवळ होता हलकाऱ्या घोडा आणविला त्यानें । राजा गेला चालून ॥ सीतावर्डीवर चालुन गेला आपल्या आतीनें । [illegible] हात धरून ॥ जवळ होता सोजर तंबुर वाजविला त्यानें । तुरुप पडला जाऊन् ॥ तवां तो राजा ह्मणे हाल होतिल या जि-वाशीं । कुणि नाहीं माझ्या पाशीं ॥ उमाबाई० ॥ ६ ॥

बाणापाठीं बाण गणपतरावानें मारला । फिरंगी थरथर कांपला ॥ रामचंद्र वाघानें गोळा सर्णाटा भरला । अवाज तोफेचा केला ॥ माय टाकी लेंकरूं पळे जीव आपला घे-ऊन । मराठ्यानें धरलें रान ॥ अवघे गेले पळुन बाणी रा-खिलि आरबानें । देहवळा मारी क्रोधानें ॥ फिरविल्या तोफा जिन घोड्याचें उतरून । फिरंगी जातो येथून ॥ फि-रवला जरिपटका 'पहा रामचंद्र वाघानें । लढाई बंद केली त्यानें ॥ या आदितवारीं लढाई करावि नेमाची । मदत आहों तुह्माशीं ॥ उमाबाई० ॥ ७ ॥

तेरा रोज आरब भांडले पहा फिरंग्याशीं । कुणितरी म-दत नाहिं त्यांशीं ॥ दोन हत्ती रुपये कबूल झाले आरबाशीं । आरब ना मानी फिरंग्याशीं ॥ फोडूं पंडितजीची कोठी जाऊं देशाला । तवां समजलें दुनियेला ॥ तवां तो गोरा चालुन गेला राजाचे पाशीं । कटारी लावी छातीशीं ॥ "दे विद्या आरबाशीं, नाहिं तरि मारतों तुशीं" । असें बोलला रा-जाशीं ॥ ह्मणे राजा निर्मळ असवें टाकी धरणीशीं । लीहून दिलें आरबाशीं ॥ उमाबाई० ॥ ८ ॥

---

१ या ब्राह्मणाचें नांव विनायकराव. याचे वंशज सधन असून प्रस्तुत राज्यकर्त्यांची एकनिष्ठतेनें सेवा करीत आहेत. यांजकडे मोठ्या हुद्याचें काम आहे ह्मणून ऐकतों.

राजा धरला ह्मणून बातमी उमाबाईला । अंग टाकिलें धरणीला ॥ तूं धर्माचा पिता करूणा येऊंदे तुला । विनवी रामचंद्र बाघाला ॥ दे सोडुन राजाला आह्मी दोघें जातों काशीला । राज्य देऊं फिरंग्याला ॥ सुवर्णाच्या पांच पायऱ्या बांधिन अंबाळ्याला[1] । धर्म वांटिन लोकांला ॥ चालतां न बोलतां दया आली पंडितजीला । राजा त्यानें सोडवीला ॥ फार केले नवस देव पावला बाईशीं । राजे आले महालाशीं ॥ संगें देऊन सोजर राजे आले महालाशीं । पाणी ठेविलें अंघोळिशीं ॥ उमाबाई पुसे कशी गत झाली राजाशीं । बसले तोंड धुयाशीं ॥ तंव तो राजा ह्मणे उद्यां मी पुसीन अवघ्याशीं । बातमी कळली बाईशीं ॥ कोणीं धरिला राजा, कोणीं सोडविलें राजाला । पुसा रामचंद्र बाघाला ॥ हाणा आमचा वैरी उद्यां मारिल आह्माला । कैद करावें राजाला ॥ तैसे चौघे चालुन आले पहा त्यां महालाला । कैद केलें राजाला ॥ उमाबाई ह्मणे भोजन वाढुं द्या राजाशीं । ढकललें उमाबाईशीं ॥ उमाबाई० ॥ ९ ॥

तवां ती बाई ह्मणे पाठवा कलकत्त्यावर । राजा जाऊं दे लौकर ॥ नामी होता सरदार गंगासिंग अपुल्या जातीवर । पलटुन उभे राहिले सारे ॥ किल्ल्यांतुन बाहिर काढिले राजे सुंदर । कुणिकडे गेला ईश्वर ॥ राजा प्राण्याविना महाल सुना दिसतो सत्वर । कसा कोपला ईश्वर ॥ राजा प्राण्यासाठीं कैक लोक झाले फिकिर । रडतें नागपूर सारें ॥ राजा प्राण्यासाठीं त्यजिलें अन्नपाणी सारें । बरें ना वाटे घरदार ॥ खळ खळ रडतो राजा आसु टाकी धरणीवर । कुणिकडे

---

१ अंबाळें या नांवाचें एक मोठें तळें रामटेक गांवीं आहे. हें मोठें तीर्थ मानिलें आहे.

गेलें चंद्रपूर ॥ गंगासिंगाची नजर गेली राजाचे वर । आसवां पुसे लौकर ॥ "कां ह्मणून जी दिलगिरि, कुणि नाहीं आपला जवळ" । "आपला आहे ईश्वर" ॥ समजले महाराज गंगासिंग सांग लवकर । जाणें कलकत्त्यावर ॥ आला भोग भोगाया त्यास व्हावें सादर । जसा एक दैवाचा फेर ॥ हरिश्चंद्राचे मागें लागला विश्वामीत्र । तारामती सुंदर ॥ डोंबाघरीं पाणी वाहिलें सत्वर ऐकीलें । स्त्री विकुनी दान केलें ॥ उमाबाई० ॥ १० ॥

हत्ती दिला सोडून तिसऱ्या मुक्कामावर । राजे काढले बाहेर ॥ गंगासिंग तो घेउन चालला राजा सत्वर । महादेवाच्या[1] जवळ ॥ गंगासिंगाशीं आली निद्रा निजले लौकर । राजे होते हुषार ॥ महादेव पार्वती आली त्या राजाजवळ । खुण सांगे दिल्ली शहर ॥ "येथ नको राहुं चल असिरच्या[2] किल्ल्यावर । फिरंगी आहे येणार" ॥ गंगासिंगाची झाली निद्रा उठले लौकर । राजे होते हुषार ॥ अदृश्य झाले देव, राजा पाहतो सत्वर । कुणिकडे गेला ईश्वर ॥ गंगासिंग तो घेऊन चालला राजा सत्वर । पहा असिरच्या किल्ल्यावर ॥ उमाबाई० ॥ ११ ॥

राजा सुटला ह्मणून बातमी कळली फिरंग्याला । फिरंगी मनांत घाबरला ॥ कुणिकडे गेला राजा, कुणिकडे जाऊं पाहण्याला । "राजा कुणिकडे गेला" ॥ तवां ती बाई ह्मणे बातमी समजली मला । महादेवाच्या पहाडाला ॥ बारा हजार आणि लाडसाब[3] चालून गेला । महादेवाच्या पहा-

---

१ मध्य प्रदेशांत एक प्रसिद्ध देवस्थान आहे. हें पंचमडी पर्वतांत आहे. २. असिरगड हा बऱ्हाणपुराजवळ ७ कोसांवर आहे. ३ मध्यप्रांतांत हुद्देदार साहेब लोकांस "लाड" ह्मणण्याची चाल आहे.

झाला ॥ घडिभर झडली चकमक गगनीं सूर्य झाकुळला । बाप ओळखेना लेंकाला ॥ पंचमोडीचा राजा मोहनसिंग तो एक अलबेला । बातमी सांगे फिरंग्याला ॥ येथ नाहीं राजा चल असिरच्या किल्ल्याला । राजा तेथं राहिला ॥ बारा हजार आणि लाडसाब चालुन गेला । पहा असिरच्या किल्ल्याला ॥ चौदा हजार[1] पेंढारि पहा शिद्याचा[2] सूटला । मदत राजाकडे झाला ॥ पदरीं नव्हती खर्ची हुक्का राजानें विकला । किंमत काय साठ हजारांला ॥ फोडिले खजिने लुटून दिले कैकांला । लढाई घ्या म्हणून बोलला ॥ कैक गेले पळून, कैक पडले धरणीला । गणती नाहीं मुरद्याला ॥ सलाम तलवार सवाई झाली भोंसल्याची । रुपये वांटा फौजेशीं ॥ आपासाहेबानें तैलंगा खुप गारद केला । टोपी आली नागपुराला ॥ उमाबाई० ॥ १२ ॥

राजा सुटला म्हणून बातमी उमाबाईला । बहु समजावी मनाला ॥ पदरीं नव्हती खर्ची राजा कुणिकडे गेला । कुणिकडे जाऊं पाहण्याला ॥ नळानिळासारखी कशि गत झाली राजाला । कंठ बाईचा शोशला ॥ राजा राजा करतां करतां प्राण बाईचा गेला । शव मग पडलें धरणीला ॥ मेली उमाबाई बातमी कळली राजाला । कसा देव मजवर कोपला ॥ भगवीं केलीं वस्त्रें, राख लावी आंगाला । जोग राजानें केला ॥ सत्रंजी उतरुनि शिकांच्या मुलखांत गेला । ईश्वर मदत होता त्याला ॥ देवधर्म अवघी बरकत गेली काशीला । रोजगार अवघ्यांचा बुडाला ॥ तिकडे कसें जाहलें इकडे ठाऊक नाहीं आह्मांला । पोवाडा बापूनें केला ॥

१ हा पर्वत आहे. ज्याप्रमाणें 'महाबळेश्वर' आपल्या इकडे आहे त्याप्रमाणें हा पर्वत मध्यप्रांतीं आहे. २ पेंढाऱ्यांचा नाईक 'चितु' हा आपासाहेबांस भेटल्याचें आपासाहेब प्रकरणीं सांगितलें आहे.

बापू मराठा ह्मणे ह्मोर युद्ध होईल भारी । लढाई झाली नागपुरीं ॥ उमाबाई० ॥ १३ ॥

१२. परशुरामपंत भाऊ पटवर्धन यांवर पोवाडा.

परशुरामपंत भाऊ पटवर्धन हे दक्षिण महाराष्ट्र देशांतील तासगांव येथील जहागीरदार असून पेशव्यांच्या फौजेचे मुख्य सरदार होते. हे मोठे शूर व महत्त्वाकांक्षी होते. ह्यांचें कोल्हापुरच्या राजाबरोबर वैमनस्य पडलें होतें. त्यामुळें कोल्हापुरकरांच्या व पटवर्धनांच्या लहानमोठ्या बऱ्याच लढाया झाल्या, व त्यांपैकीं पट्टणकुडीच्या लढाईत परशुरामभाऊंस जखम लागून ते पडले. एकवेळ सवाई माधवराव पेशव्यांनीं परशुरामभाऊंस आज्ञा केली कीं तुह्मी कोल्हापुरच्या राजास कैद करून तेथें आपलें ठाणें बसवावें, व तीन लक्षांची खंडणी घेऊन ती पुण्यास पाठवून द्यावी. मग परशुरामभाऊ लागलेच तासगांवास आले व आपले चिरंजीव रामचंद्रपंत अप्पा ह्यांस बरोबर दहा हजार फौज देऊन कोल्हापुरास पाठविलें. पुढें पटवर्धनांची व कोल्हापुरकरांची अळतें मुक्कामीं मोठी लढाई झाली. ह्या लढाईस अळत्याची लढाई ह्मणतात. ह्या लढाईत पटवर्धनांचा पराभव झाला व रामचंद्रपंत कोल्हापुरकरांच्या हातीं सांपडले. रामचंद्रपंतांचा कोल्हापुरच्या महाराजांनीं चांगला सत्कार केला, व त्यांस उत्तम पोषाक बक्षीस देऊन व कांहीं दिवस ठेवून घेऊन मग स्वदेशीं रवाना केलें. आपल्या मुलाचा पराभव झाला हें परशुरामभाऊंस आवडलें नाहीं. मग त्यांनीं बरोबर मोठें सैन्य घेऊन कोल्हापुरावर स्वतः स्वारी केली. ह्या स्वारींत पटवर्धनांस यश आलें. मग कोल्हापुरकरांचा व ह्यांचा सल्ला होऊन खंडणीबद्दल कोल्हापुरकरांकडून ओलीस घेऊन परशुरामपंत तासगांवास परत आले. ह्या दोन्ही प्रसंगांचें वर्णन पुढील पोवाड्यांत केलें आहे.

हा पोवाडा कोल्हापुरचा राहणारा जिवाजी पांचाळ ह्यानें केला.

तासगांव अपूर्व परशुरामभाऊचें शहर । गणपतीचा उत्साह होतो हरिस्मरण गजर ॥ ध्रुवपद ॥

भाऊसाहेबांचा नित्य नेम त्याचें दर्शन घ्यावें अगोदर । असे एक धनी श्रीमंत त्याला पेशव्यांचा आधार । पुण्य प्रताप नांवथोर ॥ चाल ॥ आलें श्रीमंतांचें पत्र । पाहिला वाचून मजकुर । मग आणूनियां ध्यानांत । डेरे दिले पाहून मुहूर्त । वाजे नगारा नौबत । कुचावर कुच करीत ॥ चाल ॥ गेले सालप्याच्या घाटा धनी उमराव । तेथें बसून मसलत केली जलदीनें यावें । मुळेमुठेवर पुणें गमठावें । असें कळेल श्रीमंताला हुजूर धाडावें । धाडूनयां हुजूर भाऊशीं आणिलें वाड्यांत । श्रीमंताच्या भेटी झाल्या बहु आनंदांत । तासगांव किल्ला अजब तऱ्हा झाली रचनुका केली दक्षिणेंत । परशुरामभाऊंनीं केली चौखंडा कीर्त ॥ तासगांव० ॥ १ ॥

सवाई माधवराव भाऊशीं बोले वचन । करवीर कोल्हापूर[1] आतां तुह्मी घ्यावें जाऊन । तीन लाखांची खंडणी हुंडी घ्यावी उतरून । महाराजाशीं कैद करावें बसवावें ठाणें । श्रीमंताचें वचन हृदयीं धरिलें भाऊनें । आणलें जरतार पांघरुण । वस्त्रें केलीं पेशव्यानें । चालले निरोप घेऊन । सोडिलें त्यादिवशीं पुणें । मग निघालें लष्कर । केले कुचाचे नगारे । नदी उतरून झाले पार । ढाल दिली कात्रजेवर तळ पाहून । आले रहिमतपुरावर + + +। दरकुच करीत चालले कड निकडीनें । आले तासगांवाशीं केलें देवदर्शन । घेऊनियां दर्शन मग भाऊ गेले वाड्यांत । पाहून आपांसाहेबास[2] भाऊंनीं केली मसलत ॥ तासगांव० ॥ २ ॥

---

१ कोल्हापुरास ह्या वेळीं शिवाजी महाराज गादीवर होते. हे फार, दयाळू परोपकारी, व सत्वशील होते २ आपासाहेब हे परशुरामभाऊंचे चिरंजीव. ह्यांचें नांव रामचंद्रपंत. ह्यांस बरोबर दहाहजार सैन्य देऊन कोल्हापूर सर करण्यास पाठविलें होतें.

भाऊसाहेब आपासाहेबाशीं काय बोले। सरंजाम करावा आपासाहेबांनीं पत्र लिहिलें । गांवोगांवास लिहिली पत्रें खासे मिळविले। सरंजाम करून डेरे राहुट्या बाहेर दिले। घेतला निरोप आपासाहेब बाहेर आले। गणपतीशीं नमन करून मग पालखींत बसले। हत्ती कुंजर श्रृंगारिले। भडक जरीपटके सोडिले। पुढें चालती कोतवाले। भगवी ढाल पुढें चाले। मग निघाले सरदार तळ नेमिला कोलापुरा। ढाल रोविली येऊनि मोर। गांवोगांवचे शिलेदार। असे जमलेकीं दहा हजार। भडक सरदार। दरकुच सोडिले तत्र उतरले मोर। येऊनि ढाल रोविली कृष्णातीर। तें बसूनि आपासाहेबांनीं केला विचार। तोफा लावाव्या आळत्यास नका उशीर। सुभेदारासंगें तोफा दिल्या बरोबर। घेऊनियां गारदी फिरंगी गेले अळत्यावरतीं। दुहेरी लाविल्या तोफा वेढा पडला सभोवतीं॥ तासगांव० ॥ ३ ॥

सकाळचा दिवस प्रहरभर आला उगवून। गांवकुसवाशीं तोफा लाविल्या सुभेदार जनोबानें। खर खर खर खर लिहून पत्रें जासूद धाडून। फोडूनियां लखोटे वाचिले आपासाहेबानें। केलें सैन्य तयार सडी स्वारी संगें घेऊन। जरीपटक्याचा हत्ती बिनीवर चाले निशाण। गेले अळत्यावर चालून। हल्ला नेमिला रायानें । मारिती बाणावर बाण। शिरले वाड्यांत जाऊन । लुटली पेठ फिरंग्यानें । लुटला गांव पाहुण्यानें। केला अळत्याचा संहार । दिस होता दोन प्रहर। गेली महाराजास खबर। धनी बसले सदरेवर॥ (चाल)॥ मानकरी मिळाले थोर थोर प्रितांजी चवाण । मग सरजे-

---

१ प्रीतिराव चव्हाण, सरजेराव घाटगे आणि हैबतराव गायकवाड हे शिवाजी महाराजांच्या पदरीं मोठे शूर सरदार होते.

राव घाटगे आले चालून । बोले रत्नाकर आपाजी फौज स्वाधीन । हैबतराव गायकवाड विनी स्वाधीन । मोहरप्याला लाविले हत्ती तक्त निशाण । महाराज निघाले इतकें सैन्य घेऊन । आले अळत्याचे जवळ । बाजीराव माने खिडींत । दोन टोळ्या करून पुढें गेले रत्नाकरपंत ॥ तासगांव० ॥ ४ ॥

धनचकर मांडलें लागलें तोंड झुंजाचें । खणंन खणन तलवार अशुद्धें वाहती रक्ताचें । आपा साहेबांनिं उठून पाहिले लोक राजाचे । हाणा हाणा बोलती मार उडाले गोळ्याचे । स्वार भाले वारूवर सळ सोडिले फिरंगीचे ॥ (चाल) ॥ हैबतराव गायकवाड ओढला हत्ती निशाणाचा । वेढा पडला फौजेचा । क्रोध चढला झुंजायाचा । गुंडाळा केला दहापांचांचा । धडा मग केला जिवाचा ॥ (चाल) ॥ आपा साहेब सरदार । फिरफिरून मारी तलवार । असे दहापांच केले ठार । आले सरजेराव हंबीर । आपा साहेब धराचा धीर । मग जाऊन धरले कर । आणा पालखी चला लवकर घेऊन । आपासाहेब आंत बसविला सर्जेरावानें । महाराज बसले होते पाहिले त्यानें । झाली दृष्टभेट दोघांची चला घेऊन । गेले कोल्हापुराशीं केलें देवदर्शन । राव राहिले महिनाभर बहु प्रीतीनें । दिले बादली पोषाख नवीं

---

१ रत्नाकरपंत आप्पा हे जातीनें ब्राह्मण असून कोल्हापुरकर शिवाजी राजांचे मुख्य कारभारी होते. रत्नाकरपंत हे मोठे धार्मिक, शूर, प्रतापी, व स्वामिकार्यतत्पर होते. रत्नाकरपंतानें राज्यकारभार उत्तमप्रकारें चालविला इतकेंच नाहीं, तर त्यांनीं पुष्कळ लढायांत यश मिळवून आपलें शूरत्व जगजाहीर केलें. अळत्याच्या लढाईत रामचंद्र आप्पाचा अगदीं मोड होऊन ते पळून जात असतां रत्नाकरपंतांनीं त्यांस धरून पालखींत घालून कोल्हापुरास नेलें. पुढें पट्टणकुडी येथें जी लढाई झाली तींतही रत्नाकरपंतांनीं अप्रतिम शौर्य दाखविलें.

पाघरुणें । मंदिल मोत्याचा तुरा दिला राजानें । तीन पदरी मोहनमाळ जडित कोंदण । दोन गांवें बक्षिस दिल्हीं हातीं निशाणें । आपा साहेबाशीं घालवा महाराज बोले ख-रीत । घालवीत चालले संगें सवाशें राऊत ॥ तासगांव० ॥ ५ ॥

इतकी खबर ऐकून मग भाऊ झाले खिन्नास । कोल्हापु-रची माती आणून मिळवीन कृष्णेस । गांवोगांवांसी लि-हिलीं पत्रें भिळविले खासे । सरंजाम करून तळ नेमला कु-पाड्यास । आकलीवर उतरले ढाल दिली कृष्णा तिरास । खरखरखरखर लिहून पत्रें धाडिलीं भिरजेस । धनी बाळा साहेब बैसले होते सदरेस । वाचून पाहिलें जीन ठेविलें का-रूस । चिंतामण रायानें हुकूम केला फौजेस । अंबारींत ब-सून राव मग आले अकलीस ॥ (चाल) ॥ फार सांगितलें भाऊस जाऊं कोल्हापुरास । आतां नाहीं पुरवत रहायास । याच प्रसंगीं घेईन यश । मान नाहीं केला शब्दास । कागद लिहिले बाबास । पत्र पाहतां या अकलीस केले कुचकुचून ढालीस । गेले इचलकरंजीस । तिथेंच तळ पडला चार दि-वस ॥ (चाल) ॥ तिथें जमाव सारा झाला । तळ उपगांवचा नेमला । ढाल दिली पंच गंगेला । त्या टेमलाईच्या माळाला । केली पेंढाऱ्यानें हल्ला । कोणी खाईना उसाला । दिले मोर्चे चौं बाजूंला । सोमवारीं नेमिली हल्ला भाऊ साहेबांनीं । मोर्चांत बसविले लोक खासे निवडून । आले महाराजाचे लोक बाहेर निघून । केली मोर्चावरती हल्ला पडले पेऊन । शेंपन्नास केले जखमी गेले परतून । म्हणे भाऊ साहेब आतां तुम्ही असा बंदोबस्त । नका करूं गडबड कोल्हापुर घेईन क्ष-णांत ॥ तासगांव० ॥ ६ ॥

---

१ खिन्न; दुःखी.

मंगळवारचे दिवशीं भाऊंनीं केली ताकीद । गांवकुसखाशीं तोफा लाविल्या केली हिकमत । महाराजाचे लोक ते एकनूर नामांकित । स्वार झाले वारूवर आले जितीच्या वळ्यावरत । भाऊसाहेबांनीं कमर बांधिली पट्टा हातांत ॥ (चाल) ॥ घेतला पट्टा हातांत । गेले जितीच्या वळ्यावरत । झूंज मांडलें पटांगणांत । सूर्य झाकळला गगनांत । केली फिरंग्यानें मात । घातले मोडून गांवांत । गांव मग आणिला वेजीत । लागली सल्ल्याची मसलत ॥ (चाल) ॥ घ्या खंडणी ह्मणून बोलले मगं लखोटे लिहिले । जासुदा हातीं धाडिले । लोक रदबदलीशीं आले । तीन लाखांवर ठरविले । लोक ओलीशीं घेतले । भाऊ माघारें परतले । मिरजेचे मुक्काम केले । भाऊ तासगांवाशीं आले । गणपतीचें दर्शन केलें । लोक नगरींचे खुशाल । कडीं तोडे बक्षिसा दिले । मंद्रुपचे देशमुख आले ॥ (चाल) ॥ गजदंत हत्ती दिला राव देसायाशीं । चौखंडा मधें कीर्त सांगायाशीं । केला भाऊचा पोंवाडा मिरजदेशीं । गांव कोल्हापुर ठिकाणा जागा रहिवाशी । कवि जिवाजी पांचाळ आणा ध्यानाशीं । गुरुरायाची कृपा आ- झाला प्रसन्न नागनाथ । डफावर पांच निशाणें त्रिशूळ झळकत । तासगांव० ॥ ७ ॥

---

१३. परशुरामभाऊ पटवर्धन ह्यांनीं कर्णाटकावर स्वारी केली. या विषयावर पोवाडा.

पटवर्धनकुळीं फत्ते तलवार परशुरामभाऊची । ह्मणून दिलीं वस्त्रें स्वारी नेमिली कर्नाटकची ॥ ध्रुवपद ॥

तक्त दक्षिणेमधिं एक शहर पुणें अजब नमुना । बादशाही तक्तांत रावश्रीमंत आहे नाना । नित्य हमेषाझडे चवघडा वाजे नौबत खनखना । बुद्धिवंत ते राव भले रणशूर

रणीं हाटना । श्रीमंतानें हुजुर जासुदा जोडी केली रवाना । तासगांवीं पोंचले भाऊसाहेब मुजरे घेना ॥ (चाल) ॥ लाखोटे टाकिले वाचूं लागले भले उमराव । भाऊचें चौखंडामधिं नांव । ज्यानें निशाणीं घातला घाव । मिळाली स्वारी सोडला गांव ॥ (चाल) ॥ तोफेचा भडिमार मिळाले लहान थोर । झाला त्यादिवशीं गजर । झाला जयजयकार । श्रीमंताशीं भेटले सांगूं लागले गोष्ट जिवीची । हुकूम रावसाहेबाला खोड मोडावी टिपूची ॥ पटवर्धन० ॥ १ ॥

दिला भरजरी पोषाग निशाण चौघडा बक्षीस हत्ती । बावन पागा त्याचेबरोबर कशी मुजरा झडती । राऊत गाडा शिपाई घोडा लढाई घेऊं ह्मणती । छत्रपतीचा भगवा झेंडा वैरी दूर पळती । जरीपटक्याशीं घेऊनि निघाले सेना गुण घेति । परशुराम अवतार भाऊला प्रसन्न गणपती ॥ (चाल) ॥ मुक्कामकृष्णातिरीं धारवाडावरी करा हल्ला । भाऊसाहेबानें चढ दिल्ला । अवघड गडवाका किल्ला । किल्ल्याचे भवतालीं अमराई गर्द बसली । झाडें किरमिची ठसलीं त्याला तुरून फौज दिसली । फत्तेबुरजावरून गोळा मारितो लढाई दोघांची । टक्कर खाऊन पेठ रगडली शर्यत भाऊची । पटवर्धन० ॥ २ ॥

धुमधडाका हमेष होतो किल्ल्या भवतालीं । तोफेच्या दणक्यानें राव कैकांचा धरसुटला । मेघश्शामबापूचा पुत्र भाऊनिशाणीं चढला । उडी घातली रणांत रणशूर हाटून तटून पडला । धायगुंडे थोरात पांढरे लगड होते विनीला । सहामहिने झुलविले किल्लेदारानें मार बसविला ॥ (चाल) ॥ पुढें ऐकां समस्त लोटली सेना दलभार । देवडीजंबुऱ्याचा मार । किल्ला त्यांनीं केला जर्जर । सुटती बाणावर बाण । कैकांचे घेतले प्राण । मुडद्यावर मुडदे चार झाडी तोडून केलें मैदान ।

त्यासमयीं झालीगर्दी दुसरी हल्लाकिल्याची । गोळे मारून केले घाबरे जोत जरिपटक्याची । पटवर्धन० ॥ ३ ॥

चवतर्फी केली हल्ला किल्लेदाराची शुद्ध हरली । फिरंग्यानें तोफ डागिली फत्तेबुरजावरूनी । तिळतिळ तुकडे उडूं लागले मग धासत पडली । रणामधिं रणशूर ते कशी रंजक झडली ॥ (चाल) ॥ लाखों सेनेमधिं कधिं सुरमर्द झांकेना । कृष्णराव बुद्धिवंत शहाणा मारी तलवार हटकून प्राणा । वाजल्या तोफा दणदणा । करुणा ईश्वराला ॥ (चाल) ॥ अंवचित गोळा आला मस्तक छेदूनि गेला । धड पडलें धरणीला पुत्रशोक करूनि गोष्ट ऐकिली सरदारांची । रणांत रणशूर थोर हिम्मत हैराव दादाची ॥ पटवर्धन० ॥ ४ ॥

किल्ल्याहून तोफा होतो भडिमार । ह्या तोफखान्याची आहे इभ्रत फार । एक गोळा नेऊन केला थंडगार । जोखून पाहिला पक्का बारा शेर ॥ (चाल) ॥ किल्लेदार सांपडला कैद केला भाऊनें । बसविलें पेशव्याचें ठाणें । हजार पांचशांचा बंद धरून । कापून काढिले पार । रक्ताचे वाहिले पुर । गेले तुंगभद्राचे पार । पुढें भारी युद्ध होणार । नारो त्रिंबकाकडे रंगेल जोडी मौजेची । खिनांत ज्यानें खोड मोडली सिद्याभवान्याची ॥ पट० ॥ ५ ॥

---

१४. चिंतामणराव ऊर्फ आप्पासाहेब पटवर्धन सांगलीकर यांवर पोवाडा.

चिंतामणराव ऊर्फ आप्पासाहेब पटवर्धन हे पेशव्यांचे प्रसिद्ध सरदार गोविंद हरी पटवर्धन ह्यांचे पौत्र. हे शूर असून खर्ड्याच्या लढाईत प्रसिद्धीस आले. पेशवाई नष्ट झाल्यावरही बरींच वर्षे हे हयात होते.

हा पोवाडा आनंदफंदीकृत आहे आनंदफंदी हे सांगली, मिरज

वगैरे दक्षिण महाराष्ट्र देशांतील शहरें प्रवासास गेले होते, त्या वेळेसच हा पोवाडा त्यांनीं रचिला असावा.

पिराजी संतोबा गोंधळी सांगलीकरांचा आश्रित यांजकडून हा पोवाडा मिळाला.

वसविली सांगली । चिंतामणरायें चांगली ॥ ध्रु० ॥

सर्वांचा मुकुटमणी । मुख्य पटवर्धन चिंतामणि । कर्ममार्गामाजी सुलक्षणी । सर्व यजमानची मनास आणी । वचन जें निघेल तोंडांतुनि । करावें मान्य सर्वत्रांनीं । दौलतीचा खांब मुख्य स्थानीं । आज्ञा त्याची कोण न मानी । किल्ला सांगली राजधानी । प्रजा उभी जोडूनी द्वय-पाणी । ज्याला जितुकें पाजतील पाणी । त्याला पिणें प्राप्त मुख्यानीं । लौकिक त्याचा जगत्र वानी । शिपाई मूळचे पुण्य प्राणी । गजानन ज्याचा पक्ष धरोनि । करीत संरक्षण संतोष मानी । कानीं नित्य पडावें गानीं । गायन करिती महा महा गुणी । विणे पखवाज कितीक कोण गणी । कुशल ज्या त्या ममतेशील धनी । नलागे जेथें किंचितपाणी । तेथें प्रभु यत्किंचित खणी । पाणीच पाणी रानोरानीं । किल्ल्याची कीर्ति नग वाखाणी । चुंबीत गगन मनोरे गगनीं । कोठांत कोठ बाहेरूनि । सभोंता खंदक मग रेवणी । वेष्टिला वर्तुनि चिलहारीनीं । चहूंकडे कीर्ति फांकली । वसविली सांगली ॥ १ ॥

भक्ति गजाननाची भारी । तो मोरेश्वर देतो उभारी । चिंतामणी सर्वांला तारी । जेथें बिघडेल तेथें सवारी । चिंतामणीची चिंता वारी । धर्मिष्ठ अधर्मास धिःकारी । पटवर्धन जाणती संसारी । घालिती उड्याच जैशा घारी । फत्ते केल्याविण माघारी । उलटोनयेची मारी मारी । ह्मणावे हेच मनांत खुमारी । ऐसे थोडे पुरुष अवतारी । वडिला वडिलीं

नामधारी । सप्त पिढ्या लौकिक उद्धारी । वृत्तिधर्मा जागली ॥ वसविली सांगली० ॥ २ ॥

खेरीज बाहेर पुरे वसविले एकाहून एक सरे । बंदोबस्ती गस्ती पाहारे । लोक सुखवस्ती वांधूनि घरें । राहती स्वस्थ नांदती वरें । कौल सर्वाला ताकीद फिरे । धन्याची आज्ञा नांदा कीरे । शिवालय देवालय सुंदरे । घाट वांधूनिया कृष्णातिरे । आत भरचक्का चुनार चिरे । कृपा केली श्री मोरेश्वरें । पुण्य सामुग्री भागली ॥ वसविली सांगली० ॥ ३ ॥

शेंकडों चारी दुकानदार । जोहोरी बोहोरी शेटे सावकार । बनविला वाग चांगला फार । रुमाली रस्ते बांधुन चार । आंत मांडव द्राक्षांचे गार । सुरूचीं झाडें मनोहर । फुलें हरजिनशी अपरंपार । पाचदवणा मरवा कचनार । गुलाव चमेली गुले अनार । मोतिया मोगऱ्याचे हार । सोन चाफे मकरंद वाहार । गणित करतांना वाटेल फार । म्हणूनि सांगितले सारासार । आंत उमराव जुने सरदार । अश्वरथ गाड्या कुंजर बहार । पालख्या शिवाय घोडेस्वार । तलावे देती चक्राकार । दुपेट शेले भरीजरतार । एकापरीस एक दवलतदार । भले लोक संग्रहीं धनदार । पुण्य त्या चिंतामणीचें सारें । मुख्य सर्वाला तोच आधार । दान धर्माला बहुत उदार । आल्या गेल्याचा आधीं सत्कार । कल्पना बुद्धीचें भांडार । न लागे ज्याचा अंत नापार । पाहिलें ही एक राजद्वार । विवेकी विचार सारासार । कविता आनंदफंदी करी । ताल सुर नमुदा लागली ॥ वसविली सांगली० ॥ ४ ॥

---

१९. याच विषयावर दुसरा पोवाडा.

तदन्याय सांगलींत कलीमध्यें आहेत चिंतामणराव बहिरी । द्वापारयुगीं गोकुळामध्यें कृष्णदेव धनी अवतारी ॥ ध्रु० ॥

जरब व्याघ्रगणअवतारीं आपासाहेब सुरमर्द भले। कानीं प्राणीमात्रांच्या छप्पन देशांमध्यें कीर्ति झुले। शाण्णव कुळीं राज्यामधीं क्षेत्रीं पटवर्धन बाके ठरले। चिंतामणरावसाहेबाचे शत्रूंवर डंके गर्जले। फणसळकर पांढरे कवडे थोंडजी वाघ ज्यानें खपवले। दिल्लीअटकेपर्यंत् जरब चिंतामणराव सांगलीवाले। चला अशी सांगली आहे चांगली कृष्णातिरीं द्वारका वसविली। घाटघटाव कृष्णातिरीं बसले वक्रतुंड पहा गजानन। देवादिदेव खरा करी सर्वत्रांच्या पीडा हरण। अष्टौ प्रहर पहा वाद्यें गर्जती झडती नगारखाने कालुकर्णें। अशी सांगली आहे चांगली गरीबाशीं शीतळ सावली। कृष्णातिरीं द्वारका बसविली ॥ तदन्याय० ॥ १ ॥

हर कामाचा कसबी प्राणी चालून येतो सांगलीला। कसबाची पारख करील चिंतामणराव मोतीवाला। सुगडपणा पाहुनि भाल होउनि रवाना होती त्याला। चहुं खुंटामध्यें खुंट सांगली आसरा कसबी लोकांला। अठाराही कार आले झुलती जपून नाहीं पैशाला। शके सत्राशेंवीसमध्यें काम लाविलें किल्ल्याला। नजर पाहणी विश्वासानें गणेश बुरजाची छाव न्यारी। तदन्याय० ॥ २ ॥

बागबगीचे बंगले नामी ठाई ठाईं बैठकी सिरा। खासा बाग अमराई गारमळा। ताडमाड आहे सुरूबरा। ठायीं ठायीं अश्वाच्या पागा एका पक्षी एक तेजी खरा। गजदंत शाम सुंदर हत्तीवर भरगच्चीच्या झालरा। कामदार इतर मंडळीला वर विश्वास सारा। फडनीस बुद्धिमान चांगले लिहिल्या मध्यें बहुसिरा। बापु साहेब शाहापूरकराचा फिरता सुभा आहे न्यारा। गोविंदराव विनीवाला तो शत्रूचा फिरवी मोंहरा। अशी मंडळी उघड पदरीं आपापल्या हु-

घावरी । हुशारीनें करितात चाकरी । हुशारीचे पोटीं बीन फिकीरी तेथें आहे लक्ष्मी खरी ॥ तदन्याय० ॥ ३ ॥

भले लोक शिलेदार बारगीर एकापेक्षां एक रणतुले । हासमजीलिबजरांत बाणदार चोपदार शाहींत झुले । शिवाय संत्री लोक आळा दे विजार सजीन टोपीवाले । जासूद झेंडेवाले अंकुश गणपति शिक्केवर जडले । गजानन कुलस्वामी गणपति प्रसन्न सर्वांला झाले । तात्या साहेब प्रभु जन्मतां दुप्पटीचें वळ'नवें आलें । अशी खुशाली सर्वत्रांला । पुण्याई पहा आली कामाला । जाफर नरसु कवि बोलला । थोडासा पोवाडा गाईला । कासम विठु दाजी रामाजी केली धन्याची स्तुति खरी । शके सत्राशें बाहात्तर श्रावण मासीं शुक्रवारीं ॥ तदन्याय० ॥ ४ ॥

---

१६. थोरले बाळासाहेब पटवर्धन मिरजकर यांवर पोवाडा.

हा पोवाडा आनंदफंदीकृत असून आह्मांस धोंडी संतोबा गोंधळी याजकडून मिळाला. संतोबा गोंधळी हयात असतां आनंदफंदी हे मिरज सांगली या प्रांतांत गेले होते. त्याच वेळीं हा पोंवडा केला आहे.

प्रतापी बाळासाहेब पुण्यश्लोक मुखीं सर्वत्रांच्या । हेंचि ऐकण्यांत आलें बहुधा कानीं प्राणिमात्रांच्या ॥ ध्रु० ॥

मोठ्या परि मोठ्याशीं भाषणें लहान्याशीं बोलुन बरें । जिकून बसविले तिकून साजिरे अष्टपैलू चौकून चिरे । दयावंत बुद्धिवंत चतुर साधारण वचनाचे खरे । रयतेचे कनवालु सभोंतें गजाननाचें चक्र फिरे । आल्याचा सत्कार करिती भेटी घेती सत्पात्राच्या ॥ प्रतापी० ॥ १ ॥

सभोंताला खंदक, किल्ल्यामधेंच उंट घोडे हत्ती । झडत

असे चवघडा पद्रचे भले लोक त्यांतच राहती । बाग-गीचे नानापरीचे हवा लहान मोठे पाहती । शिवाय आणखी घाट बांधिला दक्षिणेस कृष्णा वाहती । लोकवस्तीची कीर्ति वाखाणती गोविंदपुत्राच्या ॥ प्रतापी० ॥ २ ॥

मुख्य दैवत समनामिर दैवत जागृत वस्तीचा वाली । तेथें उपद्रव होउं न शके पीर मिरजेचा रखवाली । तशांत शूर पटवर्धन बाके कीर्ति जघन्यांत झाली । भयाभीत जो होऊनि आला त्यांला पाठीशीं घाली । तृणप्राय परशत्रु जैसा उभ्या बाहुल्या चित्राच्या ॥ प्रतापी० ॥ ३ ॥

वस्ती अतिगुलजार फार बाजार भरे बृहस्पतवारीं । शनवारामध्यें चौक तेथें जोहारी वोहरी । व्यापारी राफाचारी तमाम इमाम रस्त्या शेजारीं । उदमाची घडामोड होतसे बजान पट्टेकझारी । आनंदफंदीचे छंद जखमा जशा जिव्हारीं शस्त्राच्या ॥ प्रतापी० ॥ ४ ॥

---

१७. आनंदराव धुळप.

यांवर पोवाडा.

आंग्र्याप्रमाणेंच धुळप हे मराठ्यांच्या आरमाराचे मुख्य सरदार होते. सवाई माधवरावांच्या कारकीर्दीत वाघापुर मुक्कामीं इंग्रजांची व आनंदराव धुळपाची एक लहानशी लढाई झाली. ह्या प्रसंगाचें वर्णन पुढील पोवाड्यांत केलें आहे. हा पोवाडा भिकुबाळा नांवाच्या कवीनें पुणें मुक्कामीं रचिला.

धोंशा धुळपाचा अति आंनदराव रणशूर । मारिला इंग्रज मुंबई कांपे थर थर ॥ ध्रु० ॥

फाल्गून मासीं राव निघाले बाहेर । पाल गुलाव त्यांनीं

---

१ कीर्ति. २ गलबतांचीं नांवें.

सजवुनियां आरमार। ओढिले नांगर पुढें जायाचा करार। रुहिलें वारें केला मुक्काम वाघापुर। दुसऱ्या दिवशीं आलें इंग्रजाचें आरमार। सत्तावीस मनोरे भरोनी बाहे भरपूर। अभिमान भारी इंग्रजांस अहंता फार। रामचंद्रांनीं वधिला दशशीरं ॥ १ ॥

बाहिर सावध होयां आहेत राहत्यारे राज्याची। लावली नाळ केली हंकारणी पालाची। जलदी केली भर उमेद ल-ढायाची। अडकलें तारूं फिरंगी रयत कोणाची। हिंरे हिंरे मारून सोई धरिली किनाऱ्याची॥ दया संपूर्ण धुळपावर रामलिंगाची। पुढं शाहुचा जरीपटका बिनीवर। उडविला चांचा त्यानें ओढुनि केलें दीनमोर ॥ २ ॥

विलायत जंजीरा नवकुलपांचें तारूं। शिरीं हात ठेवून पाठविला दक्षण वारू। घेतली गुजराथ वसई केली जेरू। लढुनि शिधाशीं पाडाव केले डेरू। कपींद्र भारी नऊ पाल-खीचे सरदारू। राव धुळपांनीं त्यांना मारून केलें जेरू ॥ ३ ॥

मसलत होती हैदरावर जायाची। बोट ओढती सातशें गारदी त्याची। रामप्रसाद आहे गुरूब चालीची। लक्ष्मण धुळप ऐके न गोष्ट कोणाची। सोडिले मचवे लोक चढती काठीवर। राव ते मोठे बुद्धीवंत सरदार। दांतीं तृण धरुनी उडी टाकिती बाहेर ॥ ४ ॥

इंग्रजांला धास्ती नव्हती कधीं काळाची। अवचित गांठ पडली आंनदराव धुळपाची। नदी वाहते वाहते हो अशु-द्धांची। तीन साठ शिरें उडविलीं त्यानें गोऱ्यांचीं। अठरा टोप्या त्यानें मारून केल्या जेर। घायाळ मुर्दे घुमति राव फार ॥ ५ ॥

---

१ रावण. २ पुढें? ३ गलबताचें नांव ४ रक्ताची.

रत्नागिरीचे कागद पुण्याला गेले । रावसाहेब वाचुनि खुशाल झाले । सांगे श्रीमंताला धुळपांनीं नांवाचे नक्षे केले। सत्तावीस गोरे धरुनि त्यानें आणीले । अठ्ठावीस गोरे धरुनि त्यानें कापीले । डफ झांज वाजताती चावडीवर । पोवाडा केला पुण्यामध्यें बसूनी । पोवाडा केला भिक्मा बाळा यांनीं ॥ ६ ॥

---

१८. परशुरामपंत प्रतिनिधी.

यांवर पोवाडा.

परशुरामपंत प्रतिनिधी हे प्रसिद्ध भवानराव प्रतिनिधींचे चिरंजीव. सन १७७७ त भवानराव निवर्तले व त्यांच्या मरणाच्या दुसऱ्याच दिवशीं परशुरामपंत ह्यांचा जन्म झाला. नानाफडनवीस व भवानराव प्रतिनिधी ह्यांचें फार सख्य होतें, व त्यामुळें नानांनीं आपल्या स्नेह्याच्या मुलास तो पाळण्यांत असतांच अधिकाराचीं वस्त्रें देवविलीं. सन १७९५ त ह्मणजे आपल्या वयाच्या अठराव्या वर्षी परशुरामपंत आपल्या जहागिरीचा स्वतः कारभार पाहूं लागले. हे शरीरानें सुदृढ असून आपल्या तीर्थरूपांप्रमाणेंच शूर होते. सन १८४८ त परशुरामपंत निवर्तले. हा पोवाडा दाऊ बहुरूपी ह्यानें केला असें पोवाड्याच्या शेवटल्या चरणावरून समजतें.

बालस्वरूप अगम्य रूप परशुरामपंत । प्रत्यक्ष परशुराम अवतार भवानरायाचे पुत्र ॥ ध्रुवपद ॥ भवानराव काशीबाई पुजला ईश्वर पुत्र आले पोटांत । बत्तीस लक्षणी चतुर पुत्र पाहून सामुद्रिक केवळ राम अवतार । जगदंबा प्रसन्न चालविती राज्यभार । जसा गोकुळामध्यें वाढला. पहा कृष्णनाथ । इंद्रपुरीमधें राजा राज्य करितां इंद्रजीत ॥ बालस्वरूप० ॥ १ ॥

काशीबाई यमुनाताई दोघी बहिणी जाणा । दोघीपोटीं एक बालक दुसरा वांचेना । विसावा होऊं न देई जें बालक पितांना । पाळण्यांत घालुनि हालविती माता यमूना । रुप्याचे लावूनि सोटे चौरंग दोरी हातांत । गणेशपंत दिवाण पाळणा केला एका क्षणांत ॥ बालस्वरूप० ॥ २ ॥

मावशीबाई नांव सवाई बहुकीर्त केली । पंताचे मागें जाहागीर ठासून राखिली । पेशवे श्रीमंत नाहीं तयाला भ्याले । एक जिल्हेचे धनी कुलकानु कशी आपली । देणें महाराजाचें कुणाचें चालून नाहीं येत । जोंवर चंद्र सूर्य तोंवर राज्य करितील पंत ॥ बालस्वरूप० ॥ ३ ॥

पंत बसले सदरेशीं मनसुबा करितील लहानथोर । चिंतोपंत फडनीस कारभारी धुरंधर । आबाराव सुगदेव कुलकानुशीं अखत्यार । मोरोपंतभाऊ आहे तयावर प्यार । जिवाजीपंत गडबड भारी बोले रागांत । भिवराव सुभेदार ऐका बोलण्याची मात ॥ बालस्वरूप० ॥ ४ ॥

मंगळवारीं निघाली स्वारी रायापंताची । पालखींत बसली जशी काय मूर्त वामनाची । शिरीं पहातां शोभे मंदिल प्रभा सूर्याची । जसा अस्मानीं तारा चमकला जोत चंद्राची । भालदार चोपदार लोक चालती जिलिबींत । दाऊ बहुरूपी कवीश्वर दक्षिण देशांत ॥ बालस्वरूप० ॥ ५ ॥

---

१९. फलटणचे निंबाळकर

यांवर पोवाडा.

ह्या पोवाड्यांत मुधोजीराव व त्यांची पत्नी सगुणाबाई ह्यांचें व त्यांच्यानंतर फलटणच्या गादीवर बसलेल्या निंबाळकरांचें वर्णन केलें आहे. मुधोजीराव हे जानोजी निंबाळकरांचे चिरंजीव. ह्यांस सन १७४८ त फलटण संस्थानाचा अधिकार मिळाला. सन १७६९ त

मुधोजीराव निवर्तले. ह्यांच्या मरणानंतर कांहीं काळपर्यंत त्यांची पत्नी सगुणाबाई ह्यांनीं कारभार चालविला. परंतु पुढें थोरले माधवराव पेशवे व सगुणाबाई ह्यांचें वैमनस्य पडल्यामुळें माधवरावांनीं सगुणाबाईच्या हातांतून अधिकार काढून सोहिराजी नांवाच्या मराठ्यास संस्थानचा सर्व अधिकार दिला. सन १७७४ त सगुणाबाईनीं मालोजी नांवाचा पुत्र दत्तक घेतला, व पुढें थोड्याच दिवसांनीं सवाई माधवराव पेशवे ह्यांनीं फलटण संस्थानाचा कारभार सगुणाबाईच्या हवालीं केला. सन १७७७ त मालोजी मरण पावले, व त्यांचे दत्तक चिरंजीव जानराव ह्यास अधिकार मिळाला. सन १८२५ त जानराव मरण पावल्यावर सातारच्या छत्रपतींनीं संस्थान जप्त केलें. परंतु पुढें इंग्रज सरकारच्या मध्यस्थीनें बनाजी निंबाळकर ह्यांस सन १८२७ त फलटण संस्थानाचा अधिकार मिळाला. बनाजी हे ९ महिने कारभार करून सन १८२८ त मे महिन्याच्या १७ व्या तारखेस निवर्तले. पुढें सातारकर महाराजांनीं हें संस्थान पुन्हा जप्त केलें. सन १८४१ त बनाजीची पत्नी जीजीबाई आई साहेब ह्यांनीं सातारकरांस तीस हजार रुपये नजराणा दिल्यावर संस्थान परत मिळून, त्यांस मुधोजीराव नांवाच्या मुलास दत्तक घेण्याची परवानगी मिळाली. हे मुधोजीराव ऊर्फ बापुसाहेब हल्लीं संस्थानाचे अधिकारी आहेत. हा पोवाडा बिकनदास हैबती व आपा सवाई ह्यांनीं केला असें पोवाड्याच्या शेवटल्या चरणांवरून समजतें.

काय हो मुंडे बादशाहा चौऱ्यांशीला शीतळ छाया । चौ
राज्यांमधीं महशूर झेंडा लाविला भडकाया ॥ ध्रु० ॥
ओदी उमराव शहर फलटणचे आहेत संस्थानी । जाहगिरी
सरदेशमुखी सनदा दिल्या बादशाहांनीं । माई मोर्तब शिक्के
कटारं मुतलक निशाणी । पोषाग मोर्चेल चवघडे बक्षीस

१ चौऱ्याशीं परगणे. २ मराठे सरदारांत निंबाळकर फार जुने असीकीर्ति आहे.

रविवार दिन मानी । वंशपरंपर राज्य करावें कमाल मेहेरबानी । ऐसी अगाध झाली देणगी प्रसन्न चक्रपाणी । राज्य एक छत्री चालत आलें या ठायां ॥ १ ॥

मोठे प्रतापी मुधोजी साहेब होते प्रभुराज । झाले कैलासवासी चौऱ्यांशीचे सीरताज । राज्याला अधिकारी सगुणाबाई धनी साजे । सोहिराजी साहेबांनीं घेतलें जबरीनें राज्य । सगुणाबाई ह्मणे रामा तुला माझी लाज । वाल्हेघाटी तीर्थ डोकीस गेलें काम काज । झाला हुकूम वकिलाशीं जावें बोलाया ॥ २ ॥

आज्ञा वंदून वकील पुण्याशीं गेले लवलाहीं । श्रीमंताशीं केली विनंती धनी पेशवाई । नानाफडनवीस ह्मणे आमची बहीण सगुणाबाई । स्वार गारदी कुमक दिली शिबंदी व शीपाई । आंबारीमधें बसून बयानें केली लढाई । सोयराजी साहेबास हटविलें फिरविली द्वाही । काय शर्तीनें राज्य चालविलें नलगे पुसाया ॥ ३ ॥

राज्य करिती सगुणाबाई देव अवतार । सुदाम पुरी पेठ कौलाची भरला बाजार । थोर थोर उदमी गुजर मारवाडी सावकार । लाखोंरुपयांची घडामोड होती करती व्यापार । आनंदामधें प्रजा निंबाळकर करितो दरबार । कोण्यागोष्टीची ददात नाहीं सुख फार फार । अशी कीर्ति झाली जधन्यामधें वर्णाया ॥ ४ ॥

अयोध्येहून गोऊन वचनीं आणिले सीतापती । शिवालय बांधिलें ओवऱ्याचौभोवतीं । द्वारीं उभे जय विजय पुढें गरुड मारुती । ठाईं ठाईं केली कीर्त सगुणाबाई जितसती । काशीयात्रा करून गयावळ तीर्थ भागीरथी । रामेश्व-

---

१ सन १७६५ त सोहिराजीनें माधवराव बल्लाळ पेशव्यांच्या मदतीनें सगुणाबाईस पदच्युत करून आपण राज्य बळकाविलें.

राला बेल दवणा वाहून निश्चिती । चंदीचंदावरीचा तो राजा आला भेटाया । हत्ती घोडे नजर आणिली वाहिले रघुराया ॥ ५ ॥

रामचंद्राचा उत्साह होतो कीर्तन हरोहरी । पांच दिवस वहनावरतीं निघती ही स्वारी । सहावे दिवसीं रथ निघतो जनयात्रा भारी । अमीर उमराव भले भले सरदार [illegible] मुरी । मारुतीकडे बाजार भरतो करिती दुकानदारी । [illegible] देशींचा माल किराणा येती व्यापारी । होती [illegible] हर जिनसाची बसले विकाया ॥ चौऱ्यांशीमधीं[1] ॥ ६ ॥

पुण्यप्रतापी सगुणाबाई महशूर अग्रच्यां[illegible] काय शर्तिनें राज्य चालविलें खुप लौकिक केला । जा[illegible] जान रायाचे शिरीं हात ठेविला । आमच्यामागें [illegible] चालवा संभाळ रयतेला । जानराव प्रभु लहान [illegible] गादीला । छत्तीस वर्षे राज्य केलें डंका वाजवीला । [illegible]मध्यें प्रजा लागिली सुख भोगाया ॥ ७ ॥

फाल्गुन शुद्ध नवमीस [illegible] शुक्रवार । जानरायासीं आले बलोऊं सत्य करार । रामचंद्र ह्मणून ठेविला देह [illegible]लेपार । लाल हरप[illegible] [illegible]रामधीं पडला अंधकार । झाला आकांत [illegible] शृंगार । हत्ती घोडे गाईवत्स हंब-रती [illegible]र । स्वारी [illegible] चालिले अलम मोकलती धाय ॥ ८ ॥

[illegible] घाबरी बाईसाहेब बोले मंजूळवाणी । कोण आह्माला मालक आह्मी तर पडलों अडाणी । आमचे जन्माचा जोडा गेला गेली निशाणी । जहाज बुडवीलें दर्यामधीं कसें भगवंतानीं । आमचे कपाळचें कुंकु पूसलें काय रामचंद्रानीं । तुमचे मनाला आलें कायहो चक्रपाणी । सातारकर महाराजांनीं येत केला दौलत राखाया ॥ ९ ॥

---

१ स्वर्गीचें बोलावणें आलें.

बाईसाहेब जाऊन राहिल्या माहुली तीर्थाशीं । तीनवर्षें तेथें राहून तेथून गेल्या पुण्याशीं । बजाजीसाहेब झटूं लागले काय हो राज्याशीं । आलफीष्टन साहेबाची चकदी आली महाराजाशीं । बोलावून बजाजी साहेब दिलीं वस्त्रें त्याशीं । नऊ महिने राज्य केलें रयत उदासी । जाऊन फिर्यादी हुजूर पडल्या नलगे पुसाया ॥ १० ॥

बाईसाहेबाचे वकील सूज्ञ होते बोलण्यांत । जाब जबाब करीत होते राज दरबारांत । बजाजीसाहेबाशीं वकील काय बोलतात । अकरा कलमें बाईसाहेबांचे राहावें हुकुमांत । याप्रमाणें तुह्मी याद द्यावी सरकारांत । दौलत राख बुडवूं नका समजावें मनांत । नाहीं ऐकिलें केला गर्व गेला तो वायां ॥ ११ ॥

पाहून संधी वकील विनंती करी महाराजास । राखा निंबाळकरी बाणा मानकरी खासे । माहाराजांनीं याद पाठविली वरी विलायतेस । कोडत होऊन इनसाफ झाला केला कयास । आली चकदी बादशाहाचें देणें निंबाळकरास । झाला हुकुम राज्य द्यावें बाईसाहेबास । महाराज ह्मणे पाठवावें बाईस आणाया ॥ १२ ॥

काम काज पाहती रावसाहेब मुख्य कारभारी । नानासाहेब खासगीवाले कूल अखत्यार । साहेब खान रीसालदार हुकूम सरकारी । रावजी देशमूख तात्या कोकणे न्यायनीसरी । चौऱ्यांशीचे ताळेबंद जमाबंदी सारी । शाहा मनूरचे दास बिकन हैबती लागे पायां । आपा सवाई ह्मणे सूं द्या कृपेची छाया ॥ कायहो मुंडे बादशाहा० ॥ १३ ॥

---

१ क्यांबेल साहेबांचे ग्याझेटीअर पुस्तक १९ पृ० ६२० मध्यें हें नांव [illegible]जी असें दिलें आहे.

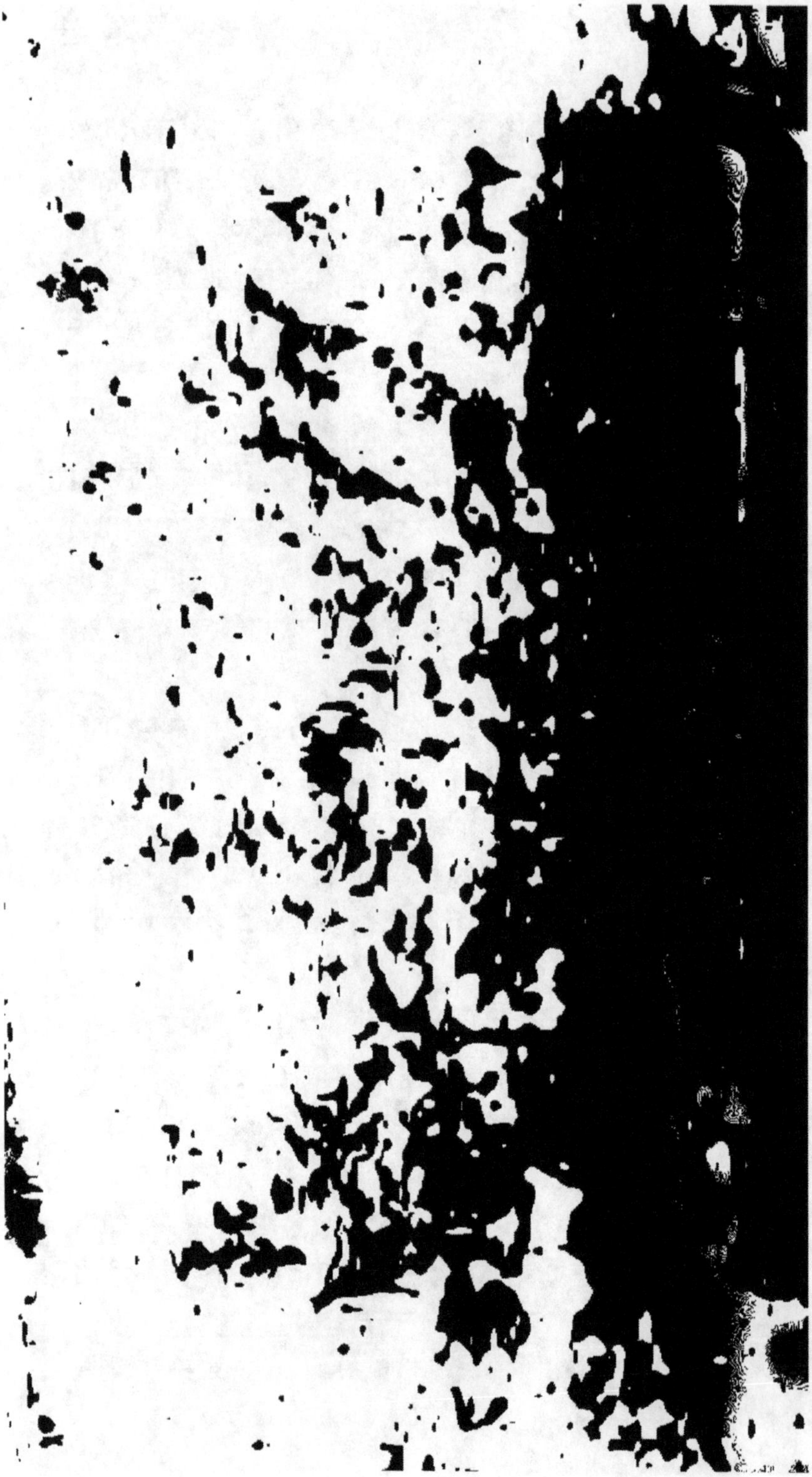

```
PK          Acworth, Harry Arbuthnot
2414            Itihasaprasiddha purushāce
S35         va striyāce povade
1891
```

PLEASE DO NOT REMOVE

CARDS OR SLIPS FROM THIS POCKET

UNIVERSITY OF TORONTO LIBRARY

www.ingramcontent.com/pod-product-compliance
Lightning Source LLC
LaVergne TN
LVHW022330220825
819400LV00004B/33